संपूर्ण आरोग्य सर्वांसाठी

डॉ. ह. वि. सरदेसाई

सकाळ प्रकाशन

सकाळ प्रकाशन

संपूर्ण आरोग्य सर्वांसाठी

प्रथम प्रकाशन : जून २००६
सहावी आवृत्ती : ऑक्टोबर २००८
सुधारीत पहिली आवृत्ती : फेब्रुवारी २०१६

मुखपृष्ठ
संदीप देशपांडे

अक्षरजुळणी आणि मांडणी
अश्विनी महाजन

प्रकाशक
सकाळ पेपर्स प्रा. लि.
५९५, बुधवार पेठ, पुणे ४११ ००२

ISBN : 978-93-84316-99-0

अधिक माहितीकरिता
०२०-२४४० ५६७८/८८८८८ ४९०५०
sakalprakashan@esakal.com

पन्नास वर्षांहून अधिक काळ
मला सतत साथ देणाऱ्या
माझ्या पत्नीस
सौ. कुंदास अर्पण...

मनोगत

।। स्वे स्थित: इति स्वस्थ:।।

'स्व'मध्ये स्थिरावलेला असणारा तो 'स्व'स्थ. आपले अस्तित्व आपल्याला अनेक स्तरांत जाणवते. आपण विविध कामे करतो; चालतो, बसतो, बोलतो... ही शरीराने करतो. इतरांचे अस्तित्वदेखील त्यांच्या हालचालींनीच आपल्याला प्राय: समजते. आपल्या हालचालींची प्रेरणा आपल्या मनातल्या काही घडामोडींतून येते, हेदेखील आपल्याला उमजत असते. मनाच्या अस्तित्वाचे आकलन आपल्याला आपल्या मनातील विचारांमुळे होत असते. विचारांबरोबरीने अनुभवांची स्मृती आणि विविध भावना यांचाही आपल्याला बोध होत असतो. भावना आणि बुद्धी या दोन स्तरांवर आपले मन कार्य करते याचेही आपल्याला भान होते. आपल्या व्यक्तिगत आयुष्याबद्दलची, तसेच आपल्या सामाजिक अस्तित्वाची जाणीव आपल्या मनातच होते. व्यक्ती म्हणून आपण स्वतंत्रपणे जगतो खरे; पण या भूतलावर आपले अस्तित्व बहुतांशी सामाजिकच असते. एकत्र राहण्याला आणि सामाजिक जीवनाला पर्याय नाही, याची समज येणे म्हणजे मनाची वैचारिक समृद्धी होणे. आपल्या सर्व स्वास्थ्याला सामाजिक स्थैर्याची आवश्यकता आहे याचे आकलन होणे आवश्यक आहे. अशा सामाजिक स्थैर्यासाठी प्रत्येक व्यक्तीला काही नियम पाळावे लागतात. हे नियम नीती आणि कायदा या स्वरूपात मार्गदर्शन करत असतात. नीतीचे पालन करावयास उद्युक्त करणारी प्रेरणा म्हणजे धर्म; कायद्याचे पालन करायला शासन समर्थ

असावे लागते. नीतीच्या पालनाचे फळ समाधान असते, तर कायदा न पाळण्याने शिक्षा होते. नीतीच्या नियमांचे पालन का करावे, या प्रश्नाचे उत्तर अध्यात्म देते. अध्यात्म याचा अर्थ आत्म्याचे अध्ययन, आत्मा जाणणे; आत्मा म्हणजेच 'स्व', आत्मा जाणणे म्हणजेच 'स्व'मध्ये राहणे.

अशी 'स्व'मध्ये राहणारी व्यक्ती 'स्व-स्थ' असते. नीतीच्या मार्गदर्शनाची तत्त्वे या व्यक्तीला समजतात. खरे का बोलावे, हिंसा का करू नये, चोरी करणे पाप का मानले गेले आहे... या आणि अशा धर्माज्ञा समजून स्वीकारल्या, तर धर्माचे पालन सहज होते. धार्मिक वृत्ती मनाचे समाधान करू शकते, कारण धार्मिकता श्रद्धा निर्माण करते. श्रद्धा मनाला स्थैर्य देते, चिंता नष्ट करते. शांत मनात सुसूत्र विचार येतात. शांत मनानेच ज्ञान प्राप्त करता येते. ज्ञानाची प्राप्ती करण्याकरिता श्रवण, वाचन व मननाची गरज असते. यासाठी एकाग्रता लागते, एकाग्रतेची सवय करावी लागते. या सवयीलाच 'अभ्यास' म्हणतात. एकाग्र होण्याकरिता मनात विचारांचे काहूर माजलेले असता कामा नये. मनाची शांती मानसिक आरोग्याचे लक्षण होय. मन हे मेंदूच्या एका विशिष्ट कार्यकारी पद्धतीचे नाव आहे. संवेदना, ओळख, स्मृती, भावना, विचार, भाषा, ऊहापोह, निर्णय आणि कार्यवाही मिळून मन होते. या साऱ्या कार्यांच्या परिपूर्तीसाठी मेंदूच्या पेशींचे कार्य सुरळीत चालणे आवश्यक आहे. त्याकरिता मेंदूला आवश्यक ती ऊर्जा मिळावी लागते. ही ऊर्जा ग्लुकोज शर्करा आणि प्राणवायू यांचा वापर करून मज्जापेशी मिळवतात. अनेक पदार्थांतून मिळणाऱ्या कर्बोदके, प्रथिने व स्निग्ध पदार्थांतून ऊर्जा मिळते. ऊर्जा निर्माण करण्याच्या क्रियेत जीवनसत्त्वे व क्षार यांचे अनन्यसाधारण महत्त्व असते. यासाठी संतुलित व सकस आहार लागतो. प्राणवायूचा पुरवठा होण्यासाठी योग्य व्यायाम लागतो. मेंदूस विकार होऊ नयेत यासाठी अंतर्बाह्य स्वच्छता लागते. विकारांचे प्रतिबंधन अत्यंत योजनापूर्वक करावे लागते. आपल्या शरीरक्रिया उत्तम चालण्यासाठी सुदृढ शरीररचना आणि चांगल्या सवयींची गरज असते. लहान वयात लागलेल्या सवयी पुढे टिकून राहतात. यासाठी लवकर झोपून, पुरेशी

झोप घेऊन सकाळी वेळेवर उठणे; मुखमार्जन, मल-मूत्र विसर्जन, स्नान करणे या सवयी लहान वयात लागणे हिताचे असते. जेवणखाण वेळेवर करणे महत्त्वाचे असते. लहानपणापासून सुसूत्र विचारसरणीचे महत्त्व पटणे आवश्यक असते. सत्श्रद्धा जोपासणे, नीतिमत्तेच्या कल्पना, ज्ञानार्जनाची इच्छा, स्वाभिमान, इतरांच्या गरजांची जाण या सर्व गोष्टींची बीजे लहान वयातच पेरली जाणे जरुरीचे आहे. असे स्वास्थ्य सर्वांना मिळावे, अशी आपली प्रार्थना वेदकाळापासून आपण करत आलेलो आहोत.

सर्वेऽपि सुखिनः सन्तु, सर्वे सन्तु निरामयाः।।

या प्रार्थनेचा पाठपुरावा म्हणून हे लेख लिहिले. यांचे पुस्तक व्हावे, समाजापर्यंत पोहोचावे यासाठी 'दै. सकाळ'पुरस्कृत 'फॅमिली डॉक्टर' पुरवणीने प्रयत्न केले. या प्रयत्नांमागे सर्वश्री प्रतापराव पवार, अभिजित पवार, उल्हास लाटकर, संजीव लाटकर, अभिजित मुळ्ये, संतोष शेणई यांचा मोठा वाटा आहे. पुस्तकाच्या निर्मितीमध्ये मार्मिक चित्रलेखन श्री. सतीश देशपांडे यांचे आहे. या सर्वांच्या प्रेरणेशिवाय हे पुस्तक झाले नसते. या सर्वांचे माझ्यावर आजन्म ऋण राहील.

पुस्तकाच्या नावात 'संपूर्ण' हा शब्द आधी घालण्याची सूचना डॉ. विनय देव यांनी केली त्याबद्दल त्यांचे मनःपूर्वक आभार.

- डॉ. ह. वि. सरदेसाई

अनुक्रमणिका

१.	सकारात्मक शारीरिक प्रकृती	९
२.	आरोग्याचा पाया – सकस आहार	१३
३.	व्यायामाचा नेम मोलाचा!	१९
४.	स्वच्छता आणि आरोग्य	२५
५.	विकारांचे प्रतिबंधन	३१
६.	विकारांचे लवकर निदान	३७
७.	वेळेवर योग्य उपचार करणे	४३
८.	मन करा रे प्रसन्न!	४९
९.	मन शुद्ध तुझं	५५
१०.	मी असा...तू कसा?	६१
११.	एकतानता तनामनाची...	६७
१२.	बालक मनाच्या गरजा	७३
१३.	श्रद्धा : एक मोठी शक्ती	७९
१४.	मानसिक उन्नतीसाठी योग आणि ध्यान	८५

१५.	चिंता	९२
१६.	सामाजिक प्रकृती आणि विकृती	९६
१७.	सामाजिक प्रकृतीही ठणठणीत हवी	१०२
१८.	देवाणघेवाण आणि आत्मीयता	१०८
१९.	आत्मीयतेची विविध रूपे	११४
२०.	शतदा प्रेम करावे	१२०
२१.	अस्तित्वाचा मूलगामी विचार	१२६
२२.	आध्यात्मिक प्रकृतीचे स्वरूप	१३२
२३.	ज्ञानातून अस्तित्वाची अनुभूती	१३८
२४.	योगमार्ग आणि प्राणायाम	१४४
२५.	मन:शांतीचा भक्तिमार्ग	१५०
२६.	कर्मयोग आणि आपण	१५६
२७.	त्रिमिती मानवी जीवनाची	१६२

सकारात्मक शारीरिक प्रकृती

केवळ आजार अथवा अपंगत्व यांचा अभाव एवढेच पुरेसे नसून शारीरिक, मानसिक आणि सामाजिक सुस्थिती म्हणजे आरोग्य, अशी व्याख्या जागतिक आरोग्य संघटनेने १९४८ मध्ये केली होती. आरोग्याचे इतरही पैलू वेळोवेळी जाणले गेले. आध्यात्मिक, भावनात्मक कामकाजासंबंधी आणि बऱ्याच इतर अंगांचा आता समावेश केला गेला आहे. एखाद्या व्यक्तीला कोणताही त्रास होत नसला म्हणजे त्याची प्रकृती निकोप (त्रास नसणारी) आहे, एखाद्या व्यक्तीला कोणताही आजार नसला म्हणजे त्याची प्रकृती निरामय (आम म्हणजे विष, आमय म्हणजे विकार, निरामय म्हणजे विकारविरहित) आहे; परंतु त्रास किंवा आजार नसणे एवढ्यानेच चांगली प्रकृती आहे, असे म्हणणे योग्य नाही. प्रकृतीची सकारात्मक स्थिती कशी असते हे समजणे महत्त्वाचे आहे, त्याची सुरुवात सकारात्मक शारीरिक प्रकृती म्हणजे काय हे जाणून घेण्यापासून करू या.

शारीरिक प्रकृतीमध्ये शरीररचनात्मक आणि शरीरक्रियात्मक अशा दोन्ही बाजूंचा विचार असावा लागतो. शरीराची बाह्यरचना म्हणजे वजन, उंची, वर्ण आणि ठेवण; अंत:स्थ अवयवांची रचनादेखील महत्त्वाची असते. हृदय, यकृत, मेंदू इत्यादी अवयवांचे आकार, वजन, वर्ण, पोत कसे असावेत याबद्दल वैद्यकशास्त्रात यथायोग्यतेबद्दल मर्यादा ठरलेल्या आहेत. त्याचप्रमाणे ऊती व पेशींची रचना कशी असावी, शिवाय विविध रेणूंची त्रिमित रचना कशी असताना आरोग्याच्या दृष्टीतून योग्य असते, हेदेखील शोधले जात आहे. या

सर्व स्तरांवरील रचना योग्य असणे म्हणजे शरीररचनात्मक प्रकृती चांगली, असे म्हणता येते. आपल्या शरीराचे कार्य विविध संस्था करत असतात. पचनसंस्था, रुधिराभिसरण, चेतासंस्था, श्वसनसंस्था इत्यादी सर्व संस्थांचे व्यक्तिगत आणि सामूहिक कार्य चांगले चालणे म्हणजे शरीरक्रियात्मक प्रकृती चांगली असणे. शरीरक्रिया चांगली असण्याकरिता शरीररचना जशी असायला हवी तशी असणे महत्त्वाचे आहेच; शिवाय ज्या त्या संस्थेचे कार्य चांगले होत राहावे या दृष्टीने पेशींना लागणारे जीवनावश्यक घटक (प्रथिने, क्षार, जीवनसत्त्वे, ऊर्जा इत्यादी) मिळत राहावे लागतात, प्राणवायूचा सतत पुरवठा व्हावा लागतो. अंतर्ग्रंथींचे स्राव योग्य प्रमाणात असावे लागतात, पुरेशी विश्रांती आणि व्यायाम व्हावा लागतो, अंतर्बाह्य स्वच्छता ठेवावी लागते. सर्व कार्ये वेळच्या वेळी, वक्तशीरपणे करण्याच्या सवयी असाव्या लागतात आणि मेंदूचे कार्य व्यवस्थितपणे चाललेले असावे लागते. शरीररचना आनुवंशिकता व परिसर यावर ठरते. आनुवंशिकतेतून येणारे गुणधर्म गुणसूत्रे ठरवतात. याचा अभ्यास मोठ्या प्रमाणात चालू आहे. कदाचित येत्या एखाद्‌दुसऱ्या दशकात या गुणसूत्रांच्या रचनेचे व कार्याचे ज्ञान होईल, अशी आशा आहे. वैद्यकशास्त्रात ही एक क्रांतीच मानली जात आहे. परिसरामध्ये वातावरण, भौगोलिक परिस्थिती, तापमान इत्यादी महत्त्वाचे घटक असतात; परंतु आहार, व्यायाम, विश्रांती, स्वच्छता, मानसिकता या साऱ्यांचे महत्त्वही कमी नाही.

शरीराच्या पेशी, ऊती, अवयव आपापली कार्ये आपापल्या क्षमतेच्या जास्तीत जास्त मर्यादेपर्यंत करत राहिली आणि इतर सर्व भागांबरोबर सहकार्याने कार्यरत राहिली तर शारीरिक प्रकृती चांगली आहे, असे म्हणता येते. त्वचा निर्मळ असावी, डोळे पाणीदार असावेत, केस तजेलदार असावेत, पुरेसे मांस-मेदाचे आच्छादन असावे; श्वास सहज होत राहावा, चांगली भूक लागावी, गाढ झोप यावी, मल-मूत्र विसर्जन नियमाने सहज व समाधानकारकरीत्या होत राहावे; शरीर चपळ असावे, सशक्त असावे, लवचीक असावे. सर्व ज्ञानेंद्रिये (श्रवण, दृष्टी, वास येणे, स्पर्शादी त्वचेचे कार्य, चव) व सर्व कर्मेंद्रिये यांचे कार्य व्यवस्थित असावे. नाडीची गती, रक्तदाब यांच्या मर्यादा संख्याशास्त्राच्या आधारे ठरलेल्या आहेत त्यात बसतील अशा असाव्यात. वाढत्या वयात योग्य प्रमाणात उंची व वजन वाढावे. साधारणपणे वयाच्या

पंचविशीनंतर यात फरक पडू नये. अशी लक्षणे शारीरिक सुस्थितीची मानली जातात. ही सुस्थिती व इतरही निरामयता कशी जाणावी व कशी मिळवावी हे क्रमश: पाहू या.

निकोप स्थिती, निरामय प्रकृती आणि सकारात्मक आरोग्य

एखाद्या व्यक्तीला कोणताही त्रास जाणवत नाही, डोके दुखत नाही, ताप येत नाही, दम लागत नाही, अशी व्यक्ती स्वत:च्या शरीरप्रकृतीचे वर्णन 'माझी प्रकृती निकोप आहे' असे करते. कोप म्हणजे राग असा शब्दश: अर्थ असला, तरी येथे कोप म्हणजे त्रास या अर्थाने तो वापरला जातो. कोणताही त्रास होत नसणारी व्यक्ती 'निरोगी' असेलच असे नाही. अनेक वेळा शरीरात आजार असतो; परंतु त्या आजाराचा त्या व्यक्तीला जाणवेल असा कोणताही त्रास होत नसतो. याचे एक नेहमी आढळणारे उदाहरण म्हणजे वाढलेला रक्तदाब (Hypertension). वाढलेल्या रक्तदाबामुळे कोणताही त्रास न होता हळूहळू तो रक्तदाब धोकादायक पातळीपर्यंत पोहोचेपर्यंत रुग्णाला त्याचा पत्ताही नसतो. वाढत जाणाऱ्या रक्तदाबाचा परिणाम रक्तवाहिन्यांच्या अस्तरावर होत जातो. या अस्तरांतून कोलेस्टेरॉल रक्तवाहिन्यांच्या आत जातो, जमू लागतो. जमलेल्या कोलेस्टेरॉलची ढेकळे रक्तवाहिन्यांना अरुंद करतात, तरीही रुग्णाला कोणताही त्रास जाणवत नाही. अखेर ती रक्तवाहिनी इतकी अरुंद होते की ती पूर्णपणे बंद होते. इतके होऊनसुद्धा त्या व्यक्तीला त्याचा म्हणावा असा त्रास होत नाही. अशी रक्तवाहिनी हृदयात रक्त नेणारी असली, तर ती व्यक्ती मृत्युमुखीही पडू शकते; पण रुग्णाला शेवटपर्यंत आपला रक्तदाब वाढलेला आहे, असे कळत नाही. यास्तव वाढलेल्या रक्तदाबाला 'कोणताही आवाज न करणारा मारेकरी' (The Silent Killer) असे म्हटले जाते.

ज्याप्रमाणे कोणताही त्रास नसणे म्हणजे निरोगी असणे असे नाही, त्याचप्रमाणे कोणताही आजार नसणे म्हणजेसुद्धा चांगली प्रकृती असणे असे नव्हे. एखादी व्यक्ती आपल्या सर्व प्रकारच्या तपासण्या करून 'मी निरामय स्थितीत आहे' असे म्हणते, कारण कोणताही आजार नसतो; पण केवळ आजार किंवा अपंगत्व नसणे एवढे पुरेसे नाही. याकरिता आपापले काम करता येण्याइतकी शक्ती, चपळाई, कौशल्य हवे. चांगली भूक लागावी, गाढ

झोप यावी, उत्साह असावा या आणि लेखात सांगितलेल्या इतर गुणांमुळे सकारात्मक प्रकृती असल्याचे म्हणता येते. या निकोप शारीरिक अवस्थेची विरुद्ध बाजूदेखील समजून घेणे आवश्यक आहे. ज्याप्रमाणे आजार शरीरात असूनही रुग्णाला कोणताही त्रास होत नाही अशी अवस्था असू शकते, त्याचप्रमाणे एखाद्या व्यक्तीला डोक्यापासून पायापर्यंत सर्व प्रकारचे त्रास असूनसुद्धा त्याच्या शरीरात कोणतीही व्याधी नाही असे असणेही शक्य असते. याचे कारण माणसाला होणारे त्रास जसे शारीरिक व्याधींमुळे होऊ शकतात, त्याचप्रमाणे अनेक त्रास मानसिक संघर्षाच्या 'शारीरीकरणा'ने (somatization) शरीरात जाणवू लागतात. ही आजाराची अथवा त्रासाची जाणीव खरी असते; परंतु तेथे कोणताही शारीरिक विकार नसतो. काहीतरी शारीरिक विकार शोधण्याचा प्रयत्न मृगजळातले पाणी शोधण्यासारखा असतो. एखाद्या व्यक्तीचा त्रास शारीरिक व्याधीने होत आहे की शारीरीकरणाने जाणवतो आहे याचे निदान करणे पुष्कळ वेळा कठीण असते. अशा वेळी शरीरक्रियातज्ज्ञ आणि मनोविकारतज्ज्ञ यांनी एकत्र येऊन याचा छडा लावणे चांगले. कोणत्याही बाजूने झालेली चूक रुग्णाच्या दृष्टीने हानिकारक ठरू शकते.

■■■

आरोग्याचा पाया - सकस आहार

शारीरिक प्रकृतीचा विचार शरीररचना आणि शरीरक्रिया अशा दोन्ही बाजूंनी आवश्यक आहे. रचना आणि क्रिया एकमेकांवर अवलंबून असतात. रचना नीट नसली तर क्रिया व्यवस्थित होणार नाही. उदाहरणार्थ, पायाचे हाड मोडले तर चालणे कठीण होईल. उलटपक्षी नियमाने व्यायाम केला तर स्नायू आकाराने मोठे होतील. सुयोग्य शरीररचना आणि क्रिया सुरळीत चालणे या दोन्हींसाठी सकस आहार, नियमाने केलेला व्यायाम, अंतर्बाह्य स्वच्छता, विकारांचे प्रतिबंधन, आजारांचे लवकर निदान आणि योग्य उपचार आवश्यक असतात. त्यातील सकस आणि संतुलित आहार याला आरोग्याचा पाया म्हणता येईल. आहारशास्त्राच्या दृष्टीने उष्मांक, प्रथिने, स्निग्ध पदार्थ, कर्बोदके, जीवनसत्त्वे, क्षार, पाणी, चोथा व तृप्ती अशा नऊ अंगांनी विचार केला जातो. परिपूर्ण आहार या सर्व बाजूंनी निर्दोष असावा. व्यवहार्यतेच्या दृष्टीने आपल्या आहाराचा विचार तृणधान्ये, डाळी, कडधान्ये, भाज्या, कोशिंबिरी, दूधदुभते, चवीसाठी वापरण्यात येणारे गूळ, चिंच, तिखट-मिठासारखे पदार्थ, तूप, तेल व फळे अशा विभागांत करणे अधिक उपयोगी पडते. मांसाहाराचीही दखल घेणे आवश्यक आहे. चहा, कॉफी, धूम्रपान व मद्यपान हे आहारात मोडता येत नसतीलही; परंतु त्यांचाही विचार आवश्यक आहे.

भारतीय आहार तृणधान्यांवर आधारित आहे. भात, पोळी, भाकरी हे आपले मुख्य अन्न असते. त्याच्याबरोबर आपण आमटी, डाळ व भाज्या खातो. चटणी, कोशिंबीर ही पूरक अन्नात मोजली जाते. आपण बव्हंशी भात

खाणारे आहोत. भात, विशेषत: मऊ भात किंवा पेज पचावयास सोपी असते. गहू त्यामानाने पचण्यास कठीण. कारण कणकेत 'ग्लुटेन' नावाची प्रथिने असतात. भारतातील अनेकांना ग्लुटेन पचत नाही. ज्वारीमध्ये 'ल्युसिन' नावाचे एक अमायनो ॲसिड असते. केवळ ज्वारी खाणाऱ्या व्यक्तीच्या आहारात ल्युसिनचे प्रमाण खूप असते. या ल्युसिनमुळे शरीरात निकोटिनिक ॲसिड अमाईड (जीवनसत्त्व ब ६) याचा अभाव होऊ लागतो. यातून 'पॅलेग्रा' नावाचा आजार उद्भवतो. बाजरीमध्ये लोहाचे प्रमाण चांगले आहे. ज्वारी, बाजरी, नाचणी, वरी यांचे सेवन अखंड दाण्यांच्या स्वरूपात होते, त्यामुळे या धान्यांच्या टरफलातील चोथा आहारात उपलब्ध होतो. बद्धकोष्ठता (शौचाला घट्ट होणे, वेळेवर न होणे) हा त्रास ज्या व्यक्तींना असेल, त्यांना अशा चोथ्याचा फायदा होत असतो. मक्यामध्ये बीटा कॅरोटीन असते; त्यापासून शरीराला 'अ' जीवनसत्त्व मिळते, शिवाय ते एक चांगले अँटिऑक्सिडंटही आहे. वरी आणि नाचणी यांत कॅल्शिअम भरपूर आहे; तर नाचणीत लोहही विपुल असते. सगळ्याच तृणधान्यांत लायसिन व मिथिओनिन ही आवश्यक अमायनो ॲसिड्स कमी असतात. त्यांची भरपाई करण्याकरिता तृणधान्यांच्या जोडीला डाळी, पालेभाज्या व दूध घेणे आवश्यक आहे. यासाठी वरणभात, ज्वारीची भाकरी व मेथीची भाजी, दहीभात, दूधपोहे, मुगाच्या डाळीची खिचडी असे पदार्थ आणि खाद्यपदार्थांच्या जोड्या घेणे इष्ट होय.

आपला आहार भाज्यांच्या विचाराखेरीज परिपूर्ण होणारच नाही. ताज्या भाज्यांमधून जीवनसत्त्व 'क' आणि फॉलिक ॲसिड मिळते. ही जीवनसत्त्वे उष्णतेमुळे मोडकळीस निघू लागतात. फार वेळ शिजवण्याने अथवा वारंवार गरम केल्याने ती नष्ट होतात. कच्च्या भाज्यांत ती असतात. सर्व रंगीत भाज्यांत बीटा कॅरोटीन असते. गाजर, टोमॅटो, हिरव्या पालेभाज्या, ढोबळी मिरची यांपासून बनवलेल्या रंगीबेरंगी कोशिंबिरी या दृष्टीने महत्त्वाच्या असतात, शिवाय कोशिंबिरीमधून चोथाही मिळतो. मोड आलेल्या कडधान्यांचा वापर जीवनसत्त्व 'क' मिळण्याच्या दृष्टीने उपयुक्त आहे, शिवाय कडधान्यांतून प्रथिनेही मिळतात. डाळी आणि उसळींतून मिळणाऱ्या प्रथिनांत मिथिओनिन हे अमायनो ॲसिड कमी असते. याकरिता पालेभाज्या व दुधाचा वापर आवश्यक असल्याचा उल्लेख वर येऊन गेलेला आहेच. डाळी व उसळींत रॅफिनोझ आणि

टॅकिऑस नावाची कर्बोदके असतात. ही कर्बोदके मानवी लहान आतड्यात निर्माण झालेले पाचक विकर पचवू शकत नाहीत. ही कर्बोदके मोठ्या आतड्यात गेल्यावर तेथील जीवाणू या कर्बोदकांचे विघटन करतात. त्यातून कार्बन डाय-ऑक्साईड व मिथेन असे वायू निर्माण होतात. डाळी व उसळी यांच्या अतिरेकी सेवनाने हा वायू सरू लागतो. डाळी-उसळीत असणाऱ्या काही सल्फरयुक्त अमायनो ॲसिड्सपासून मरकॅप्टान्स व हायड्रोजन सल्फाईडचे रेणूही तयार होतात. हायड्रोजन, कार्बन डाय-ऑक्साईड किंवा मिथेन यांना कोणताही वास नसतो. मरकॅप्टान्स व हायड्रोजन सल्फाईड यांना दुर्गंधी येते. अन्न नीट चावून थोडेथोडे खाण्याने पचते. घाईघाईने गिळण्याने लाळेपासून मिळणाऱ्या पाचकरसांचे कार्य नीट होत नाही आणि वायू (गॅसेस) होऊ लागतात. नियमाने व्यायाम करण्याने मल पुढे ढकलण्यास मदत होते. पाणी पिण्याने मल नरम राहतो आणि भरपूर चोथा घेण्याने मलावरोध होत नाही.

शाकाहारात दुधाचे महत्त्व अनन्यसाधारण आहे. दूध हा शाकाहारी व्यक्तीच्या अन्नातील जीवनसत्त्व ब१२ (व्हिटॅमिन बी १२) मिळण्याचा एकमेव स्रोत आहे. माणसाला रोज १ ते २ मायक्रोग्रॅम्स जीवनसत्त्व ब१२ लागते. १०० मिलिलीटर दुधातून ०.८ मायक्रोग्रॅम्स ब१२ मिळते. याचा अर्थ किमान १५० व शक्यतो २५० ते ३०० मिलिलीटर दुधाचे सेवन रोज करणे हिताचे आहे. दूध तापवण्याने ब१२ थोडे कमी होते; परंतु जीवनसत्त्व क, फॉलिक ॲसिड किंवा बीटा कॅरोटीन मोठ्या प्रमाणात नष्ट होतात. मज्जापेशी आणि रक्तगोलक तयार होताना ब१२ लागते, शिवाय ब१२ च्या व फॉलिक ॲसिडच्या अभावाने होमोसिस्टीन नावाचा रेणू शरीरात मोठ्या प्रमाणात साचू लागतो. या होमोसिस्टीनमुळे रक्तवाहिन्यांच्या अस्तराला इजा होणे संभवते, त्यातून रक्तवाहिन्या गोठतात. लहान वयात हृदयविकाराचा झटका येण्याचे रक्तात साचलेले होमोसिस्टीन हे एक कारण असू शकते. लहान मुलांच्या वाढीला लागणारी सगळी आवश्यक अमायनो ॲसिड्स, कॅल्शिअम, ब१२ व इतर जीवनसत्त्वे मिळण्याचा दूध हा महत्त्वाचा स्रोत आहे. दुधात लोहाचे प्रमाण नगण्य आहे. यासाठी बाळ सहा महिन्यांचे झाल्यानंतर त्याला दुधाच्या जोडीला तृणधान्ये, डाळी, पालेभाज्यांचे सूप आणि शक्य असल्यास उकडलेले अंडे द्यावे.

शाकाहारातून उपलब्ध झालेले लोह फायटेट आणि ऑक्सॅलेट या रेणूंनी

घट्ट बांधलेले असते, ते मोकळे करण्याकरिता अन्नाबरोबर ॲसिड असावे लागते. चिंच-गुळाचा वापर या दृष्टीने उपयुक्त असतो. जेवताना किंवा जेवणाच्या शेवटी ताक पिण्याने ताकातील लॅक्टिक ॲसिडचा फायदा होऊ शकतो. जेवणाखाण्याच्या वेळा योग्य प्रकारे पाळल्या, तर जठरातील हायड्रोक्लोरिक ॲसिडचाही उपयोग होतो. शाकाहारातून येणारा लोहाचा रेणू फेरिक (Fe_3) या स्वरूपात असतो. याचे रूपांतर फेरस (Fe_2) या रूपात होणे आवश्यक असते. तसे होण्याकरिता एक रिड्युसिंग एजंट तेथे असणे आवश्यक असते. मासळीतून मिळणारे सिस्टीन हे अमायनो आम्ल हे काम प्रभावीपणे करू शकते. शाकाहारात लिंबू पिळण्याने ताज्या लिंबाचा रस उपयुक्त ठरतो, कारण त्यात जीवनसत्त्व 'क' उपलब्ध असते.

सकस आणि संतुलित आहार मिळण्यासाठी विविध तृणधान्ये, डाळी, उसळी (मोड आलेल्या कडधान्यांच्या), सर्व प्रकारच्या ताज्या भाज्या, कोशिंबिरी, दूधदुभते, त्या-त्या ऋतुमानात मिळणारी फळे व चवीपुरते मसाले वापरावेत. साखर, मीठ, मैदा, वनस्पती तूप यांचा वापर कमीत कमी असावा. धूम्रपान व मद्यपान कटाक्षाने वर्ज्य करावे. आहार थोडा घ्यावा. नीट चावून अन्न खावे. आपल्या जेवणाखाण्याच्या वेळा वक्तशीरपणे सांभाळाव्यात. थोडे खावे; परंतु वेळोवेळी खावे. आहारात वैचित्र्य ठेवावे. आपल्या शरीराचे वैशिष्ट्यच आपल्याला वैविध्य अनुभवाने कळले पाहिजे. ज्या अन्नपदार्थांची ॲलर्जी असेल ते पदार्थ टाळले पाहिजेत. शरीराच्या गरजा हालचालींमुळे, ऋतुमानानुसार, आजारपणात, वयोमानानुसार बदलतात, इकडे ध्यान ठेवावे लागते. आपल्या आवडीनिवडी किंवा धार्मिक विचार आपण सोडू शकत नाही हे जरी खरे असले, तरी आपल्या हिताचे काय, याचा विचार करणे अधिक महत्त्वाचे असते, हे *कठोपनिषद*ातील उपदेशातून शिकणे जरुरीचे आहे.

आहार, वजन आणि भात खाणे

'भात खाऊन वजन वाढते' असे अनेकांना वाटते. हे अर्धसत्य आहे. आपले वजन आपल्या उष्मांकांच्या हिशेबाने ठरते. आपल्या सेवनात उष्मांक जितके येतात तेवढे खर्चले गेले तर वजन वाढणार नाही. उष्मांक जादा सेवन केले आणि ते कमी वापरले गेले तर साचलेल्या उष्मांकांचे रूपांतर मेदात होते.

मेद शरीरात साचून वजन वाढते. आपल्या आहारातील कर्बोदकांतून प्रतिग्रॅम ४ उष्मांक, प्रथिनांतून प्रतिग्रॅम ४ उष्मांक, तर स्निग्ध पदार्थांतून प्रतिग्रॅम ९ उष्मांक मिळतात. मद्यात असणाऱ्या ईथाइल अल्कोहोलपासून प्रतिग्रॅम ७.५ उष्मांक मिळतात. आपल्या हालचालीतून उष्मांक वापरले जातात. संथ गतीने पायी चालताना दर ताशी २०० उष्मांक वापरले जातात. एक किलोग्रॅम मेद घटवण्यासाठी १००० × ९ = ९००० उष्मांक घटवावे लागतील. यासाठी आहारावर नियंत्रण आणि नियमाने व्यायाम या दोन्ही उपायांची आवश्यकता आहे. आहारात सर्वात जास्त उष्मांक स्निग्ध पदार्थ आणि मद्य यातून येतात. काही प्रमाणात स्निग्ध पदार्थांचे सेवन जीवनाला आवश्यक आहे. आपल्याला आवश्यक तेवढे स्निग्ध पदार्थ कोणतेही तेल-तूप न वापरले तरी अन्नातून मिळू शकतात. भारतीय आहारात सर्वात अधिक उष्मांक तृणधान्यांतून मिळतात. सर्व तृणधान्यांत स्टार्च असतो. स्टार्चचे रूपांतर ग्लुकोजमध्ये होते व ग्लुकोजपासून ऊर्जा मिळते. सामान्यपणे सर्व तृणधान्यांतून मिळणारी ऊर्जा सारखीच असते. उदाहरणार्थ, १०० ग्रॅम तृणधान्यातून मिळणारे उष्मांकांचे आकडे पाहा : बाजरी (३६१), ज्वारी (३४९), मका (३४२), वरी (३४१), तांदूळ (३४९), गहू (३५६) यावरून लक्षात येईल की भात सोडून पोळी अथवा भाकरी तेवढीच खाल्ल्याने उष्मांकांत फरक पडणार नाही. उष्मांक कमी करायचे असल्यास तेल, तूप, लोणी, साय टाळावे. साखर वर्ज्य करावी. मैद्याऐवजी कणीक वापरावी. परंतु एकूणच तृणधान्यांच्या सेवनावर मर्यादा घालावी. सुका मेवा खाऊ नये व गोड फळांवर मर्यादा ठेवावी.

सर्वच तृणधान्यांत लायसिन हे अमायनो आम्ल कमी असते, त्याची भरपाई डाळ घेण्याने करावी. गहू व तांदूळ यांच्या तुलनेत कणकेत लायसिन १०० मिग्रॅ/१०० ग्रॅम असते, तर तांदळात ते २३० असते, त्यामुळे पूर्णपणे भात सोडून देण्याने लायसिनची कमतरता कमी होईल; कारण भाताबरोबर वरण किंवा आमटी (डाळीचे पदार्थ) अधिक घेतले जाते, तर चपातीबरोबर भाजी अधिक खाल्ली जाते. या दृष्टीने पूर्णपणे भात सोडणे इष्ट नाही. मधुमेही व्यक्तीनेसुद्धा मर्यादित प्रमाणात भात घेण्यास हरकत नाही. तांदळात आर्जिनीन नावाचे अमायनो आम्ल चांगल्या प्रमाणात असते. भात (४८०), कणीक (१९०), ज्वारी (२४०). या आर्जिनीन अमायनो आम्लापासून आपल्या

शरीरात नायट्रिक ऑक्साईड (NO) हा रेणू तयार होतो. रक्तवाहिन्यांच्या अस्तराच्या चयापचयात हा रेणू महत्त्वाचे कार्य करतो, रक्तवाहिन्या विस्तारित करण्यासाठी नायट्रिक ऑक्साईड महत्त्वाचा असतो. जेथे कोठे रक्ताचा पुरवठा वाढवायचा असेल तेथील रक्तवाहिन्या विस्तारित करण्याकरिता नायट्रिक ऑक्साईड लागतो. धावताना स्नायूंकडे रक्त जादा न्यावे लागते. शिश्न कर्मी करण्याकरिता इंद्रियात रक्त साकळावे लागते; शरीरात कोठेही जिवाणुजन्य दाह झाला, तर तेथे रक्ताचा पुरवठा वाढवावा लागतो. या साऱ्या घटनांमागे नायट्रिक ऑक्साईड आवश्यक असतो. भात खाण्यातून मिळणाऱ्या आर्जिनीन अमायनो आम्लाचा हा उपयोग आहे.

भात खाण्याचा, तृप्तीचा आणि झोप शांत लागण्याचाही संबंध आहे. भातामधील स्टार्चचे रेणू लहान आकाराचे असतात, ते पचायला सुलभ असतात, त्यामुळे रक्तातील ग्लुकोजचे प्रमाण लवकर वाढते. भातातील आर्जिनीन अमायनो आम्लामुळे इन्सुलिनचा स्राव लगेच वाढतो. इन्सुलिनमुळे वाढलेली रक्तशर्करा कमी होते, शिवाय रक्तातील ल्युसीन, आयसोल्युमीन, व्हेलीन, टायरोसिन व फिनिल ॲलेनीन ही अमायनो आम्ले स्नायूंच्या पेशींत जातात. परिणामी ट्रिप्टोफॅन हे अमायनो आम्ल रक्तात साचते. ट्रिप्टोफॅनची पातळी रक्तात वाढली म्हणजे ते मेंदूत जाते. तेथे त्याचे रूपांतर अखेर सिरोटोनिन या रासायनिक रेणूत होते. सिरोटोनिनमुळे मन शांत होते, स्वास्थ्य लाभते व गाढ झोप येते. रात्री जेवणाच्या शेवटी दूधभात खाणे या दृष्टीने उपयोगी पडते.

■■■

व्यायामाचा नेम मोलाचा

प्रकृतिस्वास्थ्य कमावण्यासाठी आणि टिकवण्यासाठी संतुलित आहार, नियमित केलेला व्यायाम, अंतर्बाह्य स्वच्छता, आजारांचे प्रतिबंधन, विकारांचे लवकर निदान व योग्य उपचार या पाचही गोष्टींकडे लक्ष देणे आवश्यक आहे. व्यायाम करणे याचे महत्त्व सांगावे तेवढे कमीच. अमेरिकेसारख्या देशात आपापल्या प्रकृतिस्वास्थ्याबद्दल समाजात बरीच जागृती आहे. व्यायामाचे महत्त्व जाणले असूनही, तेथे अवघे १८ ते २०% व्यक्तीच नियमितपणे व्यायाम करतात. भारतात अशा प्रकारचे सर्वेक्षण झालेले नाही; परंतु येथे हा आकडा बराच कमी असावा, असे मानण्यास जागा आहे. नियमित व्यायाम करणाऱ्या व्यक्तींमध्ये उच्च रक्तदाब, हृदयविकार, मधुमेह, स्थूलपणा असे विकार कमी प्रमाणात आढळतात, झालेच तर ते सौम्य प्रकारचे होतात. संधिवात, गाऊट, पित्ताशयातील खडे, यकृतातील मेदपेशीत मेदाम्ले साचणे, रक्तात कोलेस्टेरॉलची व ट्रायग्लिसराइड्सची पातळी वाढणे, या सर्व विकारांवरील उपचारांत नियमितपणे व्यायाम करणे याला महत्त्वाचे स्थान असते. रक्तातील एचडीएल (हाय डेन्सिटी लायपोप्रोटिन्स) कोलेस्टेरॉल हा 'चांगला' कोलेस्टेरॉल मानला जातो. नियमित व्यायामामुळे एचडीएल कोलेस्टेरॉलची पातळी वाढते, तसेच रुधिराभिसरणाचे कार्य चांगले चालते व फुप्फुसांची कार्यक्षमता सुधारते. शिवाय, रक्तातील प्राणवायूचा वापर करण्याची क्षमता स्नायूंत वाढू लागते, त्यामुळे स्नायूंचे कार्य प्राणवायूचा वापर करत असताना (ॲरोबिक पद्धतीने) होऊ लागते. परिणामी स्नायू अधिकाधिक सक्षम होतात. हाडांतील कॅल्शिअमचे

प्रमाण वाढू लागते. हाडे व एकूण अस्थिपिंजरा कणखर होतो. स्नायू व स्नायुबंध लवचीक राहतात. सांधे काम चांगले करतात. झीज कमी होते. शरीरात अनेक ठिकाणी जाणवणारी वेदना शमते. मानसिकदृष्ट्या फायदे होतात. विचारसरणी सकारात्मक व आशादायी होते. झोप गाढ लागते. मलावरोध होत नाही, भूक चांगली लागते, पचन सुधारते. शरीरसंबंध नैसर्गिक आणि परिणामी समाधानकारक होऊ लागतो. ज्या समाजात माणसे नियमितपणे व्यायाम करतात, तेथे समाजविरोधी घटना कमी घडतात, अत्याचारांचे प्रमाण घटते, आक्रमक वृत्तीला चांगली दिशा मिळते, मन शांत होण्यास मदत होते. एका प्रसिद्ध इंग्लिश म्हणीप्रमाणे निरामय शरीरातच निरोगी मन वसते.

व्यायामाचे उपरिनिर्दिष्ट शारीरिक, मानसिक व समाजिक फायदे मिळण्याकरिता व्यायाम नेमाने करणे इष्ट असते. व्यायाम अनेक प्रकारांनी करता येतो.

आपली शक्ती, मनाची प्रवृत्ती, उपलब्ध सुविधा, ऋतुमान, वय, आजार, कामाचे स्वरूप व वेळा अशा अनेक गोष्टींचा व्यायामाचा प्रकार निवडताना विचार करावा लागतो. हृदयविकार, फुप्फुसांचे आजार, रक्त कमी असणे (ॲनिमिया), पचनाचे विकार (जुलाब, अतिसार) असताना, पायातील नीला गोठल्यावर (डीप व्हीनस थ्रॉंबोसिस), सांध्यांतील तीव्र दाह, स्नायूंचे आजार असताना व्यायाम करावा किंवा नाही, कोणत्या प्रकारचा करावा, किती प्रमाणात करावा, किती वेळ करावा यासंबंधात आपल्या डॉक्टरांकडून मार्गदर्शन घेऊन मगच निर्णय घ्यावेत. आपल्या क्षमतेपेक्षा जास्त श्रम हिताचे नसतात. व्यायामाच्या व्याख्येत आपल्या स्नायूच्या शक्तीच्या दोन-तृतीयांश शक्तीचा वापर सहा सेकंदच करावा, असे म्हटलेले आहे. स्नायू थकून जातील इतके श्रम प्रकृतिस्वास्थ्याला अपायकारक ठरतात. गुडघे नीट नसले, तर पळणे किंवा दोरीवरच्या उड्या मारणे असे व्यायाम करता येणार नाहीत हे स्पष्टच आहे, अशा व्यक्तीने पोहणे किंवा योगासने करणे अधिक व्यावहारिक ठरते.

व्यायामाचे चार मूळ किंवा प्रमुख हेतू असतात व त्यानुसार व्यायामाचे प्रकार ठरतात. स्थिर पद्धतीचे व्यायाम करताना शरीराची व सांध्यांची हालचाल कमी होते. त्यांना 'स्टॅटिक' अथवा 'आयसोमेट्रिक' पद्धतीचे व्यायाम, अशी संज्ञा आहे. वेट लिफ्टिंग, वेट ट्रेनिंग, बुलवर्कर, स्प्रिंग्स, भारतीय पद्धतीचे

दंड-बैठका, जोडी फिरवणे असे व्यायाम या प्रकारात येतात. या पद्धतीच्या व्यायामांमुळे स्नायू आकाराने मोठे होतात, शरीर बलदंड दिसते, शक्ती वाढते, हाडे बळकट होतात, शरीराचा आकार प्रमाणबद्ध व बांधेसूद होतो. बॉडी ब्युटिफूल चँपियनशिपसाठी प्रयत्न करणाऱ्या व्यक्तींना अशा स्टॅटिक पद्धतीच्या व्यायामांची गरज असते.

दुसरी पद्धत म्हणजे चल पद्धतीचे व्यायाम. या पद्धतीत स्नायूंचे आकुंचन-प्रसरण होत राहते, त्यामुळे सांधे व शरीर हलते. या प्रकाराला 'डायनॅमिक' किंवा 'ॲरोबिक' प्रकार अशी संज्ञा आहे. धावणे, पोहणे, सायकल चालवणे, भरभर चालणे, सर्वांगसुंदर व्यायाम करणे, दोरीवरच्या उड्या मारणे, मैदानी खेळ खेळणे हे व्यायाम या प्रकारात मोडतात. सांध्यांच्या हालचालींबरोबर स्नायूंचे आकुंचन-प्रसरण होणे हा या व्यायामाचा गाभा असतो. स्नायूंच्या आकुंचनामुळे रक्त स्नायूंकडून हृदयाकडे जलदरीत्या परत जाते, त्यामुळे नाडीची गती वाढते. नाडीची वाढलेली गती हे चल पद्धतीच्या व्यायामाचे सर्वात महत्त्वाचे अंग होय. व्यायाम योग्य प्रमाणात झाला आहे किंवा कसे, हे पाहण्याकरिता एक सूत्र वापरले जावे. २२० उणे आपले वय गुणिले दोन-तृतीयांश हा आकडा आपल्या नाडीच्या दर मिनिटाच्या गतीचा असावा. उदाहरणार्थ, ७० वर्षे वयाच्या व्यक्तीची नाडीची गती व्यायाम करताना २२० - ७० = १५० × २ ÷ ३ = १०० इतकी असावी. इतका व्यायाम ३० मिनिटे, आठवड्यातून पाच दिवस व्हावा. या व्यायामाने हृदय व फुप्फुसाची कार्यक्षमता वाढते, स्नायू कार्यक्षम राहतात, प्राणवायूच्या पुरवठ्याचा योग्य वापर करण्याची कार्यक्षमता वाढते, हृदयाला रक्तपुरवठा करणाऱ्या रक्तवाहिन्या रुंदावतात. अशा व्यायामानंतर १८ तास मेंदूचा रक्तपुरवठा १८०% वाढतो, हे बुद्धिजीवी व्यक्तींनी ध्यानात ठेवण्याजोगे आहे. झोप शांत लागते, पचन सुधारते, मेंदू ताजातवाना होतो, थकवा जातो, मन प्रफुल्लित होते.

व्यायामाचा तिसरा प्रकार म्हणजे शरीर लवचीक ठेवण्याकरिता व तोल सांभाळता यावा या हेतूने केलेले व्यायाम- सर्वांगसुंदर व्यायाम (शाळेतील पीटी एक्सरसाइजेस). योगासने व शरीराला विविध प्रकारचे ताण देणे या प्रकारामुळे हे हेतू साध्य होतात. स्नायुबंध ताणले जातात व तोल सांभाळण्याचे कौशल्य प्राप्त होते. स्नायुबंध ताणले गेले की, तेथून मज्जारज्जूकडे येणाऱ्या संवेदनांमुळे

वेदनेच्या संवेदनांकरिता दरवाजे बंद होतात. शरीरातील विविध प्रकारची दुखणी, वेदना त्यामुळे कमी होतात; शिवाय लिम्फॅटिक संस्था अधिक कार्यक्षम होते, श्वसन सुधारते, मन शांत होते व ज्यांना योगसाधनेतून आध्यात्मिक प्रगती गाठायची असते, त्यांचे मार्ग मोकळे होतात.

एखादे काम दीर्घकाळ, दमछाक होऊ न देता करता येण्याची क्षमता वाढवणे, या हेतूने केलेले व्यायाम हे चौथ्या प्रकारचे होत. संथ गतीने चालणे किंवा दीर्घकाळ पोहणे अशा प्रकारचे हे व्यायाम असतात. यामुळे ऊर्जा हळूहळू खर्च होत राहते. हे व्यायाम दीर्घकाळ करता येतात, त्यामुळे प्रकृतीवर एकदम ताण येत नाही. वजन कमी करायचे असणाऱ्या व्यक्तीने संथ गतीने १० तास चालले, तर २००० उष्मांक खर्च होतील. ३५०० उष्मांक खर्च झाले तर १ पौंड आणि ९००० उष्मांक खर्च झाले तर १ किलो वजन कमी होते. अर्थातच, या व्यायामप्रकाराला पुरेसा वेळ देणे आवश्यक आहे.

सकाळची वेळ व्यायामाला चांगली असते. पोट रिकामे असते, शरीर थकलेले नसते, दिवस अजून जायचा असतो, हवेत प्रदूषण कमी असते. अर्थात, इतर कोणत्याही वेळेला केलेला व्यायामही उपयुक्तच असतो. जेवल्यानंतर लगेच व्यायाम करणे टाळावे. व्यायाम नियमितपणे व्हावा. व्यायामाचा प्रकार आपल्या आवडीचा असावा. योगासने, खेळ खेळणे, सूर्यनमस्कार घालणे, पोहणे, पटांगणावर पळणे, जिममध्ये जाणे इत्यादी अनेक प्रकारांतून आपण आपला व्यायामाचा प्रकार निवडू शकतो. व्यायामाच्या चारही हेतूंकडे लक्ष देऊन आपल्या व्यायामांची निवड करावी.

स्नायूंची शक्ती वाढवणे आणि तीन 'आय'चे तत्त्व

स्नायूंची ताकद वाढावी हा व्यायामाचा एक महत्त्वाचा हेतू असतो. नियमाने केलेल्या व्यायामाने ताकद हळूहळू परंतु निश्चितपणे वाढते. 'वेट ट्रेनिंग' हा प्रकार लोकप्रिय आहे. वेट ट्रेनिंग करून स्नायू सशक्त करताना एक महत्त्वाचे तत्त्व पाळावे. याला तीन 'आय'चे तत्त्व म्हणतात. हे तीन 'आय' म्हणजे Identify, Isolate आणि Intensify हे होत. सर्व स्नायूंना एकदम व्यायाम होईल असा एकही व्यायाम नाही. प्रत्येक स्नायू किंवा स्नायुगट यांना वेगवेगळे व्यायाम करावे लागतात. ज्या स्नायू अथवा स्नायुगटातील शक्ती

वाढवायची असते, त्यांना ओळखणे म्हणजे पहिला आय – Identify. तो ओळखल्यावर फक्त त्याच स्नायूचे कार्य कशाने वाढेल ते शोधणे म्हणजे Isolate आणि हे त्याचे कार्य अधिकाधिक शक्तीविरुद्ध करायला लावायचे म्हणजे Intensify. हे करण्याकरिता वजन हळूहळू वाढवणे आवश्यक आहे. ज्या स्नायूला किंवा स्नायूंच्या गटाला व्यायाम द्यायचा त्यांची जास्तीत जास्त ताकद प्रथम ओळखायची; पण पहिल्या दहा वेळा त्याच्या निम्म्या जडपणाचे वजन उचलायचे. नंतर दहा वेळा जास्तीत जास्त वजन घेऊन तो व्यायाम करायचा. हे सहजी जमते आहे असे वाटले, तर जास्तीत जास्त वजन १३–१४ वेळा उचलण्याचा प्रयत्न करायचा व ते जमताच वजन इतके वाढवायचे की ते आपणास पुन्हा दहाच वेळा उचलता येईल. एकच वजन पुष्कळदा उचलण्याने ताकद वाढत नाही, त्याने फक्त चिवटपणा (Endurance) वाढतो. उलटपक्षी स्नायू दमेपर्यंत त्यांस काम देणे फारच अशास्त्रीय होय.

सूर्यनमस्कार हा एक आदर्श व्यायाम आहे का?

सूर्यनमस्कार ही सूर्याची उपासना आणि सुलभ व्यायाम या दोन्ही स्वरूपांत प्रसिद्ध आहे. सूर्योदयाच्या सुमारास उगवत्या सूर्याकडे तोंड करून विविध मंत्र म्हणून हे नमस्कार घालावेत असे मानले जाते. नमस्कार घालताना शरीराचे वेगवेगळे स्नायू वापरले जातात, त्यामुळे हाताच्या, पायांच्या, पाठीच्या, पोटाच्या, मानेच्या, श्वसनाच्या अशा अनेक स्नायुगटांना व्यायाम होतो. शिवाय, योगासनात घडते त्याप्रमाणे विविध स्नायूंचे बंध व सांध्यांभोवतालची आवरणे ताणली जातात. दीर्घ श्वसन व पूरक कुंभक, रेचक व बहिर्कुंभक यांचा तोल सांभाळला जातो. मन एकाग्र होण्यास मदत होते. शारीरिक क्षमतेला लागणाऱ्या ताकद, चिवटपणा, लवचीकपणा आणि श्वसन या घटकांचा त्यात समावेश होतो. हृदय आणि फुप्फुसे यांच्यातील कार्यक्षमता वाढवण्याकरिता चल पद्धतीच्या व्यायामाची आवश्यकता असते. तसे होण्याकरिता नाडीची गती जलद होणे आवश्यक आहे. सूर्यनमस्कार घालून हा फायदा मिळवणे थोडे कठीण वाटते, कारण नमस्कार घालणे, मंत्र म्हणणे यात सलग हालचाल नसून तुटक आहे. तथापि तशी वाढवू शकल्यास सूर्यनमस्कार हा आदर्श व्यायाम होऊ शकेल, अन्यथा इतर सर्व फायद्यांसाठी सूर्यनमस्कार घालावेत आणि

काही काळ चल पद्धतीचे व्यायाम करायचे म्हणजे व्यायामाचे सगळे फायदे मिळू शकतील. सूर्यनमस्कार घालण्यास जागा फार लागत नाही, घराबाहेर पडण्याची आवश्यकता नसते. आपल्याला वेळ उपलब्ध असेल त्या प्रमाणात ते घालता येतात. सोबत कोणी दुसरी व्यक्ती असण्याची आवश्यकता नसते. आज जगभर सूर्यनमस्कारांचे महत्त्व लोकांना पटलेले आहे.

चल पद्धतीच्या व्यायामाचा रक्तातील मेदघटकांवर काय परिणाम होतो?

यकृताच्या पेशी ॲसिटेट या रेणूंपासून कोलेस्टेरॉल बांधतात. हा यकृताच्या पेशीत राहतो. कोलेस्टेरॉल शरीराच्या प्रत्येक पेशीचे आवरण बांधण्यासाठी आवश्यक असतो. यकृताच्या पेशीतून तो शरीराच्या विविध भागांत लो डेन्सिटी लायपोप्रोटिन्स (एलडीएल) नावाचे रेणू घेऊन जातो. एलडीएल रक्तात वाढले तर अधिकाधिक कोलेस्टेरॉल शरीराच्या (रक्तवाहिन्यांच्या अस्तरातील) पेशींत नेला जातो. या पेशींतून परत यकृताकडे कोलेस्टेरॉल नेण्याचे कार्य एचडीएल करतात. चल पद्धतीचे व्यायाम केल्याने एचडीएलची पातळी वाढू लागते, परिणामी रक्तवाहिन्यांच्या अस्तरात कोलेस्टेरॉल जमत नाही व हृदयविकारापासून मुक्तता मिळू शकते.

■■■

स्वच्छता आणि आरोग्य

स्वच्छता याचा अर्थ आरोग्याच्या दृष्टीने वस्तू अथवा रासायनिक रेणू, जीवजंतू अथवा कीटके आपापल्या जागी असणे. आपली जागा सोडून या गोष्टी जेव्हा मानवाच्या अतिनिकट येतात किंवा शरीराच्या आत जातात, तेव्हा ही घटना अपायकारक ठरू शकते. हा अपाय म्हणजेच व्याधी निर्माण होणे.

आपल्या परिसरात जैविक, रासायनिक आणि भौतिक असे तीन प्रकारचे घटक असतात. हिंस्र श्वापदाचा सहवास शरीरस्वास्थ्यालाच काय, शरीराच्या अस्तित्वालाच आव्हान देईल. वाघ, सिंह सोडाच, मस्तावलेले हत्ती आणि दौडत सुटलेले घोड्यांसारखे इतर प्राणीदेखील जिवाला धोका निर्माण करू शकतात. काही साप विषारी असतात, तसे काही विंचूदेखील विषारी असतात. कित्येक जिवंत प्राणी आजारांचे वाहक असतात. पिसाळलेली कुत्री, कोल्हे, लांडगे चावल्याने श्वानदंश (रेबीज)चा प्राणघातक विकार होतो. डास चावण्याने मलेरिया, हत्तीरोग (फायलेरियासिस), डेंगी ताप, एनसेफेलायटिस असे आजार माणसाला होऊ शकतात. प्लेग झालेल्या उंदराच्या अंगावरील पिसवा माणसाला प्लेगचा आजार देतात. घरात साचून राहिलेल्या धुळीत असणाऱ्या माईट्स नावाच्या कीटकांचा दमा या विकाराशी निकटचा संबंध असतो. हवेतून येणारे बुरशीचे सुप्त जीव गोलक (स्पोअर्स) त्वचेवर चिकटतात, ते तेथून त्वचेच्या बाह्य स्तरातून आतल्या स्तरात प्रवेश करतात. गजकर्ण आणि अनेक प्रकारच्या बुरशीच्या विकारांना हे कारणीभूत ठरतात.

हवेतून अनेक प्रकारचे जिवाणू व विषाणू शरीरात येतात. देवी, कांजिण्या,

गोवर, नागीण असे संसर्गजन्य आजार या हवेतून बाहेरून शरीरात आलेल्या विषाणूंमुळे होतात. क्षयरोग असाच हवेतून येणाऱ्या एक प्रकारच्या जिवाणूंमुळे होतो. पिण्याच्या पाण्यातून येणाऱ्या विषाणूंमुळे कावीळ, पोलिओ मायलायटिस, लहान मुलांना जुलाबाचा आजार होतो. पाण्यातून येणाऱ्या जिवाणूंमुळे गॅस्ट्रो, विषमज्वर (टायफॉइड), कॉलरा (पटकी) असे आजार होतात. बंद डब्यातील अन्नाला जिवाणूंची बाधा झाल्याने बोटुलिझम हा प्राणघातक आजार होऊ शकतो. जखमेतून आत गेलेल्या जिवाणूंमुळे धनुर्वात होतो. अशा अगणित आजारांचे मूळ आसमंतातील जैविक घटकांचे नको तेथे असणे म्हणजे अस्वच्छ परिसर हे होय!

परिसरात रासायनिक रेणू असू शकतात. हवेमध्ये धूळ, धूर, फुलांचे पराग, कीटकनाशकांचे फवारे, स्वयंचलित वाहनांचा धूर, सिगारेटचा धूर, उदबत्ती, शेकोटी, जळण अशा अनेक कारणांनी प्रदूषण होते. कार्बन मोनॉक्साईड, सल्फर डाय-ऑक्साईड, कार्बन डाय-ऑक्साईड, नायट्रस ऑक्साईड असे कमीजास्त अपायकारक वायूंचे रेणू असतात. कधी कधी घातक रासायनिक साठे फुटून मोठाच धोका निर्माण होऊ शकतो. घरातदेखील स्वयंपाकघरातील गॅस झिरपतो. काहींना आपल्या व्यवसायामध्ये बंद, कोंदट जागेत उतरावे लागते. शहरातून मैला वाहून नेणाऱ्या नलिका आतील मैला किंवा इतर पदार्थांमुळे गोठतात. तेथे उतरून सफाई करण्याला गत्यंतर राहत नाही. अशा ठिकाणी मोठ्या प्रमाणात मिथेन वायू निर्माण झालेला असतो, तो प्राणघातक ठरू शकतो.

जैविक आणि रासायनिक प्रदूषणांबरोबर माणसाला भौतिक प्रदूषणालादेखील तोंड द्यावे लागते. भूकंप, नद्यांचे पूर, विजा कोसळणे, त्सुनामीच्या लाटा, ज्वालामुखी जागृत होणे, अतिवृष्टी, अवर्षण यांचा परिचय विविध माध्यमांतून होत असतो. वातावरणात कमीअधिक दाबाचे पट्टे निर्माण होतात. त्याने वादळे, चक्रीवादळे, हवेची हालचाल व त्याबरोबर पाऊस येणे या घटना निसर्गात होत राहतात. अतिउष्णतेने उष्माघात होतो. फार थंडीने हातापायांच्या बोटांना गँगरीन होते. हवेतील आर्द्रता वाढल्याने घाम सुटू लागतो. फार कोरड्या हवेत त्वचेला चिरा पडू लागतात. काही बलशाली राष्ट्रे अणुविभाजनाचे प्रयोग करतात व वातावरणात आण्विक प्रदूषण होते. सूर्यकिरणांतील अतिनील किरणांनी (अल्ट्रा व्हायोलेट) डोळ्यांतील भिंगाला व त्वचेला अपाय होतो.

रक्तवर्णपटाच्या (इन्फ्रारेड) खालच्या किरणांनी त्वचा काळवंडते, भाजते, त्वचेचा कर्करोग होणे संभवते.

ही यादी अर्थातच परिपूर्ण नाही. वातावरणातील स्वच्छतेचा अभाव म्हणजेच प्रदूषण ही समस्या किती मोठी असू शकते याची ही काही उदाहरणे आहेत. या स्वच्छतेइतकीच व्यक्तिगत शरीराची स्वच्छताही महत्त्वाची असते. त्वचेवर घाम येतो, त्याबरोबर एक सीबम नावाचा तेलासारखा पदार्थही स्रवतो. त्यामुळे आपली त्वचा मुलायम राहते आणि वातावरणातून आलेले जिवाणू, विषाणू, धुळीचे कण, कार्बनचे अणू, विविध रासायनिक रेणू येथे चिकटतात. वेळोवेळी धुतले गेले नाहीत तर या पदार्थांमुळे त्वचेचा दाह होतो, अंग खाजवले जाते, तेथे सूक्ष्म चिरा पडतात. यातून हे पदार्थ शरीराच्या आत जातात. आत, त्यांना अटकाव करणारी प्रतिबंधात्मक कार्य करणारी एक संस्था कार्यरत असते. दुर्दैवाने ही प्रतिकारशक्ती कमी पडली तर या विकारजनक घटकांना रोखले जाणार नाही.

अंतःस्थ अवयवांत विविध प्रकारचे आजार होतात. आपल्या तोंडात लाळ असते; त्यामुळे पचनाची सुरुवात होते. तोंड कोरडे पडणे म्हणजे लाळेचा स्राव पुरेशा प्रमाणात झाला नाही, तर तो तसा होत राहावा या दृष्टीने लाळ निर्माण झाल्यावर मुखविवरात ती सतत स्रवत राहणे जरुरीचे असते. सुपारी, तंबाखू, कात, चुना या पदार्थांनी तत्कालिक लाळ स्रवते; परंतु नंतर तोंड कोरडे पडू लागते. ओठांच्या व गालांच्या अस्तराला चिरा पडू लागतात. तोंड वारंवार येऊ लागते. गालाच्या अस्तराच्या आतल्या बाजूने व्रण तयार होतो, तो व्रण आकसू लागतो. मग तोंड उघडता येत नाही. त्यामुळे दात व हिरड्या स्वच्छ करता येत नाहीत, तेथे अन्नकण साचून राहतात. त्या अन्नकणांतील प्रथिने, मेदाम्ले व स्टार्चच्या रेणूंचे विघटन तोंडातील जिवाणू करू लागतात. त्यातून मरकॅप्टान्स नावाचे रेणू तयार होतात. त्यामुळे श्वासाला दुर्गंधी येते. वारंवार तोंड स्वच्छ ठेवणे व त्याकरिता खळखळून चुळा भरणे, हिरड्यांना आपल्या बोटांनी मसाज करणे, दात साफ करणे आवश्यक असते.

डोळ्यांच्या वर एक सूक्ष्म आभ्रा असतो, त्यावर काही साचून राहिले तर तेथे दाह होतो. तेथील रक्तवाहिन्या, केशवाहिन्या विस्तारतात. त्यामुळे डोळे लाल होतात. जिवाणूंचा प्रादुर्भाव झाल्यास तेथे पू होतो. रात्रभर डोळे बंद

राहिल्याने पापण्या सकाळी चिकटू लागतात. हे सारे टाळण्यासाठी वारंवार डोळे धुणे आवश्यक असते. केसांच्या मुळांशी असणाऱ्या ग्रंथींतून उपरनिर्दिष्ट सीबम स्राव तयार होतो. तो केसांच्या मुळांशी त्वचेवर साचून राहिल्यास तेथे प्रदूषणातील अनेक घटक चिकटून राहतात. त्यातील जिवाणूंमुळे पुटकुळ्या, फोड किंवा गळवे होतात. बुरशीच्या स्पोअर्सपासून फंगस इन्फेक्शन होते. डोळ्यांच्या पापण्यांतील केसांची मुळे धुण्याकरिता एखाद्या वाटीत थोडे कोमट पाणी व चिमूटभर मीठ घालून द्रावण करावे व त्यात मान थोडी कलती व पुढे वाकवून डोळा बुडवावा. त्या स्थितीत डोळा उघडणे-मिटणे केल्याने डोळा व पापण्या स्वच्छ होतात.

तळहात व तळपाय येथील त्वचा जाड असते, तेथे आलेले जिवाणू किंवा विषाणू शरीरात तेथून प्रवेश करत नाहीत. तथापि, हात न धुता नाका-तोंडाजवळ नेण्याने हे जिवाणू शरीरात सहज प्रवेश करतात. टाचेवरील त्वचा सतत कात टाकत असते, ती तेथून काढली गेली नाही तर तेथेही मृत त्वचा जमते. ही मृत त्वचा (डेड स्कीन) उकलते, चिरा पडतात, या चिरांत दाह होतो. टाचा दुखू लागतात. मधुमेही माणसास असा दाह होणे हिताचे नसते. त्यातून गंभीर विकार निर्माण होऊ शकतात. तळपाय व टाचा दररोज नायलॉन ब्रशने घासणे आवश्यक असते.

शरीराला जेथे घडी पडते, तेथील स्वच्छता दक्षतापूर्वक करणे जरुरीचे असते. दोन बोटांमधील जागा, कोपर दुमडलेला भाग, काखा, कानांमागचा भाग, जांघा, पृष्ठभागातील घडी, पाऊल, गुडघ्याच्या मागची जागा हे भाग दररोज घासून साफ करणे आवश्यक असते. साबणाचा वापर उपयुक्त असतो; पण घासणे आवश्यक असते. त्वचा मुलायम राहण्यासाठी जीवनसत्त्वे, क्षार, ओमेगा ३ मेदाम्ले यांची गरज आहेच. मल-मूत्र विसर्जनाच्या जागा लक्षपूर्वक स्वच्छ ठेवणे नितांत गरजेचे आहे. हस्तांदोलनापेक्षा करबद्ध नमस्कार करणे चांगले. अधिक शारीरिक सलगी फक्त आपल्या वैवाहिक जोडीदाराबरोबरच असावी, इतरांशी असू नये. स्वच्छतेचे हे मूळ नियम पाळणे प्रत्येक व्यक्तीला आवश्यक आहे.

चेहऱ्याची स्वच्छता

आपल्या चेहऱ्याची स्वच्छता राखणे हे केवळ 'चांगले दिसण्यासाठी' नसते. वरचा ओठ, नाकपुड्या, खालचा ओठ आणि आजूबाजूचा भाग फार महत्त्वाचा मानला जातो. तेथे एखादा फोड झाला तर अधिक काळजी घेणे आवश्यक असते. या भागातून रक्त नेणाऱ्या नीला मेंदूत रक्त नेतात, त्यामुळे येथून काही जिवाणूंनी आपले प्रस्थान मांडले, तर तेथून मेंदूत जाणे त्यांना सोपे जाते. विशेषत: या भागातील एखादा फोड टाचणीने फोडला तर त्या टाचणीच्या टोकाने हे जिवाणू आत ढकलले जातात. मेंदूच्या तळाशी दोन्ही बाजूला नीलांचे जाळे असते, त्यातील कॅव्हर्नस सायनस या भागात हे जिवाणू सहज जातात, त्यामुळे तेथील रक्त गोठते. हा आजार महाधोक्याचा ठरू शकतो. यास्तव चेहऱ्याच्या या भागाला चेहऱ्याचा धोकादायक भाग (Dangerous area of face) असे नाव आहे. या भागात आलेले फोड किंवा गळवे यांचे उपचार फार काळजी घेऊन करावे लागतात. अन्यथा कॅव्हर्नस सायनस गोठण्याचा मोठा धोका निर्माण होतो.

वरच्या ओठांवर आणि नाकपुड्यांत अनेकदा विषाणूंमुळे लहान लहान फोड येतात, त्यांना 'ज्वर उतला आहे' असे म्हटले जाते. हा आजार हर्पिस लेबियासिस अथवा हर्पिस फिब्रिलिस (Herpis Labriasis / Herpis Fibrilis) या नावाने वैद्यकशास्त्रात ओळखला जातो. झोस्टर कुळातील विषाणूंमुळे तो होतो. सामान्यपणे त्याने त्रास होतो; परंतु अपाय होत नाही. ज्या व्यक्तींची प्रतिकारशक्ती कमी झालेली आहे अशा व्यक्तींमध्ये हा विषाणू मेंदूत जातो व हर्पिस एनके फेलायटिस नावाचा गंभीर आजार होतो. या आजारामुळे मेंदूला मोठ्या प्रमाणात सूज येते, रुग्ण बेशुद्ध होतो, त्याला झटके येतात व जिवाला मोठा धोका निर्माण होतो. याच झोस्टर कुळातील दुसऱ्या एका जातीच्या हर्पिस झोस्टर (Herpis Zoster) विषाणूंमुळे नागीण नावाचा आजार होतो व आणखी एका जातीच्या विषाणूंमुळे लहान वयात कांजिण्या होतात. हे सारे आजार संसर्गजन्य असतात. ज्या व्यक्तीला हे आजार होतात त्याच्या शरीरातून खोकताना, शिंकताना, बोलताना हे विषाणू बाहेर पडत राहतात व रुग्णाच्या सान्निध्यात असणाऱ्या इतर व्यक्तींच्या श्वासाबरोबर घशात व श्वासनलिकेत जातात. तेथून ते संपूर्ण शरीरात पसरतात व अखेर त्वचेवर त्याचे फोड येणे या

स्वरूपात बाह्यरूप दिसते. वेळेवर लक्षात आल्यास 'अकायलोव्हीर' नावाच्या औषधाचा चांगला फायदा होतो. अशा तऱ्हेने पसरणाऱ्या आजारांचे विषाणू अनेक वेळा तळहातावरून हात नाकातोंडाजवळ नेण्याने शरीरात जातात. तळहातावरची त्वचा जाड असते व तेथून हे विषाणू शरीरात जाऊ शकत नाहीत. हात न धुता हाताने खाण्याने तळहातावरचे हे विषाणू ओठ, जीभ, गाल येथील पातळ अस्तराच्या सान्निध्यात येतात व तेथून शरीरात सहज जाऊ शकतात. सर्दीसारखे विकार समाजात त्वरेने पसरतात याचेही कारण तळहातावर चिकटलेले हे विषाणू चेहऱ्याजवळ गेले की धोका निर्माण करतात, हेच असते. हात न धुता जेवणे किंवा अकारण हात तोंड अथवा नाक येथे नेणे या सवयी घातक असतात, हे लहान वयापासून समजले पाहिजे.

कान साफ करण्याच्या उद्देशाने कानात काडी किंवा त्यासारखा पदार्थ घालणे हेही धोकादायक असते. कानाच्या बाहेरच्या बाजूचे जिवाणू अशा कानात घातलेल्या वस्तूमुळे कानाच्या पडद्याजवळ जाऊन बसतात, शिवाय काही वेळा अशा वस्तूंमुळे कानाच्या पडद्याला छिद्रही पडते. त्यातून हे जिवाणू कानात जाऊन तेथे पू होतो. कानाच्या वरच्या भागात एक पातळ हाडाची पट्टी असते व लगेच वर मेंदू सुरू होतो. कानातील पू चटकन मेंदूत जाऊ शकतो व मेंदूला गळू होऊ शकते. टेंपोटल लोब ॲबसेस हादेखील धोकादायक आणि प्राणावर बेतणारा विकार असतो. कानात तेल घालणे, कानात काड्या घालणे किंवा इतर वस्तू घालून कान साफ करण्याचा प्रयत्न करणे यात धोका असतो, हे ध्यानात ठेवावे.

अंग पाण्याने स्वच्छ होते, साबणाने पाणी खाचाखोचांत जाण्यास मदत होते. पाण्याशिवाय आणि चांगले घासल्याशिवाय केवळ साबणाच्या वापराने त्वचा निर्जंतुक होणार नाही. एक संपूर्ण मिनिट साबणाचे पाणी त्वचेच्या संपर्कात आले तरच त्वचा निर्जंतुक होते. वाहत्या नळाच्या पाण्यात साबणाचा वापर करताना घासणे महत्त्वाचे हे ध्यानात ठेवावे.

■■■

विकारांचे प्रतिबंधन

आजार असताना आणि आजारातून बरे झाल्यावरदेखील बाह्य आणि अंत:स्थ शरीराची रचना व क्रिया बिघडतात. आजार झाल्यावर ते दुरुस्त करण्यापेक्षा ते होऊच न देणे कितीतरी चांगले. 'प्रिव्हेन्शन इज बेटर दॅन क्युअर'. आजारांची कारणे अनेकविध असू शकतात. काही गुणसूत्रांतील रचनेच्या दोषांवर अवलंबून असतात, तर अन्य काही गर्भावस्थेत झालेल्या काही बदलांचे परिणाम असतात. गर्भवती मातेची मनोशारीरिक स्थिती किमान स्थिर असावी, शक्यतो सकारात्मक असावी. गर्भवती मातेने कोणते औषध घ्यावे आणि कोणते टाळावे यासंबंधी पूर्ण माहिती असणे आवश्यक असते. शक्यतो कोणतेही औषध घेणे गर्भाच्या पहिल्या तीन महिन्यांच्या वाढीच्या काळात टाळावे. नंतरसुद्धा गरोदरपणात आणि स्तनदा स्थितीमध्येदेखील कोणताही अनावश्यक रेणू टाळलेलाच बरा.

गर्भवती स्त्रीला विशेषत: पहिल्या तीन महिन्यांत होणारे आजार आणि घेतली जाणारी औषधे यांचा गर्भाच्या वाढीवर विपरीत परिणाम होणे शक्य असते. जर्मन मिझल्स – रुबेला हा विकार अशा मातेला झाल्यास जन्मलेल्या बालकात जन्मत:च डोळ्यात मोतीबिंदू, हृदयाच्या बांधणीत झालेल्या दोषांमध्ये दोन कर्णिकांमध्ये छिद्र निर्माण होणे (एट्रिअल सेप्टल डिफेक्ट), मतिमांद्य इत्यादी विकार होऊ शकतात. गर्भवती स्त्रीने सातव्या महिन्यात टेट्रासायक्लिन प्रकारची प्रतिजैविके घेतली, तर मुलाचे पुढे येणारे (कायम) दात खराब होतात. क्ष–किरण वापरून केलेल्या गर्भवती स्त्रीच्या तपासण्या धोकादायक

ठरू शकतात. अल्ट्रासाउंड किंवा मॅग्नेटिक रेझोनन्स यांचा वापर धोकाविरहित असतो. किरणोत्सारी (रेडिओॲक्टिव्ह) रसायनांचा वापर गर्भवती स्त्रीमध्ये करू नये. एवढेच नव्हे, तर तरुण मुलींना किरणोत्सारी रसायनांचा वापर अटळ असला, तर त्यानंतर सहा महिने गर्भधारणा टाळावी. गर्भवती मातेच्या मन:स्थितीत होणाऱ्या स्थित्यंतरांचे परिणाम, गर्भवती मातेच्या अतिरेकी कॉफीपानाचे, मद्यपानाचे, धूम्रपानाचे दुष्परिणाम सुपरिचित आहेत. हे सारे गर्भावर होणारे अपाय कटाक्षाने टाळले गेले पाहिजेत.

लहान मुलांचा मेंदू अपरिपक्व असतो. या वयात चांगल्या-वाईट सवयी लागणे सहज होते. व्यक्तीच्या वाढत्या वयात लागलेल्या सवयी जन्मभर साथ देतात. पुढच्या आयुष्यात मेदवृद्धी टाळायची असेल, तर बालवयापासूनच दक्षता घेणे आवश्यक आहे. लहान मुलांत झालेली मेदवृद्धी ही आजच्या प्रगत आणि प्रगतिशील दोन्ही प्रकारच्या राष्ट्रांमधील मोठी जटिल समस्या होत चालली आहे. जन्मजात अर्भकापासून पहिल्या पाच वर्षे वयापर्यंत बहुतेक सर्व विकार टाळण्याकरिता बालकांना प्रतिबंधनात्मक लसी दिल्या जातात. त्यांची वेळ आणि मात्रा ठरलेल्या आहेत. मोठ्या वयातदेखील प्रसंगपरत्वे काही आजारांविरुद्ध लसीकरण आवश्यक ठरते. हिपेटायटिस-बीची लस ज्यांना कावीळ हा आजार होण्याचा धोका असतो त्यांनी अवश्य घ्यावी. इतरांनी घ्यावी किंवा कसे याबद्दल दुमत संभवते. साठीनंतर न्यूमोकॉकल व्हॅक्सिन घेण्याचा विचार करावा. श्वानदंशासारख्या घातक विकाराचादेखील प्रतिबंध करण्याची आवश्यकता असू शकते. आंतरराष्ट्रीय प्रवासाचे काही खास नियम असतात, ते त्या-त्या देशानुसार ठरतात. धनुर्वाताचा प्रतिबंध कोणत्याही वयात करण्याची गरज पडू शकते.

साथीचे आजार आणि इतर विषाणू, जिवाणुजन्य विकार टाळणे जसे महत्त्वाचे आहे, तितकेच अपघात टाळणे हेही महत्त्वाचे आहे. कोणाची तरी चूक झाल्याखेरीज अपघात होत नाहीत. दुर्दैवाने आपली चूक नसतानाही केवळ कोणा दुसऱ्याच्या चुकीने का होईना, अपघातामुळे आपले नुकसान मोठ्या प्रमाणात होऊ शकते, कायमचे अपंगत्व येऊ शकते, तसेच अनेकदा मृत्यूही ओढवतो. अपघात घरी होऊ शकतात, रस्त्यावर होऊ शकतात किंवा कामाच्या जागीही होऊ शकतात. घरातल्या बाथरूममध्ये पाय घसरून पडून मांडीचे हाड

मोडणे, ही एक नेहमी घडणारी घटना आहे. जिना उतरताना पायरी चुकते, दिवाणखान्यातील जाजमाच्या कडेला पाय अडखळतो, विजेच्या तारा उघड्या राहतात. औषधांच्या बाटल्यांवरची लेबले चुकीची राहून गेलेली असतात.

रस्त्यावरच्या अपघातांबद्दल तर न बोललेलेच बरे. जणू काही वाहतुकीचे नियम पाळणे हाच गुन्हा आहे, अशा समजुतीने वागणारी चांगली शिकली-सवरलेली माणसे जेव्हा दिसतात, तेव्हा विद्यारण्यस्वामींच्या 'मरणम् प्रकृतिः विकृतिः जीवनम्।'ची आठवण होते. वाहने नादुरुस्त असतात, रस्त्यांवर खाचखळगे असतात, दिव्यांचा उजेड रस्त्यावर पुरेसा नसतो. या सर्वांवर मात म्हणजे प्रत्येकाला कोठे तरी पोचण्याची अत्यंत घाई झालेली असते. रस्ते भरलेले असतात, वाहनांची संख्या झपाट्याने वाढत असते. या साऱ्या समस्यांवर सहज सापडेल असा उपाय सुचत नाही. कामाच्या ठिकाणी उजेड, जागा, सावधानता आणि खबरदारी; अपघात झालाच तर त्वरित उपचारांची सोय, या साऱ्या बाबींकडे व्यवस्थापनाचे लक्ष असले म्हणजे अपघात घडण्याचे प्रमाण आणि अपघात घडल्यास होणाऱ्या अपायाचे प्रमाण कमी राहते. गिर्यारोहणासारखे छंद, मुष्टियुद्धासारखे खेळ, पुरेसा सराव न करता केलेला पोहण्याचा प्रयत्न, ऐन ओहोटीच्या वेळी समुद्रात उतरणे अशा साऱ्या कार्यक्रमांत अंतर्भूत धोके असतात, याची जाणीव असावी.

प्रगत आणि प्रगतिशील देशांत विकार आणि मृत्यूचे वाढते प्रमाण चुकीचा आहार, व्यायामाचा अभाव आणि धूम्रपानासारख्या घातक सवयी या तिघांमुळे आहे. गरजेपेक्षा जास्त उष्मांक, जैविक प्रथम क्रमांकाच्या प्रथिनांची कमतरता, ओमेगा ६ मेदाम्लांचे अतिरेकी सेवन, ओमेगा ३ मेदाम्लांचा तुटवडा, संपृक्त मेदाम्लांचा अतिरेक, ट्रान्स फॅटिॲसिड्सचे अनावश्यक सेवन, गुंतागुंतीची कर्बोदके कमी आणि साखरेचे अतिरेकी सेवन, मीठ गरजेच्या दुप्पट-तिपटीपेक्षा जास्त घेणे, कॅल्शिअम व लोहाची कमतरता, चहाचा अतिरेक, नको तेवढे मसाले आणि दूषित पाण्याचे सेवन ही आपल्या आहाराची वैशिष्ट्ये झाली आहेत. नियमाने व्यायाम करणारी माणसे दुर्मीळ होत चालली आहेत. टीव्हीसमोर बसून शेवचिवडा, वेफर्स, चिप्स खाता खाता मद्यपान करण्याची घातक सवय लागल्याने 'कोचावर बसलेले फोफसे बटाटे' (काऊच पोटॅटोज) निर्माण होत आहेत.

मिश्री वापरणे, तंबाखू तोंडात धरून ठेवणे; विडी, सिगारेट, पाइप, चिरूट ओढणे अशाप्रकारे तंबाखूचे सेवन समाजात फैलावत आहे. धूम्रपानाच्या जाहिरातींना बंदी असावी किंवा त्या जाहिरातींवर 'धूम्रपान आरोग्याला अपायकारक आहे', अशी माहिती देणे आवश्यक असावे, या कायद्याचे पालन हास्यास्पदरीत्या होताना आढळते. तरुणवर्ग मादक द्रव्ये, एलएसडी, ब्राऊन शुगर, कोकेन इत्यादींच्या विळख्यात अडकू लागला आहे. मद्यपानाचे समर्थनच काय, त्याचे उदात्तीकरण सिनेमांतून होताना दिसते. ज्यांचे अनुकरण विद्यार्थ्यांनी करावे, अशा व्यक्ती मद्यपान करतात. व्यायाम नियमाने करणारे, मैदानी खेळ खेळणारे, पायी लांब सहलीला जाणारे थोडेच असतात. भर पुरात उड्या माराव्यात किंवा नाही, हा विषय विविध मते निर्माण करेल; पण दोन पिढ्यांपूर्वी असे धाडस दाखवणारी मंडळी होती. आता तशी दिसत नाहीत. समाजाच्या या बदलत्या सवयींबरोबर घराबाहेर हॉटेलमध्ये खाणाऱ्यांची, उच्छृंखल मनोवृत्तीला पोषक मनोरंजनाच्या मार्गांचा वापर करणाऱ्यांची (डान्स बारमध्ये कालक्रमणा करणाऱ्यांची) संख्या वाढत चालली आहे. अशातून अनैतिकता, अनारोग्य, खर्चीक सवयी यांना आमंत्रण मिळते. भारतात मधुमेह व हृदयविकार यांचे प्रमाण खरेच झपाट्याने वाढत आहे, याची सर्वांना चिंता आहे. हे आटोक्यात राखणे केवळ योग्य जीवनशैलीच्या स्वीकारानेच शक्य आहे.

योग्य वेळेला योग्य प्रकारच्या खाण्यापिण्याच्या, स्वच्छतेच्या, व्यायामाच्या, मनोरंजनाच्या सवयी आपल्याला लागणे आवश्यक आहे. विकारांना प्रतिबंध करण्यास लागणारा खर्च विकारांच्या उपचारांच्या खर्चाच्या तुलनेत नगण्य असतो. सदैव जागरूकता ही स्वातंत्र्यासाठी मोजावी लागणारी किंमत असते, त्याचप्रमाणे आजारांचे प्रतिबंधन करताना समाजाची व व्यक्तिगत पातळीवरची जागरूकता आवश्यक असते. यासाठी कायदे तर हवेतच; परंतु कायद्यांचे पालन व्यवस्थित होत आहे ना, हे पाहणारी यंत्रणाही सक्षम हवी आणि हे कायदे व्यक्तिगत फायद्यासाठीच आहेत, याचे मोठ्या प्रमाणात प्रबोधन व्हायला हवे.

गर्भवती स्त्रीने घेण्याची औषधे

वैद्यकशास्त्रामध्ये १९६०-६१ मध्ये घडलेल्या एका दुर्घटनेने गर्भवती स्त्रीने काय घ्यावे आणि काय घेऊ नये यासंबंधात एक मोठा प्रकाश पडला. त्या काळात

(पश्चिम) जर्मनीमध्ये अनेक मुले जन्मत:च विकलांग स्थितीत जन्मली. या अपंगत्वाला फोकोमेलिया (Phocomelia) म्हणतात. ग्रीक शब्द फोके म्हणजे सील प्राणी आणि मेलॉस म्हणजे हातपाय. फोकोमेलिया ही एक जन्मजात असणारी विकृती आहे. जन्मलेल्या बालकांच्या शरीराच्या हाताच्या अगर पायाच्या (अथवा दोन्ही अवयवांच्या) भागातील हाडे, स्नायू इत्यादी भाग गर्भावस्थेत तयार झालेलेच नसतात, त्यामुळे मनगटापुढचा अथवा पावलांचा भाग धडाला चिकटलेला असतो. सील प्राण्याच्या शरीराला असेच हातापायांचे पंजे एखाद्या पंख्यासारखे चिकटलेले असतात. इतरही काही जन्मजात दोष बरोबरीने असू शकतात. (पश्चिम) जर्मनीमधील प्रसूती सदनांत १९५९ पर्यंतच्या १० वर्षांत असे एकही मूल जन्मलेले नव्हते. १९५९ मध्ये दहा प्रसूतिगृहांत अशी १७ मुले जन्मल्याची नोंद झाली, १९६० मध्ये १२६, तर १९६१ मध्ये ४७७ अशा विकलांग मुलांच्या पैदाशीची नोंद झाली. बहुतेक सर्व मुले पश्चिम जर्मनीतच जन्मलेली होती.

यामागची कारणे शोधण्याचा प्रयत्न सुरू झाला. एका डॉक्टरने याचा छडा लावण्याकरिता अशा सर्व बालकांच्या मातांकडे एक प्रश्नावली पाठवली. त्यातील २०% मातांनी 'कॉन्टरजेन' नावाचे एक औषध गर्भवती असताना पहिल्या काही दिवसांत घेतल्याचे नोंदलेले होते. या डॉक्टरने पुन्हा सर्व मातांना हे औषध घेण्याबद्दल विचारले तेव्हा ५०% मातांनी ते घेतल्याचे कबूल केले. १९६१ च्या नोव्हेंबर महिन्यात या डॉक्टरने लहान मुलांच्या डॉक्टरांच्या एका मेळाव्यात हे संशोधन मांडले. त्या घटकेपासून संशोधन सुरू झाले आणि कळले की 'कॉन्टरजेन' या नावाने मिळणारे 'थॅलिडोमाईड' हे औषध या विकलांगतेला कारणीभूत आहे. त्यावेळी एका अभ्यासात असे आढळून आले की फोकोमॅलिया असणाऱ्या ४६ मुलांच्या मातांपैकी ४१ मातांनी ते घेतलेले होते, तर ज्या ३०० मुलांना हा दोष नव्हता त्यातील एकाही मातेने थॅलिडोमाईड गर्भस्थ स्थितीच्या चौथ्या ते सातव्या आठवड्यात घेतलेले नव्हते. डिसेंबर १९६१ पासून हे औषध विकण्यावर बंदी झाली. (पश्चिम) जर्मनीच्या वैद्यकीय अधिकाऱ्यांच्या अंदाजाप्रमाणे थॅलिडोमाईडमुळे १०,००० मुलांना अपंगत्व आले, त्यातील ५,००० बालके जगली व त्यातील १६०० जणांना कृत्रिम अवयवांचे रोपण करावे लागले.

थॅलिडोमाईड हे औषध झोप येण्याकरिता वापरावे, असे ते तयार करणाऱ्या कंपनीची जाहिरात होती. या औषधांचे गर्भावर काय परिणाम होणे शक्य आहे याचा अभ्यास केलेलाच नव्हता. प्रभावी जाहिरातीचे तंत्र वापरल्यामुळे ते औषध माणसे दुकानातून विकत आणून घेत असत. १९६०–६१ मध्ये लक्षात आले की थॅलिडोमाईड बरेच दिवस घेत राहिल्याने थायरॉईड ग्रंथीच्या कार्यात अडथळा येऊ शकतो व हाता–पायांच्या शिरा कमजोर (पेरिफरल न्यूरायटिस) होऊ लागतात. या कारणांमुळे अमेरिकेत हे औषध विकण्यास परवानगी मिळालेली नव्हती, त्यामुळे मोठाच सामाजिक घात टळला.

या उदाहरणावरून आपण धडा घेतला पाहिजे. गर्भवती स्त्रीने विशेषत: पहिल्या तीन महिन्यांत कोणतेही औषध आपल्या डॉक्टरांच्या सल्ल्याशिवाय घेऊ नये. जी औषधे इतर माणसांत निर्धोक मानली जातात, त्यांचे गर्भावर काय परिणाम होतील, हे तसा अभ्यास केल्याखेरीज कळणे शक्य नाही. आता अशा तऱ्हेचा अभ्यास बऱ्याच औषधांबद्दल होत आहे.

काही औषधांचे परिणाम प्रत्यक्ष गर्भावर होतात. उपरनिर्दिष्ट थॅलिडोमाईड, कॅन्सर व पेशींच्या इतर आजारांवर वापरलेली औषधे, थायरॉईड ग्रंथीचे कार्य आटोक्यात यावे म्हणून केलेले उपचार आणि बरीच ॲंटिबायोटिक्स यांचे असे विपरीत परिणाम होतात. इतर काहींचे गर्भाशयाच्या रक्तपुरवठ्यावर किंवा मातेच्या अंतर्ग्रंथींच्या स्रावाचा समतोल बिघडवण्यावर परिणाम होतात. सारांशाने – ज्या रासायनिक रेणूबद्दल निश्चित माहिती नाही ते गर्भवती स्त्रीने न घेणेच सुज्ञपणाचे ठरेल. शेवटची पाळी सुरू झालेल्या दिवसापासून काळ मोजला तर त्या दिवसापासून ४ ते १० आठवडे हा काळ सर्वात धोक्याचा असतो. असा दुष्परिणाम अनेक औषधांनी होणे शक्य आहे, त्यात फिट्स येऊ नयेत म्हणून वापरलेल्या औषधांचाही समावेश आहे.

■■■

विकारांचे लवकर निदान

विकारांमुळे शरीरक्रिया आणि शरीररचना विस्कटते. आजार जितका जास्त काळ शरीरात राहील, तेवढा अपाय अधिकाधिक होण्याचा संभव जास्त. आजाराचे निदान लवकरात लवकर होणे आवश्यक आहे. निदानाशिवाय केलेले उपचार हे 'लागला तर टोला' या प्रकारचे असतात. निश्चित निदान ही योग्य उपचाराची पहिली पायरी असते. निदानाच्या चार स्थिती असतात. सर्वप्रथम शरीरक्रियेत झालेला बदल ओळखणे. उदाहरणार्थ, एखाद्या व्यक्तीचे डोके दुखण्याचे कारण त्या व्यक्तीचा रक्तदाब वाढलेला आहे हे ओळखणे. दुसरी स्थिती, हा बदल होण्यामागे शरीरातील कोणत्या भागात दोष झाला आहे याचे निदान करणे. हे शरीररचनात्मक निदान असते. उदाहरणार्थ, त्या व्यक्तीचा वाढलेला रक्तदाब मूत्रपिंडात झालेल्या बिघाडामुळे झाला आहे का, हे शोधणे. तिसरी स्थिती म्हणजे ज्या अवयवात झालेल्या विकाराने शरीरक्रिया बिघडली, त्या अवयवात कोणत्या प्रकारचा बदल झाला आहे हे शोधणे. हा बदल काही विशिष्ट प्रकारचा असू शकतो. तेथे दाह (इन्फ्लमेशन), नव्या पेशींची वाढ (न्यू ग्रोथ) अथवा झीज (डीजनरेशन) असू शकते. उदाहरणार्थ, त्या रुग्णाच्या मूत्रपिंडाला दाह झाल्याने रक्तदाब वाढला आहे हे ओळखणे. अखेरीला या बदलाचे मूळ कारण शोधणे. ही कारणे गुणसूत्रांतील दोष अथवा गर्भारपणी निर्माण झालेले विकार, इजेमुळे, विषाणू अगर जिवाणूंमुळे, चयापचयातील दोषांमुळे अथवा परोपजीवी जीवजंतूंमुळे होणे अशी असतात.

शरीरक्रियात्मक निदान ही निदानाची पहिली स्थिती आहे. रुग्णाच्या

स्वत:च्या वर्णनावरून बहुतेक वेळा याचा अंदाज लागतो. मात्र, यातील सर्वात मोठी अडचण म्हणजे रुग्ण स्वत:ची तक्रार वास्तव स्वरूपात सांगत नाहीत. रुग्णाच्या तक्रारी खऱ्या किंवा खोट्या असू शकतात. खरी तक्रार म्हणजे जी भावना रुग्णाला जाणवते ती रुग्णाने सांगणे. उदाहरणार्थ, वेदना होणे, उलटी होणे, जुलाब होणे, दम लागणे, मळमळ होणे किंवा खोकला येणे. या प्रकारच्या तक्रारींना सकारात्मक खऱ्या तक्रारी (ट्रू पॉझिटिव्ह कम्प्लेन्ट्स) असे म्हटले जाते.

काही नकारात्मक खऱ्या तक्रारीही असू शकतात. नकारात्मक म्हणजे रुग्णाला काय होत नाही हे तो सांगतो. उदाहरणार्थ, मासिक पाळी न येणे, भूक न लागणे, शौचाला अवरोध होणे, निद्रानाश, शक्ती जाणे, नजर क्षीण होणे, ऐकू न येणे इत्यादी. या नकारात्मक तक्रारींमागे एक मोठी सकारात्मक तक्रार असू शकते, ती म्हणजे चिंता. या तक्रारीचे निवारण करणे आवश्यक आहे. पाळी न येण्याची अनेक कारणे असू शकतात. एखाद्या स्त्रीला ती गर्भवती आहे असे सांगण्याने तिचा प्रश्न सुटेल, तर दुसऱ्या एखाद्या प्रसंगी ती गर्भवती नाही हे कळणे तिच्या मन:स्वास्थ्याला महत्त्वाचे ठरेल. या खऱ्या तक्रारी शरीरक्रियांमध्ये झालेल्या बदलांतून निर्माण होतात.

अनेकदा रुग्ण खोटी तक्रार सांगतात. खोटी याचा अर्थ रुग्ण त्याला होणारा त्रास न सांगता आपल्याला त्रास कशाने झाला असेल, अशी कल्पना करून एक प्रकारचे निदान तक्रार म्हणून सांगतो. अनेक रुग्ण 'मला गॅसेस झाले आहेत' अशी तक्रार करतात. ही खोटी तक्रार आहे. रुग्णाला गॅसेस होत नसतात. रुग्णाचे पोट दुखू शकते, ढेकर येऊ शकते, वारा सरू शकतो, अवरोध किंवा जुलाब होऊ शकतात, पोट फुगू शकते, मळमळ किंवा उलटी होऊ शकते; पण रुग्ण ज्याला 'गॅसेस झाले आहेत' असे म्हणतो ते नेमके काय याचा उलगडा 'गॅसेस' या शब्दाने होत नाही. 'मला ॲसिडिटी झाली', 'मला अपचन झाले', 'मला कॉन्स्टिपेशन झाले आहे' यात ॲसिडिटी, अपचन, कॉन्स्टिपेशन हे शब्द फसवे असतात. कारण, त्यांचे शास्त्रीय अर्थ व रुग्ण समजतो ते अर्थ भिन्न असू शकतात.

निदानाची पहिली पायरी म्हणजे रुग्णाला काय त्रास होत आहे, हे डॉक्टरला स्पष्ट समजले पाहिजे. डॉक्टर शरीर तपासतात ते बहुतेक वेळा शरीररचनेतील

दोष शोधण्यासाठी. शरीररचनेतील बरेच दोष रुग्णाला स्वत:ला समजू शकतात. किंबहुना कोणताही त्रास होण्यापूर्वीच आपल्या रचनेत (वजन, ठेवण, वर्ण, उंची) झालेला बदल रुग्णाने आपल्या डॉक्टरांच्या नजरेस आणून दिल्यास आजाराचे निदान खूप लवकर होऊ शकते. कोणतीही वेदना होत नसतानाच, स्वयंतपासणीत गाठ सापडली तर स्तनाच्या कर्करोगाचे निदान आजाराच्या पहिल्या स्थितीत होणे शक्य होते. लवकर निदान झाल्यास आजार पूर्ण बरा होण्याची शक्यता खूपच असते. अकारण वजन कमी होणे, हे मधुमेहाचे लक्षण असू शकते. शरीरावर येणारे पांढऱ्या रंगाचे बधिर पट्टे ही महारोगाची सुरुवात असू शकते. भरभर वजन वाढणे ही शरीरात पाणी साचण्याची सूचना असू शकते. विकारांचे निदान लवकर होण्याकरिता प्रत्येकाने दक्ष राहून आपल्या शरीररचनेत किंवा क्रियेत झालेले बदल डॉक्टरांच्या लक्षात आणून देणे फार महत्त्वाचे ठरते. आपण ज्या तक्रारी डॉक्टरांना सांगतो, त्यावरून कोणत्या भागाकडे अधिक लक्ष द्यावे हे डॉक्टर ठरवू शकतात. अकस्मात रुची जाणे हे येणाऱ्या काविळीचे लक्षण असू शकते. प्रौढ व्यक्तीच्या वर्तनातील किंवा स्वभावातील अकस्मात होणारे बदल मेंदूच्या विकाराकडे बोट दाखवतात. मधुमेही व्यक्तीचे अकस्मात गोंधळणे रक्तशर्करा कमी होत असल्याचे लक्षण असू शकते. पहाटे येणारा खोकला बरेच दिवस टिकला तर दमा नाही ना, हे पाहावे लागते. चालताना पाय दुखणे हे पायाकडे जाणाऱ्या रक्तवाहिन्या अरुंद होत असल्याचे अथवा कमरेतून पायात जाणाऱ्या मज्जातंतूंच्या शिरेवर दाब येत असल्याचे लक्षण असते.

थोडक्यात, आपल्याला नेमके काय होते आहे हे आपल्या डॉक्टरांना समजले तर ते आपल्या विकाराचे निदान लवकर करू शकतात. अनेक वेळा केवळ तक्रारी सांगण्याने अथवा शरीर तपासण्याने विकाराचे संपूर्ण निदान (शरीरक्रियात्मक, शरीररचनात्मक, भौतिक बदल व मूळ कारण) होत नाही. अशा वेळी मूत्राची तपासणी, रक्ताची तपासणी किंवा अंत:स्थ अवयवांचे छायाचित्रण (इमेजिंग) आवश्यक असते.

अधूनमधून शरीराची तपासणी करणे व आवश्यक वाटल्यास काही तपासण्या करणेदेखील इष्ट असते. वाढलेला रक्तदाब अनेक वेळा रुग्णांना समजत नाही. कोणताही त्रास न होता रक्तदाब वाढलेला असू शकतो, राहू

शकतो. त्रास होत असो वा नसो, वाढलेला रक्तदाब यथायोग्य स्तरावर आणणे प्रकृतिस्वास्थ्याला आवश्यक असते. कोणत्याही वयात रक्तदाब सातत्याने १३५/८५ ± ५ यावर राहू नये.

प्रत्येक रुग्णाला औषधे वापरावी लागत नाहीत. मीठ कमी करणे, वाढलेले वजन कमी करणे, नियमित चालणे, योगासने, प्राणायाम, ध्यान, शवासन करून मन शांत करावे. आपल्या जीवनशैलीत असा केलेला बदल महत्त्वाचा ठरतो. उपचार कोणता आहे हे गौण आहे. परिणामी रक्तदाब १३५/८५ पेक्षा कमी राहणे जरुरीचे आहे. केवळ डोके दुखत नाही, चक्कर येत नाही, धाप लागत नाही; मग उपचारांची गरज नाही, हा विचार घातक आहे. रक्तदाब वाढणे या विकाराला 'दी सायलेंट किलर' अशी उपाधी लावली जाते, कारण कोणताही त्रास नसतानादेखील वाढलेल्या रक्तदाबाचे दुष्परिणाम कालांतराने होतातच.

त्याचप्रमाणे मधुमेह या विकारात सुरुवातीला रुग्णाला कोणताही त्रास नसणे शक्य असते. असा त्रास न देता राहिलेला मधुमेह शरीर पोखरू लागतो. त्याचे रक्तवाहिन्यांवर, मज्जापेशींवर, केशवाहिन्यांवर, हृदयावर, मूत्रपिंडावर, हातापायांच्या मज्जातंतूंवर किंबहुना सर्वच शरीरावर विपरीत परिणाम होऊ लागतात. हे परिणाम एकदा झाले की त्यांचे पूर्णतया निर्मूलन अशक्यप्राय असते. मधुमेहाचे निदान रक्तातील साखरेच्या पातळीवरूनच करता येते. ज्यांच्या घराण्यात मधुमेह आहे, ज्यांचे वजन जास्त आहे त्यांनी, तसेच प्रत्येक गर्भवती स्त्रीने मधुमेहाविषयी जागरूक राहणे सुज्ञपणाचे ठरेल.

लवकर निदान आणि योग्य उपचार याचा सर्वात महत्त्वाचा फायदा कर्करोगाच्या रुग्णांना होतो. स्त्रियांच्या स्तनात निर्माण होणारी गाठ, सहा आठवड्यांपेक्षा जास्त काळ आवाज बसलेला असणे, दीर्घकाळ चाललेला खोकला, बरी होत नसणारी जखम, अन्नद्वेष, वजन कमी होणे अशा काही प्रसंगी कर्करोगाचे निदान लवकरात लवकर होणे व त्यावर यथायोग्य उपचार होणे नितांत गरजेचे असते. शौचाद्वारे रक्त पडणे, मासिक स्राव अवेळी होणे ही लक्षणे इतर आजारांबरोबरीने कर्करोगाचीही असू शकतात.

सुयोग्य शारीरिक तपासणी ही निदानाची सुरुवात असते, त्यात दिरंगाई होऊ नये. आपले फॅमिली डॉक्टर आपल्या शरीरातील बदलाचे योग्य मापन करू शकतात. त्यांनी सुचवले तर अधिक खोलात तपासण्या कराव्यात.

खोटी तक्रार : कॉन्स्टिपेशन

रुग्णाला होत असणारा म्हणजे प्रत्यक्ष जाणवणारा त्रास आणि रुग्ण तो त्रास काय आहे हे सांगण्यासाठी वापरांत असणारे शब्द यांतील तफावत निदानाच्या आड येते. बऱ्याच वेळी आपल्या आतड्याच्या शेवटच्या भागातून तेथे 'मळ असल्याची' संवेदना रुग्णाला येते. अशा वेळी 'शौचाला जावे' अशी भावना येते. आतड्याच्या खालच्या भागात अनेकदा केवळ आव आलेली असते; परंतु रुग्णाला तेथे काही तरी असल्याचे जाणवते. ते काही तरी म्हणजे मळच असावा असे रुग्णाला वाटते. या तक्रारीला 'मलप्रवृत्तीनंतरदेखील आतड्यात मल असावा अशी भावना येते' असे म्हणावयास हवे. बहुतेक रुग्ण या भावनेचे 'कॉन्स्टिपेशन झाले आहे' असे वर्णन करतात. 'कॉन्स्टिपेशन' या शब्दाचा वैद्यकीय अर्थ infrequent or difficult evacuation of feces असा आहे. म्हणजेच मलप्रवृत्तीची वारंवारिता संथावणे अगर मलप्रवृत्ती त्रासदायक होते. याचा अर्थ मलप्रवृत्ती (शौचाला होणे) नेहमीच्या वारंवारतेने होत नाही. जर एखादी व्यक्ती रोज शौचाला जात असेल तर दिवसाआड शौचाला होणे किंवा रोज ३ वेळा जात असेल तर रोज १ वेळा जाणे म्हणजेसुद्धा वारंवारिता संथावली आहे. शिवाय, जो मळ बाहेर पडतो तो जास्त बांधला जातो, घट्ट खड्यासारखा होतो. बऱ्याच वेळा रुग्णाला असे काही होत नसते. उलटपक्षी शौचाला दोन-तीन वेळा जाऊनदेखील पोट साफ झाल्याची भावना येत नाही. हे लक्षण आतड्याच्या शेवटच्या भागात आव येत राहण्याचे अथवा तेथे दाह होत असल्याचे असते. कॉन्स्टिपेशनचे बऱ्याच वेळा कारण आहारात तंतूंचा अभाव असे असते. कॉन्स्टिपेशन म्हणजे मलावरोध. असा अवरोध झालेल्या व्यक्तीच्या आहारात व व्यायामात योग्य बदल महत्त्वाचा ठरतो. जेव्हा मल आत राहिल्याची भावना चालू राहते, तेव्हा आतड्याच्या सर्वात खालच्या भागातील अस्तराला सूज आली आहे किंवा कसे हे पाहणे महत्त्वाचे ठरते.

छाती आणि पोट यांत स्नायूंचा एक पडदा असतो, तसाच एक पडदा खाली ओटीपोटात असतो. वयोमानाने किंवा इतर काही कारणांमुळे हा पडदा सैल होतो. मग मोठ्या आतड्याचा काही भाग खाली घसरतो. अशा वेळीसुद्धा रुग्णाला 'मल आत राहून गेल्याची' भावना येत राहते. ती जाण्याकरिता 'मूलबंध' नावाची योगाची प्रक्रिया उपयुक्त ठरते. दुर्दैवाने या सगळ्या तक्रारी

म्हणजे कॉन्स्टिपेशन आहे असा गैरसमज झाल्याने शौचाला होण्याची औषधे दिली जातात. या औषधांची सवय लागते. ती घेतल्याखेरीज शौचाला होतच नाही. वारंवार घेण्याने मोठ्या आतड्याच्या अस्तराला इजा पोहोचू शकते. गोळ्या, चूर्ण, विविध 'सॉल्ट्स' व्यक्ती घेत राहते. आतड्याच्या अस्तराला झालेल्या इजेमुळे मळ नीट बांधला जात नाही, पूर्णपणे बाहेर टाकला जात नाही, आतड्याच्या अस्तरातून पाणी व क्षार यांचा अकारण निचरा होत राहतो, आतड्याचे स्नायू कमजोर होऊ लागतात, पोट डंबारते (फुगते), या साऱ्याला Laxative Abuse म्हणतात. शौचाला व्हावे म्हणून वर्षानुवर्षे घेतलेल्या औषधांचे हे परिणाम असतात. शौचाला होण्याकरिता रोज औषध घेण्याची गरज पडू लागली तर काही तरी चूक होत आहे हे समजावे. तीच गोष्ट एनिमाची आहे. कधीतरी एखादे वेळी एनिमा घ्यावा लागला तर गरजेप्रमाणे तो घेणे ठीक असते. केवळ 'पोट साफ' करण्याकरिता कोणतेही औषध अथवा एनिमा घेण्याची आवश्यकता नाही.

'पोट साफ' होण्याची कल्पना ही एक केवळ मानसिकता आहे. आपले मोठे आतडे साडेतीन फूट लांब असते. मोठ्या आतड्यात २४ तास लहान आतड्यातून पातळ स्वरूपात मळ झिरपत असतो. त्यातील पाणी शोषून घेऊन मळ हळूहळू बांधला जात असतो. बांधलेला मळ सरकत सरकत आतड्याच्या शेवटच्या भागात येऊन थांबतो. शेवटच्या साडेचार ते सहा इंच लांबीच्या भागातील मळ शौचाला गेल्यावर बाहेर पडतो. याचा अर्थ तीन फूट मोठे आतडे भरलेलेच राहते. ते साफ होण्याचा प्रश्नच नसतो. चांगली सवय हा सर्वात महत्त्वाचा भाग असतो. लहानपणापासून रोज शौचाला जाण्याची सवय लावून घेणे चांगले, म्हणजे पुढच्या आयुष्यात मलावरोध होण्याची शक्यता कमी असते.

■■■

वेळेवर योग्य उपचार करणे

शरीररचनात्मक आणि शरीरक्रियात्मक प्रकृतीमध्ये विकारांमुळे बिघाड होतो. कोणत्याही विकाराच्या सुरुवातीला या बिघाडाचे स्वरूप तात्कालिक नादुरुस्ती या प्रकारचे असते. आजार दीर्घकाळ राहिले की त्या आजारांचे शरीरावर होणारे परिणाम दीर्घकाळ किंवा कायम टिकतात. विकाराचे निदान लवकर झाले तरच योग्य आहार, पुरेशी विश्रांती, बरे वाटण्याकरिता केलेले उपचार, सिंप्टोमॅटिक ट्रीटमेंट आणि जेथे शक्य असेल तेथे आजार पूर्ण बरा व्हावा यासाठी लागणारे उपचार करणे आवश्यक असते. आजार पूर्ण बरा होण्याकरिता केलेला उपचार (क्युरेटिव्ह ट्रीटमेंट) म्हणजे काही प्रतिजैविकांचा वापर अथवा शस्त्रक्रियाही असू शकेल. काही रुग्णांना पूर्ण बरे करता येत नसेल तर निदान आयुष्य त्रासाविना जावे या हेतूने उपचार (पॉलिएटिव्ह ट्रीटमेंट) केले जातात. आजार बरे झाले तरी रुग्ण अद्याप पूर्ण बरा झालेला नसतो, अशा वेळेस रुग्णाचे पुनर्वसन (रिहॅबिलिटेटिव्ह ट्रीटमेंट) महत्त्वाचे ठरते. या पुनर्वसनात विविध प्रकारचे व्यायाम, शेक देणे, ताण देणे (ट्रॅक्शन), विजेच्या प्रवाहाचा वापर करून चेतना देणे (इलेक्ट्रिकल स्टिम्युलेशन) अशा विविध प्रकारचे भौतिक उपचार (फिजिकल ट्रीटमेंट) दिले जातात. असे उपचार या विषयातील तज्ज्ञ करतात, त्यांना फिजिओथेरपिस्ट्स म्हणतात. कोणत्या व्यक्तीला कोणता उपचार लागेल आणि त्याने तो उपचार घेण्याकरिता कोणाकडे जावे, हे ठरवण्यास सर्वात चांगली व्यक्ती आपले फॅमिली डॉक्टरच असतात.

कोणत्याही आजारावरील उपचाराची सुरुवात निदानानेच व्हावी हे सर्वविद्

आहेच. शरीररचनात्मक बदलांचे निदान हे विश्रांती ठरवताना अत्यंत महत्त्वाचे ठरते. ज्या अवयवाच्या बदलामुळे विकार झाला आहे, त्या अवयवाचे कार्य कमी करणे म्हणजे विश्रांती. विश्रांतीचा अर्थ पडून राहणे असा नाही. अर्थात, पडून राहण्याने विकार झालेल्या अवयवाचे काम कमी होत असेल, तर पडून राहणेदेखील आवश्यक असते, असे क्वचितच असते. उदाहरणार्थ, एखाद्या व्यक्तीला जुलाब होत असेल तर आतड्यांना विश्रांती देणे आवश्यक आहे. अशा वेळेस तोंडाने कोणतेही अन्नपाणी न देता केवळ शिरेत सलाईन व औषधे भरावी लागतात. आजार इतका तीव्र नसला तर पाणी, साखर, मीठ, फळांचे वस्त्रगाळ रस, नारळाचे पाणी, कोरा चहा असे पदार्थ देण्यास सुरुवात करता येते. कारण हे पदार्थ पचवण्याचे कार्य आतड्यांना करावे लागणार नाही; तरीही शोषण्याचे कार्य करावे लागतेच. आतडी अधिक कार्यक्षम झाली (हे मलप्रवृत्ती- शौचास होणे- बांधून होणे व वारा सरणे यावरून समजते) की पचावयास हलके पदार्थ घेता येतील. भाताची पेज, साबुदाण्याची लापशी, अधिक पिकलेली केळी, उकडलेले सफरचंद, डाळिंबाचा रस, दूध न घातलेला फिका चहा अगर कॉफी, मुगाच्या डाळीचे वरणाचे पाणी, मोड आलेल्या कडधान्यांचे कढण असे पदार्थ सुरू करता येतात. ज्यांना शक्य असेल त्यांनी अर्धवट उकडलेले अंडे, मटण किंवा चिकन सूप, खिमा किंवा उकडलेली मासळी घ्यावी. जशी प्रकृती सुधारेल तशी फुलका, भाकरी, गरांच्या भाज्या, वरण घ्यावे आणि यथायोग्य काळी नेहमीचा आहार घेण्यास सुरुवात करावी. या प्रकारे आपण आपल्या आतड्यांना विश्रांती देऊ शकतो.

यावरून लक्षात येईल की आजाराचा उपचार करताना कोणता अवयव आजारी आहे आणि त्याचे कोणते कार्य तूर्त स्थगित करणे आवश्यक आहे याचा विचार आवश्यक आहे. हाड मोडले, सांधे सुजले अशा वेळी प्लास्टर करणे किंवा सांध्याभोवती घट्ट बँडेज बांधणे असे उपचार लागतील; तर डोळ्यांतील बाहुल्यांचा आकार कमीजास्त करणाऱ्या स्नायूंना विश्रांती देण्याकरिता बाहुली विस्तारित करणारी आणि तशीच विस्तारित ठेवणारी औषधे डोळ्यांत घालावी लागतील. नेत्रपटलावर उजेड पडू नये याकरिता काळ्या काचेचा चष्मा वापरावा लागेल. जठराच्या अस्तराला विश्रांती देण्याकरिता तिखट, आंबट, खारवलेले, तळलेले पदार्थ वर्ज्य करावे लागतील. ताप आला तर मात्र सर्व शरीराला

विश्रांतीची आवश्यकता असते.

प्रत्येक आजारात आहारात कोणता बदल हवा याचा विचार उपचारांचा गाभा ठरतो. उष्मांक, प्रथिने, स्निग्ध पदार्थ, कर्बोदके, क्षार, जीवनसत्त्वे, चोथा, पाणी व तृप्ती या नऊही पैलूंचा विचार करूनच आहार ठरवता येतो. या शास्त्रीय विचारांचे रूपांतर तृणधान्ये, डाळी, कडधान्ये, भाज्या, कोशिंबिरी, तोंडी लावणे, गोड पदार्थ, दूधदुभते, ऋतुमानाप्रमाणे फळे आणि आवश्यक वाटल्यास मांसाहाराचा विचार करणे यातून कृतीत होणे आवश्यक आहे. शिजवण्याची पद्धत (कापून, वाटून, उकडून, भाजून, तळून) आणि त्यात चव येण्याकरिता घातलेल्या पदार्थांचा विचार (मसाले, चिंच, गूळ, आले, लसूण, खोबरे इत्यादी)देखील करावा लागतो. किती खावे व केव्हा खावे याचे नियोजन स्पष्ट असावे. विशेष वर्ज्य पदार्थांची यादी नक्की सांगणे आवश्यक आहे. काही आजारांत केवळ पथ्य पाळणे हाच उपचार असू शकतो.

उदाहरणार्थ, एखाद्या व्यक्तीला एखाद्या अन्नपदार्थाची ॲलर्जी असू शकते आणि तो पदार्थ सेवन करण्याने अंगावर गांधी उठणे (अर्टिकेरिया), सर्दी होणे, दमा, डोळे लाल होणे, अंगावर कंड सुटणे असे त्रास होतात. अशा वेळी तो पदार्थ कोणता, ते शोधून तो टाळणे एवढाच उपचार असतो. भारतात अनेकांना दुधातील साखर (लॅक्टोज शर्करा) पचत नाही. अशा लोकांनी दूध घेणे थांबवणे हा त्यांच्या अपचनाचा उपचार असतो; तसेच अनेक भारतीयांना गहू पचत नाही, कारण गव्हात असणाऱ्या ग्लुटेन नावाच्या प्रथिनांमुळे त्यांच्या आतड्यांना दाह होतो. अशा व्यक्तींनी गहू न घेता भात किंवा ज्वारी, बाजरी किंवा मका घ्यावा. अनेक आजारांत आहारावरचा सल्ला हाच प्रमुख उपचार असतो. उदाहरणार्थ, मेदवृद्धी, अपचन, पोटात ॲसिडिटी वाढण्याने आलेले आजार (ॲसिड पेप्टिक डिसॉर्डर्स), मूत्रपिंडाचे आणि यकृताचे आजार इत्यादी. आपल्या डॉक्टरांकडून आपल्या विकाराकरिता कोणते पथ्य आवश्यक आहे, याची सविस्तर सूचना प्रत्येक रुग्णाने विचारून घ्यावी.

उपचाराचा एक महत्त्वाचा एक भाग म्हणजे रुग्णाच्या तक्रारी शमाव्यात या हेतूने केलेले उपचार (सिम्प्टोमॅटिक ट्रीटमेंट). यात शरीरात झालेल्या अभावांची भरपाई करणे हा एक महत्त्वाचा भाग असू शकतो. मधुमेही रुग्णांत इन्सुलिनचे कार्य कमी होत असते. त्याची भरपाई म्हणून इन्सुलिन देणे किंवा

काही गोळ्या वापरणे याने मधुमेह बरा होत नाही; पण निदान रुग्णाचा त्रास वाचतो (व जीवही वाचतो). वाढलेला रक्तदाब आटोक्यात ठेवणे, दमा होऊ न देणे, संधिवाताची वेदना घालवण्याकरिता वेदनाशामक औषधांच्या वापरापासून सांधे बदलणे, हृदयविकारात बंद होऊ घातलेल्या रक्तवाहिन्या उघडणे अथवा पर्यायी रक्तवाहिन्या जोडणे (अँजिओप्लास्टी, बायपास) ही सारी उदाहरणे रुग्णाचा आजार काबूत राहावा किंवा त्याला त्रास होऊ नये या हेतूने केलेल्या उपचारांची उदाहरणे आहेत. यापैकी कोणताही उपचार आजार समूळ जावा (पूर्ण बरा व्हावा) हा उद्देश साध्य करत नाही.

संपूर्ण बरे होण्याचे उपचार योजण्याकरिता आजार होण्याच्या मूळ कारणांची मीमांसा आवश्यक असते. काही आजार (विशेषत: जन्मजात असणारे हृदयातील दोष) शस्त्रक्रियेने पूर्ण बरे करता येतात. शरीरातील काही गाठी कायमच्या काढून टाकता येतात. शरीररचनेतील दोषांवर पुनर्वसनाची व प्लास्टिक सर्जरी करून पूर्ण दोष काढून टाकता येतात. अनेक जिवाणूंमुळे झालेले विकार (क्षयरोग, पटकी, विषमज्वर, प्लेग, गळवे, अमिबिक अतिसार, यकृतातील गळवे इत्यादी) योग्य प्रतिजैविकाचा वापर करून पूर्ण बरे करता येतात. असे पूर्ण बरे करता येणे हे वैद्यकशास्त्राचे ध्येय असते. त्याकरिता लवकर निदान व योग्य उपचाराला पर्याय नाही. एकदा विकार झाल्यावर त्यावर उपचार करण्यापेक्षा प्रतिबंध शतपटीने श्रेयस्कर असते याचा पुनरुच्चार कितीही वेळा केला तरी तो योग्यच आहे. अपघात टाळले पाहिजेत, प्रतिबंधात्मक लसींचा वापर केला पाहिजे, परिसर स्वच्छ ठेवला पाहिजे, व्यक्तिगत स्वच्छता पाळली पाहिजे, संतुलित आहार घेतला पाहिजे आणि आपली जीवनशैली निरोगी असली पाहिजे, या कशालाही पर्याय नसतो.

आहार आणि प्रकृती

कोणत्याही आजारात योग्य पथ्य पाळणे महत्त्वाचे असते, किंबहुना आहारशास्त्र मानते की मानवी विकारांचे चार प्रकार करता येतात :

१. केवळ आहाराने बरे होणारे आजार
२. पथ्य हाच महत्त्वाचा उपचार असतो; परंतु कधी कधी औषधांची गरज भासू शकते.

३. पथ्य आणि औषधे समान महत्त्वाची असतात.

४. पथ्य गौण, इतर उपचार महत्त्वाचे असतात.

केवळ पथ्याने बरे होणाऱ्या आजारांत अन्नघटकांची ॲलर्जी हा महत्त्वाचा विकार होय. अशा ॲलर्जींचे परिणाम त्वचा, डोळे आणि श्वसनसंस्था यांच्यावर जास्त होतात. अंगावर गांधी उठणे, सूज येणे, डोळे लाल होणे, सर्दी होणे व दमा हे नेहमी घडणारे ॲलर्जीचे आविष्कार असतात. कोणत्या अन्नघटकाची ॲलर्जी आहे हे शोधणे अनेकदा जमत नाही; पण काळजीपूर्वक निरीक्षणाने शोधले तरच ॲलर्जीतून सुटका होण्याचा मार्ग सापडतो. मांसाहार, विशेषत: मासळी व समुद्रातून येणारे खेकड्यासारखे इतर प्राणी, हे ॲलर्जीचे एक नेहमी आढळणारे कारण असते. शाकाहारात डाळी, उसळी व बारीक बिया असणाऱ्या भाज्या ही कारणे असतात. शिवाय लॅक्टोज न पचणे, ग्लुटेन न पचणे ही कारणे आहारातील योग्य बदलाने नीट करता येतात. वजन वाढणे, शरीरात मीठ साचून सूज येणे, अशा आजारातदेखील पथ्याचाच भाग महत्त्वाचा ठरतो. मधुमेह, रक्तदाब वाढणे, रक्तातील मेदघटक वाढणे, गाऊट (रक्तातील युरिक ॲसिड वाढणे) इत्यादी आजारांतदेखील पथ्य फार महत्त्वाचे ठरते. यकृताच्या आजारात प्रथिने किती द्यावीत हा फार महत्त्वाचा प्रश्न असतो. प्रथिनांच्या कमतरतेने यकृताच्या पेशींचे कार्य व्यवस्थित होऊ शकत नाही, तर उलटपक्षी यकृताचे कार्य नीट चालत नसल्यास प्रथिनांच्या सेवनावर मोठीच मर्यादा घालावी लागते. त्याचप्रमाणे मूत्रपिंडांच्या आजारात प्रथिने भरपूर द्यायची की त्यांच्या सेवनावर मर्यादा घालायची हा एक महत्त्वाचा मुद्दा ठरतो. हृदयविकारात बहुतेक वेळा मीठ कमी करणे अथवा पूर्ण वर्ज्य करणे आवश्यक अडते. फेफरे येणाऱ्या रुग्णाच्या आहारातून कर्बोदके कमी करून स्निग्ध पदार्थ वाढवणे हिताचे असते. मानवी शरीरात फारच थोडे आजार असे आहेत, की जेथे आहाराचे महत्त्व नगण्य असेल.

आहाराचा विचार करताना शाकाहार आणि मांसाहार याबद्दल विचार स्पष्टपणे मांडणे आवश्यक आहे. कोणताही आहार (शाकाहार, मांसाहार, मिश्राहार) आपल्या शरीराच्या बाहेर असताना त्याला तो वनस्पतिजन्य किंवा प्राणिजन्य अशी संज्ञा लावण्यास पात्र असतो. आपण जे काही खातो त्याचे ग्लुकोज, अमायनो आम्ले व मेदाम्ले यात आपल्या पचनसंस्थेत विघटन होते.

तेथून या मूळ स्वरूपात ते शोषले जाते. एकदा ते शरीराच्या आत प्रविष्ट झाले की हे घटक शाकाहारातून आले आहेत की मांसाहारातून हे ओळखता येत नाही. शाकाहारातून मिळणारे प्रथिन गौण दर्जाचे समजले जाते, याचे कारण आपल्या आहारातून आपल्याला अमायनो आम्ले (इसेन्शियल अमायनो आम्ले) मिळणे आवश्यक असते. शाकाहारातून ही सगळी एकाच पदार्थातून मिळू शकत नाहीत. उदाहरणार्थ, तृणधान्यांतून मिळणाऱ्या प्रथिनांत लायसिन व मेथिओनिन कमी पडते; तर डाळीत लायसिन भरपूर असते व दुधात मेथिओनिन असते. त्यामुळे परिपूर्ण आहार येण्याकरिता वरणभात, डाळपोळी, मुगाची डाळ वापरून केलेली खिचडी, दूधभात, दहीभात असे पदार्थ सेवणे आवश्यक आहे. शाकाहारातून जीवनसत्त्व बी १२ व टोरीन हे अमायनो आम्ल मिळू शकत नाही. उलटपक्षी मांसाहारातून कोलेस्टेरॉल गरजेपेक्षा जास्त मिळणे शक्य आहे. अतिरेकी कोलेस्टेरॉलच्या सेवनामुळे रोहिणीकाठिण्य हा विकार होणे संभवते. मांसाहारात तंतूंचा अभाव आहे त्यामुळे मलावरोध होणे संभवते. मांसाहारी व्यक्तींमध्ये आतड्याचा कर्करोग अधिक प्रमाणात आढळतो व गाऊटसारखा अतिरेकी प्रथिने घेण्याने वाढणारा आजार बळावतो. शाकाहार घ्यावा किंवा मांसाहार घ्यावा हे त्या-त्या आहारातील गुणदोषांची माहिती करून घेऊन निवडणे सुज्ञपणाचे होईल. शास्त्रीय विचारात भूतदया, अहिंसा इत्यादी धार्मिक संकल्पना मिसळल्या तर वैचारिक गोंधळ होताना दिसतो. आपल्या जीवनात धर्माचे महत्त्व कमी नाही; पण विचारांची गफलत होऊ नये एवढेच. आपण घेतलेला निर्णय कोणत्या कारणावर अवलंबून घेतला आहे हे स्पष्टपणे समजून मग घेणे सुसूत्र विचारसरणीचे लक्षण आहे.

■■■

मन करा रे प्रसन्न

केवळ अपंगत्व अथवा आजार यांचा अभाव म्हणजे आरोग्य असे नसून, शारीरिक, मानसिक, सामाजिक आणि आध्यात्मिक सुस्थिती म्हणजे आरोग्य, ही आरोग्याची जागतिक आरोग्य संघटनेने केलेली व्याख्या सुपरिचित आहे. मानसिक आरोग्याची कल्पना सुस्पष्ट करणे जरुरीचे आहे. मन म्हणजे काय, मनाचे आरोग्य कसे ठरते, निरोगी मन कशाला म्हणायचे, अशा प्रश्नांची उत्तरे अनेकांच्या मनात असावीत तेवढी सुस्पष्ट नसतात. परिणामी, मनाचे आरोग्य राखायचे म्हणजे नेमके काय करायचे, याबद्दल गोंधळ होणे स्वाभाविक आहे. शरीराचे, मनाचे, समाजाचे आरोग्य याचा हेतू सर्वांचे हित असे असले पाहिजे. या 'हिताचे' या शब्दात दोन महत्त्वाच्या संकल्पना आहेत. कसे जगावे व का जगावे, या दोन्ही प्रश्नांची उत्तरे मिळणारा मार्ग निरामयतेकडे नेतो. मनाचे स्वास्थ्यदेखील या दोन्ही प्रश्नांची दखल घेण्याच्या मार्गाने जाण्यानेच प्राप्त होणार आहे.

शरीर जिवंत असणे आणि निरोगी असणे अशा दोन बाजू जितक्या महत्त्वाच्या आहेत, तितक्याच मन सुखी असणे आणि सामाजिक जबाबदाऱ्यांची जाणीव ठेवणारे असणे महत्त्वाचे आहे. मनाचे आरोग्य भावनात्मक आणि बौद्धिक अशा दोन पातळ्यांवर सांभाळणे आवश्यक आहे. भावना माणसाला का जगायचे याचे उत्तर देतील; तर कसे जगायचे, याचे उत्तर बुद्धी देईल. दुचाकी वाहनाच्या दोन्ही चाकांप्रमाणे मनातील भावना व बुद्धी या दोघांनाही सारखेच महत्त्व आहे.

वैज्ञानिक दृष्टिकोनातून मन ही मेंदूची एक कार्यकारी पद्धत आहे. मेंदूची अनेक कार्ये आहेत. श्वसन, रुधिराभिसरण, पचन, मल-मूत्र विसर्जन, हालचाल इत्यादी सर्व कामांचे नियोजन मेंदूचे विविध भाग करत असतात. किंबहुना आपल्या शरीराचा एकही भाग मेंदूच्या नियंत्रणाविना सुसूत्र काम करू शकत नाही. यातील एक विशिष्ट कार्यकारी पद्धत म्हणजे संवेदना. ओळख, स्मृती, भावना, विचार, ऊहापोह, निर्णय, भाषा व कार्यवाही ही सर्व कामे एकत्र कार्यरत असतात, त्याला मन म्हणायचे. मेंदूच्या वेगवेगळ्या भागांतील पेशी एकमेकांना बरोबर घेऊन हे कार्य करत असतात. मनाची सर्व कार्ये जाणिवेच्या कक्षेतील नसतात, किंबहुना मानवी मनाचा एक दशांश भाग जाणिवेच्या कक्षेत असतो, तर नऊ दशांश भाग सुप्त मनाच्या कक्षेत असतो, असे मानसशास्त्र मानते. सुप्त मनातील घडामोडी व्यक्तीला समजत नाहीत; परंतु त्या व्यक्तीच्या अस्तित्वावर, प्रकृतिस्वास्थ्यावर, स्वभावावर, व्यक्तिमत्त्वावर, आवडीनिवडीवर मोठ्या प्रमाणात प्रभाव पाडतात. अनेक मानसिक आणि शारीरिक विकारांचे मूळ या सुप्त मनातील घडामोडीत असू शकते. आपले भीतीसारखे गंड येथेच निर्माण होतात. जागृत मनाला सुप्त मनातील घडामोडी सहज समजत नाहीत; परंतु त्या प्रयत्नाने समजू शकतात. आपल्या वागण्याचा अर्थ समजणे म्हणजेच सुप्त मनातील घडामोडींची जाणीव होणे होय. हे प्रयत्नसाध्य असते; पण अडचणीचे असते. चांगल्या मानसोपचारतज्ज्ञाची मदत त्यासाठी आवश्यक असते.

मन हे मेंदूच्या कार्यकारी पद्धतीला दिलेले नाव आहे. त्याचा अर्थ मन निरोगी ठेवायचे असेल तर मेंदूची रचना यथायोग्य असावी आणि त्याचे कार्य व्यवस्थित चाललेले असले पाहिजे. मेंदूला झालेल्या अपायांनी आणि विकारांनी मनाचे कार्य बिघडते. झोप येणे आणि जागे राहणे हा ताल मेंदूच्या काही पेशींचे समूह सांभाळतात. या पेशींचे कार्य नीट न झाल्यास निद्रानाश अथवा मांद्य असे विकार उद्‌भवतात. टोकाला जाऊन उन्माद किंवा बेशुद्धी अशा स्थितींची प्राप्ती होते. मद्यपानाचे मेंदूच्या कार्यावर होणारे बरेच दुष्परिणाम मनाच्या बिघडलेल्या कार्यानेच प्रगट होतात. वाचाळता, आत्मप्रौढी, सामाजिक संकेत झुगारून देण्याची प्रवृत्ती, अंदाज व निर्णयातील चुका, मांद्य या मद्यपींमध्ये प्रगट होणाऱ्या दुर्गुणांच्या मागे मेंदूचे कार्य नीट न होणे हे कारण असते. यांचेच पर्यवसान भांडण करणे, अपघात होणे, खून, मारामाऱ्या, बलात्कार आदी

समाजविरोधक कार्यात होते. माणसाच्या प्रत्येक कार्याची प्रेरणा मेंदूतूनच येते. मेंदूचे कार्य नीट होणे हा मानसिक आरोग्याचा पाया आहे. याकरिता शरीराची स्वच्छता, व्यायाम, संतुलित आहार, आजारांचे प्रतिबंधन व विकारांचे लवकर निदान आणि सुयोग्य उपचार यांचे महत्त्व आपण पाहत आलेलो आहोत. मेंदूला इजा होऊ न देणे, तेथे जंतूंचा प्रवेश होऊ न देणे, रक्ताचा पुरवठा यथायोग्य होत राहावा यासाठी दक्षता पाळणे या साऱ्यांचे मनाच्या प्रकृतिस्वास्थ्यासाठीचे महत्त्व वेगळे सांगण्याची आवश्यकता नाही. मेंदूला सतत प्राणवायू व ग्लुकोज मिळत राहावे लागते. जीवनसत्त्वे अ, ब संकुलातील ब१, ब६, ब१२, फॉलिक ॲसिड, ओमेगा ३ मेदाम्ले, लोह, सोडिअम, कॅल्शिअम, पोटॅशिअम आदी क्षार आणि पाण्याची नितांत गरज असते.

मेंदूचे काम व्यवस्थित होणे हा जरी मानसिक आरोग्याचा पाया असला, तरी मनाचे आरोग्य मनाच्या कार्यानेच ठरते. संशय, खिन्नता, वैचारिक गोंधळ, विस्मृती, एखादा विचार पुन:पुन्हा येत राहणे (पर्सिव्हिअरन्स), मन सैरभैर भरकटत राहणे यासारखे काहीही असता कामा नये. शिवाय मन शांत असले पाहिजे. मनातले विचार सुसूत्र असावेत. आपले विचार प्रकट करता आले पाहिजेत, ते इतरांना समजतील अशी भाषा वापरता आली पाहिजे. इतरांच्या गरजांची जाणीव असली पाहिजे. आपल्या परिसरातील घटनांची दखल घेतली गेली पाहिजे. त्या घटनांबद्दल आपल्या मनात आपले स्वत:चे असे मत बनवता आले पाहिजे. मन मोकळे ठेवता आले पाहिजे. आपल्यापेक्षा वेगळा असा वैचारिक दृष्टिकोन समजावून घेण्याची तयारी पाहिजे. ज्ञान हे सतत बदलते असू शकते, याची जाणीव हवी. मला ठाऊक आहे तेच संपूर्ण ज्ञान, हा आग्रह योग्य नाही. जितकी जास्त माहिती मिळेल, तितकी मिळवून मगच आपली मते ठरवण्याचा सराव असला पाहिजे.

जीवनातील अनेक उपभोग घेण्याची पात्रता असली पाहिजे; परंतु सुखाचा उपभोग हेच जीवनाचे ध्येय ठरू नये. जीवनाचे ध्येय काय असावे, याचा विचार करता आला पाहिजे. आपल्या जीवनाचे ध्येय ठरवता आले पाहिजे. त्या ध्येयाच्या पूर्तीच्या मार्गाने वाटचाल करत राहिले पाहिजे. निर्भयता हा निरोगी मनाचा पहिला गुण असतो; परंतु यथायोग्य साधकबाधक विचार करणेही आवश्यक असते. निर्भयतेचा अर्थ अकारण धोका पत्करणे असा होत नाही.

स्वाभिमान आवश्यक असतो; परंतु अहंकार माणसाला अध:पाताप्रत नेतो.

स्वाभिमानी व्यक्ती स्वत:चा अकारण अपमान सहन करणार नाही; परंतु अहंकारी व्यक्ती इतरांचा अपमान करण्यात आसुरी आनंद मानत राहते. स्वाभिमानी व्यक्तीमधील सुप्त गुण प्रसंगी प्रगट होतात, कारण त्या व्यक्तीतील अभिमान त्याला चेतवू शकतो. अहंकारी व्यक्तीमध्ये बहुतेक वेळा गुणांचा अभावच असतो. अहंकाराप्रमाणे मत्सराने पछाडलेली व्यक्ती दुसऱ्याचे नुकसान करण्यास प्रवृत्त होते. ज्यांना आपण षड्रिपू म्हणतो, त्याचीच ही दोन उदाहरणे आहेत. बाकीचेदेखील सामाजिक स्वास्थ्याला घातक आहेतच. आपले आनंदाचे क्षण इतरांशी वाटून घेता येणे हे निरोगी मनाचे मोठे लक्षण आहे. आपली प्रगती व्हावी, मनाची उन्नती व्हावी, ज्ञान मिळत राहावे, अशी लालसा असणे हेदेखील सकारात्मक निरोगी मनाचे लक्षण आहे. आपल्या आजूबाजूला काय घडते आहे, ते आपल्या दृष्टीने योग्य आहे का, याचे मूल्यमापन संवेदनाक्षम मन करत राहते. स्वत:चे सुख मिळवण्याचा प्रयत्न स्वाभाविक आहे, तो गैर नाही. जेथे सामाजिक आणि व्यक्तिगत हिताचा प्रश्न येतो, तेथे व्यक्तिगत सुख बाजूला सारता येणे, हे परिपक्व मनाचे लक्षण होय. निरोगी मन असे संवेदनक्षम असते, बऱ्या-वाइटाची जाण असणारे असते. आपल्या आयुष्यात आपण काय करणार आहोत, याची दिशा ठरलेली असते. असे मन विनम्र असते, मोकळे असते, ज्ञानप्राप्तीसाठी आतूर असते, इतरांच्या गरजांना जाणणारे असते, त्यागात आनंद मानणारे असते. यालाच सकारात्मक मानसिक आरोग्य म्हणतात.

मद्यपान, मेंदू आणि मन

मेंदूच्या कार्यावर मद्यसेवनाचे दुष्परिणाम सुपरिचित आहेत. कोणत्याही प्रकारचे मद्य सेवले तरी त्यातील इथाईल अल्कोहोल या रासायनिक रेणूचे व या रेणूंच्या आपल्या शरीरात झालेल्या विघटनातून निर्माण झालेले ॲसिटाल्डिहाईड (acetaldihyde) व ॲसिटिक ॲसिड (acetic acid) या रेणूंचे शरीराच्या अनेक भागांवर विपरीत परिणाम होतात. इथाईल अल्कोहोलचा मेंदूच्या पेशींवर परिणाम होतो. मेंदूच्या पेशी अकार्यक्षम होऊ लागतात, दीर्घकाळ केलेल्या मद्यपानामुळे त्या मरतात. शिवाय, मद्यपींच्या आहारात मोठ्या प्रकारच्या उणिवा निर्माण होतात, त्यामुळे जीवनसत्त्वे व क्षार यांचा अभाव मज्जासंस्थेवर आघात करतो.

मद्यपी व्यक्तीला मद्यपानाची इतकी चटक लागते की मद्याचे रक्तातील प्रमाण घटले तरी मेंदू व मज्जासंस्था कार्य करेनाशा होतात, त्यामुळे अकस्मात दारू पिणे थांबवल्यानेदेखील दुष्परिणाम होतात.

माणूस दारू पिऊ लागला की रक्तातील इथाईल अल्कोहोलचे प्रमाण वाढू लागते. रक्तात ५० ते १०० मिलिग्रॅम्स प्रति शत मिलिलीटर्स एवढे (१ टक्क्यापेक्षा कमी) प्रमाण झाल्यास माणूस वाचाळ बनू लागतो. त्याच्या बोलण्या-चालण्यात, वागण्यात कैफ दिसू लागतो. यामुळे मद्य मेंदूला उत्तेजक द्रव्य आहे असा गैरसमज होतो. वास्तविक मद्य पिण्याने मेंदूचे काम पायरीपायरीने खालावत जाते. आपली सगळी संस्कृती संयमावर अवलंबून आहे. मद्यपानाने हा संयम ढळत जातो. १०० ते २०० मिलिग्रॅमची पातळी आली की कामात चुका होतात, सफाई जाते, नजर स्थिर राहू शकत नाही, तोल जातो, मळमळ- उलट्या होतात. २०० ते ३०० मिलिग्रॅम पातळीवर स्वत:वरचा ताबा जातो. ३०० ते ४०० पातळीत मांद्य येते, झोप अनावर होते. वाहन चालवताना वेग व अंतर यांचे अंदाज चुकू लागतात. रस्त्यावर अपघात होण्याचे मद्यपान हे एक मोठे कारण आहे. ४०० ते ५०० मिलिग्रॅम पातळीवर भान हरपते, व्यक्ती बेशुद्ध होते. ५०० वर पातळी गेल्यास श्वसनक्रिया बंद पडून व्यक्ती मृत्युमुखी पडते. सुरुवातीच्या काळात नैतिकता ढासळू लागते, त्यामुळे कौटुंबिक स्वास्थ्य जाते, स्वभाव भांडखोर बनतो, मित्र व शेजारी यांच्याशी समझोता करण्याची क्षमता नष्ट होते, भांडणे व मारामाऱ्या होतात. व्यवसायातील चुकीच्या निर्णयाचे परिणाम भोगावे लागतात, नोकरीवरून काढून टाकले जाते. एकदा सवय लागली की कोणत्याही मार्गाने दारू मिळालीच पाहिजे, अशी मद्यपीची अवस्था होते. ते पैसे मिळण्याकरिता बायकोला मारहाण करण्यापासून इतरांचा खून करण्यापर्यंत प्रवृत्ती होते.

दीर्घकाळ मद्यपानाने मेंदूच्या पेशी कायमच्या नष्ट होतात. कामवासना उद्दीपित झाली तरी लैंगिक दुर्बलता व वंध्यत्व प्राप्त होते. हातापायाच्या मज्जातंतूंवर विपरीत परिणाम होतो, त्यामुळे पेरिफरल न्युरायटिस हा आजार होतो. हातपाय अशक्त होतात, तेथे मुंग्या येत आहेत अशा भावना येतात, हातापायांची आग होऊ लागते. कालांतराने असह्य वेदना येऊ लागतात. या वेदना कमी व्हाव्यात म्हणून मद्यपी पुन्हा दारू पितो, असे दुष्टचक्र चालू होते.

मद्यपानाने लहान मेंदूच्या पेशी निकामी होतात, त्यामुळे शब्दांचे उच्चार नीट होत नाहीत. चालताना तोल सांभाळता येत नाही. कामातील सफाई नाहीशी होते. दारूमध्ये मिथाईल अल्कोहोल मिसळले गेले की माणसे मृत्यमुखी पडतात, जगली तर आंधळी होतात. दीर्घकाळ मद्यपानाने एकूणच मेंदूचे काम होईनासे होते. आकलन होत नाही, स्मरणशक्ती दगा देऊ लागते, निरीक्षणे चुकतात, बुद्धिमांद्य येते. काहींना अपस्माराचे (Epilepsy) झटके येतात, स्नायू दुर्बल होतात. मेंदूवर झालेल्या परिणामांचा मोठा परिणाम मनावर होतो. भ्रम होऊ लागतात, आवाज ऐकू येतात. बिछान्यावर किडे आले आहेत असे वाटून मद्यपी व्यक्ती ते 'किडे' सतत मारत सुटते. आसपास साप फिरत आहेत असा भ्रम होतो. गुलाबी रंगाचे हत्ती दिसू लागतात. संशयी वृत्ती बळावते. पत्नीच्या (अगर पतीच्या) चारित्र्याबद्दल कमालीची संशयी वृत्ती निर्माण होते, त्यातूनही भांडणे, बेबनाव व विवाहविच्छेदनाचा प्रसंग येतो. क्वचित खूनही केले जातात. काहींची भ्रमिष्टासारखी अवस्था होते व अशी व्यक्ती आपण कोण आहोत, कुठले आहोत, हे सांगू शकत नाही. कोठे तरी भटकत राहतात. मद्यपी व्यक्तींमध्ये इतरांपेक्षा आत्महत्येचे प्रमाण ८६ पट अधिक असते.

केवळ मेंदूवरच नव्हे; तर यकृतावर, हृदयाच्या स्नायूंवर, स्वादुपिंडावर, हाडांवर, मूत्रपिंडावर, अन्ननलिका व जठरावर, गर्भावर व अनेक रक्तघटकांवर इथाईल अल्कोहोलचे दुष्परिणाम होतात. त्या दृष्टीने मद्यपाश हा शारीरिक, मानसिक, बौद्धिक, धार्मिक व आध्यात्मिक आरोग्याला मिळालेला शाप आहे.

■■■

मन शुद्ध तुझं

मन ही काही एखादी वस्तू नव्हे. मनाची रचना याचा अर्थ मनाच्या कार्यपद्धतीची एक संकल्पित योजना. अशी रचना मनाचे कार्य समजण्यासाठी उपयोगी पडते. भारतीय विचारसरणीनुसार चित्त, मन, बुद्धी आणि अहंकार मिळून अंतःकरण चतुष्टय होते. जे आपल्याला जागे ठेवते ते चित्त, विचार करते ते मन, निर्णय घेते ती बुद्धी आणि स्व (आप) आणि इतर (पर) यांतील फरक ओळखतो तो अहंकार, असा सोपा अर्थ डॉ. संप्रसाद विनोद यांनी सांगितलेला आहे. पाश्चिमात्य वैद्यकात मन हे नाव मेंदूच्या एका विशिष्ट कार्यकारी पद्धतीला दिले जाते. संवेदना, ओळख, स्मृती, भावना, विचार, ऊहापोह, निर्णय, भाषा आणि कार्यवाही या समुच्चयाला ‘मन’ ही संज्ञा लावली जाते. विसाव्या शतकाच्या सुरुवातीला पाश्चिमात्य वैद्यक मनाचे महत्त्व जाणू लागले. मनाचा वेगळा अभ्यास सुरू झाला. यात सर्वप्रथम डॉ. फ्रॉईड यांचे नाव घेतले जाते. मनाच्या कार्यकारी रचनेची त्यांनी एक संकल्पना मांडली. आपले अस्तित्व जाणून व्यवहार करणारा मनाचा गाभा ‘इड’, त्याला मार्गदर्शन करणारे ‘इगो’, या इगोला मार्गदर्शन करणारा तो ‘सुपर इगो’ या धर्तीवर त्यांनी मनाची कार्यकारी रचना ठरवली. आपल्या वैयक्तिक वासना आपल्या अनेक मानसिक प्रक्रियांच्या पाठीशी असतात, त्या आपल्या सुप्त मनात राहतात. आपल्या जागृत मनातील व्यवहार आपण जाणतो; पण या मनाला प्रेरणा कशी मिळते, हे पाहण्याकरिता सुप्त मनाचा अभ्यास आवश्यक आहे. या विचारांचा थोडा परिणाम पाश्चिमात्य मानसशास्त्रावर होत राहिला होता, अजूनही हा विचार पूर्ण बाद झालेला नाही.

गेल्या शतकाच्या मध्यानंतर डॉ. एरिक बर्न यांनी मांडलेली मनाच्या रचनेची आणि कार्याची कल्पना अधिक पटते. जन्मत: मुलाला मन असते, हे स्वयंकेंद्रित असते, याला 'बालक मन' (चाईल्ड) म्हणतात. या मनाचे मुख्य कार्य उत्साह, चैतन्य, कुतूहल निर्माण करणे; स्वत:च्या इच्छांची पूर्ती लगेच आणि पूर्णपणे, आताच आणि इथल्या इथे झाली पाहिजे असा आग्रह असतो. राग, आनंद, वाईट वाटणे या सर्व भावना लगेच प्रकट होतात. अहंकार चटकन जागृत होतो, लगेच सुखावतो आणि दुखावतोदेखील. 'तडजोड' ही संकल्पना या मनात नसते. बदल मनाला रिझवतो. हे मन कशातही फार काळ रममाण होऊ शकत नाही. कितीही महाग खेळणे दिले तरी थोड्याच वेळात त्याचा कंटाळा येतो व मग बदल म्हणून खोकी, बाटल्यांची बुचे व रंगीबेरंगी वस्तूही अधिक आकर्षक वाटतात. परिचितांबरोबर स्वारस्य वाटते, अपरिचितांबद्दल धोका वाटतो. नव्या नव्या गोष्टींची माहिती करून घ्यावीशी वाटते. या बालक मनाचा योग्य उपयोग झाला तर ही व्यक्ती पुढे शास्त्रज्ञ बनते, कारण ही ज्ञानलालसा बालक मनातून येते. अशी माहिती करून घेताना संभाव्य धोक्यांची कल्पना नसते, असली तरी नावीन्याच्या अनुभवाची प्रेरणा इतर विचारांना दूर करते.

ही नावीन्याच्या अनुभवाची गरज सतत नवे हवे, नवे अनुभव हवेत, कपड्यांच्या नव्या फॅशन्स हव्यात, नवे प्रदेश पाहावेत, सतत अनुरंजन मिळवण्याकरिता ललित वाङ्मयाचे वाचन हवे, नाटक-सिनेमा इत्यादी करमणुकीचे प्रकार हवेत, असे अनेक अनुभव मिळवण्यास व्यक्तीला उद्युक्त करत राहते.

माणसाला नावीन्य नेहमीच भुलवते. 'शिशुपाल-वध' या महाकाव्यात थोर कवी भारवि यांनी एक त्रिकालाबाधित सत्य सांगून ठेवलेले आहे.

'क्षणे क्षणे यन्नवतामुपैति तदेव रूपम् रमणीयताया:।। (म्हणजे ज्याचे रूप क्षणाक्षणाला बदलत असते, तेच माणसाच्या मनाला मोहवते).

हे बालक मन आपल्या मनाचा एक महत्त्वाचा भाग असते, ते लहान वयात असते आणि मोठेपणी टिकते. या मनाचा एक पैलू असा असतो की, 'मी सर्वात मोठा, सर्वात महत्त्वाचा आहे.' या मोठेपणाचा दाखला म्हणजे इतरांकडे जे आहे, त्यापेक्षा माझ्याकडे जास्त आहे. एक खेळणे असणे चांगले; पण दोन असणे अधिक चांगले, तीन अधिकच मोठेपणाचे लक्षण. माझ्यापेक्षा जास्त

खेळणी कोणाकडे असली, तर त्याने माझे बालक मन खट्टू होईल. माझ्याकडे शंभर असले, तर ज्याच्याकडे हजार आहेत (वस्तू, पैसे, घरे, डिग्री इत्यादी), त्या व्यक्तीबद्दल माझ्या मनात असूया व राग निर्माण होतो.

मूल साधारण अडीच–तीन वर्षांचे झाले, की मुलाचे आईवडील, मोठी भावंडे व इतर जण मुलाला या जगात कसे वागावे हे शिकवू लागतात. कपडे कसे घालावेत, हाताच्या बोटांचा अथवा चमच्याचा वापर करून कसे जेवावे, मोठ्या माणसांना किंवा देवाला नमस्कार कसा करावा, शब्द कसे बोलावेत अशापासून ते अभ्यास कसा करावा, परीक्षेत उत्तरे कशी लिहावीत, भाजी निवडताना काय बघावे, नवी मोटर घ्यायची असली तर कोणत्या गोष्टी पाहाव्यात असे सारे शिक्षण बाहेरून येते. या मनाला 'पालक मन' म्हणतात. भाषा, गणित, कायदा, संस्कृती, चालीरीती, कलांचा आस्वाद, यश कशाला म्हणायचे याच्या कल्पना या पालक मनात घर करतात. ही सगळी 'माहिती' असते. या माहितीचा उपयोग 'कसे जगावे' या प्रश्नाचे उत्तर देण्यात महत्त्वाचा असतो. रस्ता कसा ओलांडायचा, रेल्वेचा प्रवास करण्यापूर्वी तिकीट कसे काढायचे आणि आरक्षण कसे करायचे अशा माहितीपासून प्रत्येक वेळी 'आभारी आहे' म्हणणे किती आवश्यक आहे, ही सारी माहिती ज्याला त्याला बाहेरूनच मिळते.

अशी ही माहिती पालक मनात पक्की राहते. ही माहिती रोज वापरली जाते; ती उपयुक्तही असते. पालक मन ही माहिती अनेक स्रोतांतून मिळवत राहते. सुरुवातीला आईवडील व इतर कुटुंबीय या माहितीच्या उगमस्थानी असतात. नंतर शिक्षक, गुरुजन, मित्रमैत्रिणी, आदरणीय व्यक्ती, राजकीय–सामाजिक अथवा धार्मिक गुरू, वर्तमानपत्रे, मासिके, पुस्तके, टीव्ही, सिनेमा, नाटके किंवा कोणीही आपला 'गुरू' बनते. छापून आलेले ते सगळे खरेच असले पाहिजे असे पालक मन मानते. सांगणाऱ्यावर श्रद्धा असते, आपली माहिती योग्य असल्याची खात्री असते, आपल्या श्रद्धास्थानांना कोणीही आव्हाने दिलेली खपत नाहीत. जीवनाला दिशा देण्याकरिता, मूल्ये ठरवण्याकरिता, ती मिळण्याकरिता लागणाऱ्या कौशल्याची प्राप्ती करण्याकरिता पालक मनाची आवश्यकता असते.

तथापि पालक मन कारणमीमांसेत जात नाही. हे असे का आहे, हा प्रश्न पालक मनाला पडत नाही. स्त्रियांचे क्षेत्र चूल आणि मूल एवढेच असावे, असे

पालक मनाने एकदा मानले की हे मूल्य त्रिकालाबाधित राहणार. असे का? असेच असावे का? दुसरे काही पर्याय असू शकतात का? ज्या काळात हे मूल्य मानले गेले, त्यामानाने आताचा काळ बदलला आहे. बदलत्या काळाबरोबर परिस्थिती, जाणीव, सामाजिक स्थिती बदलणे निसर्गक्रमप्राप्त आहे, असा विचार ज्या मनात येतो, त्याला 'चालक मन' म्हटले जाते. आपल्या बालक मनातून येणाऱ्या इच्छाआकांक्षा, आवडी आणि पालक मनात असणारी मूल्ये यांना पुन:पुन्हा तपासून त्यांना आजमितीस योग्य असा आकार देणे हे या चालक मनाचे सर्वात महत्त्वाचे कार्य आहे. श्रेयस आणि प्रेयस यांतील निवड म्हणजेच चालक मन आणि बालक मन यातील प्रेरणांपैकी एकाची निवड होय. ज्या व्यक्ती आपल्या चालक मनाला जागृत ठेवून सदैव श्रेयसचीच निवड करतील, त्यांनाच 'तडजोड करणे' ही संकल्पना पटू शकते. कोणत्याही मूल्यामागे असणारे तत्त्व जाणणे हे चालक मनाचे काम असते.

बालक मन काय हवे ते सांगते. ते कसे मिळवावे हे पालक मन सांगते. ते मिळवावे किंवा नाही आणि मिळवायचे असल्यास केव्हा मिळवावे हे चालक मन सांगते. लहान वयात कौटुंबिक स्वास्थ्य लाभल्याने बालक मन निरोगी राहते. घरातील संस्कार आणि आपण केलेला अभ्यास यातून पालक मन सुदृढ होते. आपले चालक मन सतत जागृत ठेवून मनातील विचार व्यवहार्य आहेत किंवा कसे, त्याचे परिणाम आपल्यावर आणि आपल्या स्वीयस्वकीयांवर आताच नव्हे, तर कालांतराने काय होतील याचा सतत अंदाज घेत राहण्याने, आपल्या निर्णयाने होणारे परिणाम पाहून त्यात यथायोग्य बदल करण्याने चालक मन कार्यान्वित राहील. तिन्ही मानसिक अवस्थांची परिपूर्ण मनाला आवश्यकता आहे. बालक मन लहान वयातच खुडले गेले की नव्या गोष्टींमुळे येणारा आनंद नष्ट होईल, जीवन नीरस होऊ लागेल. काय करावे आणि कसे करावे हे समजले नाही, तर जीवन अयशस्वी होईल. आपण करतो ते का करतो हे समजले नाही, तर 'योग्य केले' तरी 'अपयश आले' अशी खंत करण्याची पाळी येईल. आपल्या मनातील या तिन्ही अवस्था सांभाळणे, त्यांना जोपासणे म्हणजे मनाची सुस्थिती टिकवणे होय.

मेंदूची रचना व कार्य

मन हे मेंदूच्या विशिष्ट कार्यकारी स्थितीचे नाव आहे. मेंदूची रचना व कार्य यावर मनाचे कार्य ठरते. मेंदूची रचना गेल्या कोट्यवधी वर्षांत हळूहळू उत्क्रांत होत आलेली आहे. आपला सध्याचा मेंदू २७५ दशलक्ष वर्षांपूर्वी पृथ्वीतलावर असणाऱ्या 'सरपटणाऱ्या प्राण्यांच्या' (Reptiles) मेंदूतून उत्क्रांत झाला. या सरपटणाऱ्या प्राण्यांचा मेंदू मुख्यत्वे अस्तित्व टिकवण्याच्या कार्यात गुंतलेला होता. व्यक्तीचे अस्तित्व टिकण्याकरिता अन्न मिळवणे, पचवणे, रुधिराभिसरण, श्वसन, मलमूत्र विसर्जन आणि हालचाल करण्यासाठी स्नायू, सांधे व अस्थी या साऱ्या संस्थांवर या मेंदूचे नियंत्रण असते. शरीरात पाणी कमी पडले की तहान लागावी, हातापायांच्या स्नायूंना चालना देऊन पाण्याच्या साठ्याकडे शरीराला न्यावे, पाणी पिण्याची क्रिया करावी, अन्ननलिका, जठर व आतड्यांची योग्य हालचाल करून पाणी शोषले जावे, पाण्याची रक्तातील पातळी योग्य आली की तहानेची भावना मावळावी, पाणी जास्त झाले तर मूत्रपिंडांना योग्य संदेश देऊन मूत्रामार्फत जादा पाणी बाहेर टाकून द्यावे ही सारी कामे हा मेंदू पाहतो. अन्न घेणे, शरीराची वाढ करणे व झीज भरून काढणे, प्रतिकारशक्तीला चालना देणे हीसुद्धा कामे याच मेंदूची होत. संकटसमयी युद्ध अथवा पलायनाच्या निर्णयाची कार्यवाही येथेच होते. या मेंदूचे आजही हे महत्त्वाचे कार्य आहे. व्यक्तिमत्त्व अस्तित्वाबरोबरीने आपल्या जमातीचे अस्तित्व टिकवण्यासाठी प्रजनन संस्था राबवण्याच्या कार्यावरदेखील याच मेंदूची देखरेख असते. या रेप्टायलिन ब्रेन (Reptiline Brain)ला R Complex म्हणतात. साधारण १७५ दशलक्ष वर्षांपूर्वी या मेंदूच्या बाजूने वर्तुळाकार एका मेंदूची वाढ होऊ लागली. हा मेंदू बाजूने वेटोळे घालत होता म्हणून त्याला लिंबिक (Limbic) म्हणजे बाजूचा मेंदू (Limbus म्हणजे शरीराचे बाजूचे भाग) हे नाव दिले गेले आहे. स्मरणशक्तीचे हे एक महत्त्वाचे केंद्र आहे. आत्मभाव येथे जागृत होतो. काळकल्पना येथे समजते. अहंकाराचे हे महत्त्वाचे स्थान आहे. 'बालक मेंदू'चे हे स्थान होय. जिज्ञासा, उत्साह येथे असतो; परंतु तडजोड करण्याची क्षमता या भागात नसते. भावना येथेच निर्माण होतात व समजतात. आपले निर्णय भावना घेतात तेव्हा हा मेंदूचा भाग आपला ताबा घेतो.

गेल्या एक दशलक्ष वर्षांत मेंदूच्या आवरणात बदल होऊन नवा मेंदू तयार

होऊ लागला. याला निओकॉर्टेक्स (Neocortex) म्हणतात. निओ म्हणजे नवा. भाषा येथे समजते. एकूण काहीही नव्याने समजण्याची क्रिया येथेच घडते. तडजोड करण्याची क्षमता निओकॉर्टेक्समध्येच असते. वैचारिक व्यवहार येथेच होतात. प्रदीर्घ काळकल्पना येथे समजू शकते. प्रश्न समजणे, त्यांची उत्तरे काढणे, ज्ञान मिळवणे ही सारी निओकॉर्टेक्सची कामे आहेत. सामान्यपणे ज्याला 'बुद्धी' म्हणू त्याचे स्थान येथे आहे. ही निर्णयात्मक शक्ती आहे. बुद्धिमत्तेची जनुके (जीन्स) आईकडून मुलांकडे येतात; परंतु ही आनुवंशिकतेतून आलेली बुद्धिमत्ता आपण कशी वाढवतो यावर अखेर बुद्धिमत्ता ठरते.

या १७५ दशलक्ष वर्षांत मेंदूची मधली वाढ झाली, त्याला Thalamo-Cortical Projection किंवा Subcortical brain म्हणतात. जे काही आपण शिकतो ते येथे साचून ठेवले जाते. आपली भाषा, चालीरीती, पोषाखाच्या पद्धती, आदरातिथ्याच्या रीती, कायदेकानून, संस्कृती हे सारे 'बाहेरून' यावे लागते व ते प्रथम निओकॉर्टेक्स समजतो व या सबकॉर्टिकल भागात साचून ठेवतो. ते जसे कळले त्याच स्वरूपात साचवण्याचे काम या मेंदूचे आहे. हे तसे का आहे, हे सांगण्याचे काम या मेंदूचे नाही, ते काम निओकॉर्टेक्सचे आहे.

A अशा आकृतीला 'ए' हे मूळाक्षर म्हणायचे हे ज्ञान थॅलॅमोकॉर्टिकल सबकॉर्टेक्समध्ये जन्मभर राहील व वापरले जाईल; पण A हा असा का, या प्रश्नाचे उत्तर निओकॉर्टेक्स काढू शकते. माणूस प्रथम चित्रलिपीत आपले विचार आणि भाषा नोंदवू लागला. इजिप्शियन पिरॅमिडमध्ये ल्फ्स नावाचा बैल आहे. चित्रलिपीत तो  या चित्राने दाखवत. पुढे युफ्रेटिसव तैग्रिस नद्यांच्या खोऱ्यांत मेसापोटेमियन संस्कृती निर्माण झाली. त्या लोकांनी देशी–विदेशी बाजारहाट केला. वस्तूंच्या किमती सांगताना किती 'बैल' असे सांगण्याचा प्रस्ताव होता. ओल्या मातीवर खिळे दाबून ते खुणा करत.  ही बैलाची खूण गोल फिरवली गेली  अशी वाचली. ती ग्रीकांनी α (अल्फा) म्हणून स्वीकारली. रोमन लोकांनी पुन्हा फिरवून A केला. हे 'समजणे' हे निओकॉर्टेक्सचे कार्य होय.

■■■

मी असा... तू कसा?

आपल्या स्वत:बद्दल प्रत्येकाचे काही गुणग्रहण होत असते. आपले केवळ अस्तित्व क्वचितच आपल्या जाणिवेत येते. अस्तित्व 'असते', नुसते 'असते'. अस्तित्वाला गुणदोष नसतात. अस्तित्व काळे–गोरे, उंच–ठेंगू, गरीब–श्रीमंत, विद्वान–निरक्षर असे काही विशेषणाने युक्त नसते. जेव्हा त्या अस्तित्वात काही गुण प्रगट होतात, तेव्हा त्या गुणांची जाणीव म्हणजे अस्मिता. मी पुरुष आहे, माझी मातृभाषा मराठी आहे, मी पुणेकर आहे, मी सुशिक्षित आहे इत्यादी 'गुण' माझ्या अस्तित्वावर आरोपित झाल्यामुळे 'मी' ओळखला जातो. या गुणांपैकी काहींची आठवण मला आनंद देते, त्याला स्वाभिमान म्हटले जाते. मला माझ्या देशाचा, भाषेचा, संस्कृतीचा अभिमान असणे आवश्यक असते. संकटाच्या वेळी हा अभिमान सुप्त गुणांना प्रकट करतो. स्वाभिमानशून्य जिणे हे लाजिरवाणे जीवन आहे. जीवनात तडजोड आवश्यक असते; परंतु स्वाभिमानशून्यता क्षम्य नाही. *'न भीतो मरणादस्मि केवलम् दूषितम् यश:।।'* हे चारुदत्ताच्या तोंडचे वाक्य यास्तव वाङ्मयात अजरामर झाले आहे. ('मृच्छकटिक' नाटकातील धीरगंभीर नायक चारुदत्त म्हणतो, 'मी मरणाला भीत नाही; परंतु माझ्या आयुष्यावर दूषणे येण्याची मला घृणा आहे.') या स्वाभिमानाचा अध:पात अहंकारी वृत्तीत होणे हेही टाळलेच पाहिजे. स्वाभिमानी व्यक्ती स्वत:चा अकारण अपमान सहन करणार नाही; पण इतरांचाही अपमान करणार नाही. अहंकारी व्यक्ती इतरांचा पदोपदी अपमान करण्यातच आसुरी आनंद मानत राहते. स्वाभिमान अवश्य हवा, अहंकार अजिबात नको.

आपल्या अस्मितेची जाणीव नवजात बालकाला, कदाचित गर्भस्थ जिवालादेखील असते. या अस्मितेचे स्वरूप स्वतःच्या गरजा जाणणे, त्या न मिळाल्यास अस्वस्थ होणे, त्या मिळाल्यास तृप्त होणे असे असते. जन्मानंतर कित्येक महिने, कदाचित वर्ष-दीड वर्षाचे होईपर्यंत बाळ साऱ्या कुटुंबाची लाडकी व्यक्ती असते. बाळाच्या साऱ्या इच्छा तत्काळ पुरवल्या जाण्याची धडपड मातेपासून सर्वांची चालू असते. बाळाला आपण स्वतः विश्वाचे केंद्र आहोत, सुखी आहोत, समाधानी आहोत, तृप्त आहोत, समृद्ध आहोत असे वाटते. या स्थितीला डॉ. एरिक बर्न आणि डॉ. थॉमस हॅरिस यांनी 'आय ॲम ओके' अशी भावस्थिती असे नाव दिले. या स्थितीला आपण 'अहम् ब्रह्मास्मि (मी तर केवळ ब्रह्मच आहे) असे नाव देऊ शकतो. साधारण बाळ दोन-अडीच वर्षांचे झाले, की आपल्या सुखदुःखाचा स्रोत बाहेरून आहे हे त्याला उमगू लागते. आपली आई आपल्याला दूध देते, जेवण देते, प्रेम देते, संरक्षण देते; थोडक्यात, आपले सुख, शांती, समृद्धी, तृप्ती, समाधान, आनंद देणारी व्यक्तीच फार महत्त्वाची, फार चांगली आहे अशी भावना येते. या भावस्थितीला 'यू आर ओके' असे नाव दिले गेले. आपण त्याला 'तत्त्वमसि स्थिती' म्हणू शकतो. असा मी सर्वश्रेष्ठ ब्रह्म आहे, तसेच सुख देणारी व्यक्तीसुद्धा सर्वश्रेष्ठ ब्रह्म आहे. 'आय ॲम ओके ॲण्ड यू आर ओके' अशी भावस्थिती निर्माण झाली, ती टिकून राहिली, तर मुलाचे आणि पुढच्या आयुष्यात त्या व्यक्तीचे व्यक्तिमत्त्व संतुलित राहील. ही व्यक्ती स्वाभिमानी असेल आणि इतरांचाही आदर ठेवेल. स्वतःचे हित पाहील व इतरांच्या हिताचाही विचार करेल.

भावविश्वाच्या जडणघडणीत इतर काही घटना घडू शकतात व भावस्थिती बदलू शकते. मुलाच्या वाढत्या वयात संस्कार घडवणे हे फार महत्त्वाचे असते. कुटुंबात आणि समाजात राहायचे असेल, तर नीती, धर्म, कायदा, चालीरीती कळल्या पाहिजेत, तसे वागले पाहिजे. या नीती, धर्म, कायदे, चालीरीती शिकताना काही कष्ट अपरिहार्य आहेत. भूक लागल्यावर लगेच दूध मिळावे अशी इच्छा असते. आईने ठरवलेले असते, की चार तासांनी दूध द्यायचे. आता मी मागितले तरी देणारी व्यक्तीच अधिक अधिकारी आहे, मग मी कसला ब्रह्म? मी तर एक साधा स्तंभ आहे, आईवडीलच ब्रह्म आहेत. या भावस्थितीला डॉ. बर्न आणि डॉ. हॅरिस 'आय ॲम नॉट ओके, यू आर ओके' स्थिती असे नाव

देतात. ही स्थिती जर टिकून राहिली तर त्या व्यक्तींना न्यूनगंड येतो. 'आमचे कसचे बरे होणार?', 'आम्ही अपयशीच ठरणार!', 'परीक्षक नेमके मलाच सर्वात कठीण प्रश्न विचारणार!', 'ऑफिसमध्ये आम्ही बॉसना आवडणारच नाही!', 'प्रेम कोणीही करेना' अशी 'फिर्याद खोटी' करत राहणार! 'तुम्ही फार मोठे! मी मूर्ख, अज्ञानी, ठोंब्या; पण तू परमेश्वर, सर्वज्ञानी, सर्वशक्तिमान आहेस. मी प्रजा तर तू सम्राट. मी सदैव तुझी स्तुतीच करत राहणार. माझी पायरी ओळखूनच मी वागलेले बरे', असे म्हणणार. आपल्यापेक्षा दुसरे कोणीही अधिक चांगले, अधिक नशीबवान कसे आहे, याचेच चिंतन करणार. माझ्या हातून काही होणार नाही, तुम्हीच माझा उद्धार केलात तर काही अर्थ राहील, अन्यथा जीवनाला अर्थ नाही. सेवाभाव हाच परम पुरुषार्थ आहे, मालक म्हणून कधीही नाही; परंतु एक प्रामाणिक विश्वासू नोकर म्हणून राहणे हेच माझ्या जीवनाचे इतिकर्तव्य आहे, अशी विचारसरणी या भावस्थितीतील व्यक्तीची होत राहते. कधीकधी उलटेही घडू शकते. आपले आईवडील, आपले शिक्षक, आपल्या समाजाला स्थैर्य देण्याची जबाबदारी असणारे अधिकारी यांत मोठे दोष आहेत, अशी भावना निर्माण होते. मी योग्य आहे; परंतु मी ज्यांच्या सान्निध्यात आहे, ज्यांच्यावर माझे अस्तित्व अवलंबून आहे, ती यंत्रणाच वाईट आहे. मी ब्रह्म आहे; पण इतर सगळे स्तंभ आहेत.

'आय ॲम ओके, यू आर नॉट ओके' ही विचारसरणी व्यक्तीला अहंमन्य बनवते. आपण श्रेष्ठ आहोत असा गंड तयार होतो, अहंकार बळावतो. मी ज्ञानी आहे, तुम्ही सारे अज्ञानी– मूर्ख आहात. मला काय ते कळते, तुम्ही माझे ऐकले पाहिजे. मी श्रीमंत आहे, तुम्ही दरिद्री आहात. मी रूपवान आहे, तुम्ही बेढब आणि कुरूप आहात. माझी भाषा, माझी संस्कृती, माझे विचार उच्च आहेत. तुम्ही अद्याप वैचारिक प्रगतिपथावर आहात. माझ्या तोडीचा या जन्मात होणे तुम्हाला जमणार नाही. माझा विचार इतरांपेक्षा इतका चांगला आहे की इतर विचारांची दखल घेण्याचे कारण नाही. सगळ्या विचारांत, भावनांत, भाषांत सर्वत्र 'मी' असल्याखेरीज पाऊल पुढे पडणारच नाही. इतरांची मी सतत निंदाच करत राहतो. माझे श्रेष्ठत्व पटवण्याचा तो मला एक सोपा मार्ग सापडलेला असतो. मी श्रेष्ठ आहे, असे म्हणणे कधी कधी कठीण असते, इतर वाईट आहेत असे म्हणणे सोपे असते. आपल्या अहंकाराची तृप्ती

इतरांच्या निंदेत करून घेणे सोपे होते. मी सतत नावे ठेवत राहतो, टीका करतो, दोष दाखवतो. तसे करताना दुसऱ्यांना सुधारण्याचा हेतू असण्याचा आवही आणतो. हा आव मी श्रेष्ठ असल्याचा आविष्कार असतो. इतरांना सुधारायचे हा ज्यांचा खरा हेतू असतो, त्यांना कोणालाही दुखवण्याची गरज नसते. 'सत्यम ब्रूयात प्रियम ब्रूयात न ब्रूयात सत्यमप्रियम।।' महाभारतात हे एक मार्गदर्शक तत्त्व सांगितले आहे, 'खरे बोलावे, आवडीचे बोलावे; परंतु खरे आहे म्हणून दुखावणारे बोलू नये.'

अस्मितेची चौथी पायरी म्हणजे मुलाला आपल्या असहायतेची जितकी जाणीव होते तितकीच इतरांच्या अवगुणांचीही जाणीव होत राहते. 'मी तर स्तंभ आहे; पण तुम्हीसुद्धा केवळ स्तंभच आहात!'; 'आय ॲम नॉट ओके, यू आर नॉट ओके'. 'या जगात काहीच चांगले नाही. चांगले वागण्याला अर्थ नाही. कितीही कोणासाठी केले तरी कोणालाही त्याची जाणीव नाही. मी घरात ४० वर्षे मरमर काम करते आहे एखाद्या मोलकरणीसारखी; पण त्याची जराही किंमत घरातल्यांना नाही. आमच्या ऑफिसमध्ये कष्ट आणि गुण ओळखले जात नाहीत. तेथे ओळख आणि वशिलाच लागतो; कारण सारे अधिकारी लाचखाऊ आहेत. या जीवनातच अर्थ नाही. सगळा संसार सोडून कोठे तरी निघून गेलेले बरे.' ही मनोवृत्ती बळावली म्हणजे सगळ्यातून पीछेहाट सुरू होते.

या चारही भावविश्वांच्या स्थिती ओळखता येतात. आपल्या स्वत:च्या वागणुकीतील गुणदोषांची कारणमीमांसा कळू शकते. आपले निर्णय आपण आपल्या कोणत्या भावस्थितीत असताना घेतले आहेत याची जाणीव ठेवणे महत्त्वाचे आहे. सर्वात संतुलित स्थिती 'अहम् ब्रह्मास्मि–तत्त्वमसि' – 'आय ॲम ओके, यू आर ओके' ही आहे. ही आणण्याचा प्रयत्न करणे जरुरीचे आहे, त्याकरिता जरूर पडली तर समुपदेशनाचा फायदा अवश्य करून घ्यावा. आपले विचार, आपल्या भावना, आपल्या स्मृती मोकळेपणे प्रकट करण्याने आपल्या स्वत:लाच हे जमणे शक्य आहे.

संस्कार, तडजोड आणि संधी

मानवाच्या वाढीचा एक महत्त्वाचा भाग म्हणजे संस्कार. कुटुंबात अथवा समाजात कसे वागायचे याचे मार्गदर्शन करणारी तत्त्वे आपल्या व्यक्तिमत्त्वाचा

एक भाग होणे म्हणजे संस्कार. जन्मतः आपण सारे पशू असतो, फक्त आपल्या स्वतःच्या गरजांची आणि सुखाची जाणीव असते. या पाशवी वासनांचे रूपांतर समाजमान्य विचारआचारांत करणे म्हणजेच संस्कार करणे. उत्स्फूर्त इच्छांना मुरड घालून इतरांच्या गरजांची जाणीव ठेवणे म्हणजे सुसंस्कृत मन. यासाठी मुलाच्या वाढीत 'अमुक करू नकोस', 'तमुक करू नकोस', 'असेच वाग', 'असे बोलू नकोस', 'आवाज लहान कर' अशा अनेक सूचना सतत देणे भाग असते. आपले वागणे आपल्या आईवडिलांना (आणि पुढच्या आयुष्यात समाजाला) पसंत पडावे, ही प्रेरणा संस्कार करून घेण्यासाठी उपयोगी असते. स्वतःच्या इच्छा पुऱ्या व्हाव्यात ही प्रेरणा तर उपजतच आहे. या दोन प्रेरणांमधील संघर्ष मूलभूत आहे, अटळ आहे. या संघर्षाचा परिणाम इतर कोणत्याही संघर्षाप्रमाणे 'युद्ध अथवा पलायन' या प्रतिसादात होतो. या प्रतिसादाचा एक भाग म्हणजे विविध मनोकायिक विकार. हे संघर्ष अटळ आहेत असे म्हटल्यावर हे परिणाम कसे टाळता येतील?

हे दुष्परिणाम टाळण्याकरिता आपल्या नैसर्गिक प्रेरणा जाणणे व सामाजिक अस्तित्वाची दखल घेऊन संस्कारांचे महत्त्वदेखील समजून घेणे, आवश्यक असते. हे संस्कार एक शिस्त म्हणून किंवा शासनाच्या भीतीने स्वीकारले तर ते संघर्ष आज ना उद्या त्यांचा प्रभाव दाखवू लागतीलच. त्या उलट प्रेरणा नैसर्गिक आहेत, तेव्हा त्याबद्दल अपराधी भावना येऊ देता कामा नये आणि सामाजिक सुस्थिती टिकवण्यासाठी समाजमान्य पद्धतीनेच या इच्छांची पूर्ती करणे योग्य आहे, हे मनापासून पटणे. प्रत्येक गोष्ट करताना ती अशी का करायची हे जर मुलाला समजावून सांगता आले तर या संस्कारांचा 'जाच' होणार नाही, 'आय एम नॉट ओके' ही भावना वाढणार नाही. व्यक्तिगत आयुष्यातील जन्मजात इच्छा व प्रेरणा (Instincts) या जितक्या खऱ्या आहेत, तेवढेच आपले सामाजिक अस्तित्व खरे आहे, हे पटले तर हे संघर्ष निवळतील. माझ्या इच्छा व परिस्थितीची मागणी यात तडजोड आवश्यक आहे. ही तडजोड मला करावी लागते आहे, ही वृत्ती संघर्ष व अपेक्षाभंगाकडे नेते. या उलट असा त्याग माझ्या कुटुंबाच्या व समाजाच्या स्वास्थ्यासाठी करण्याची संधी मला मिळाल्याने माझ्या जीवनाचे सार्थक झाले आहे, ही वृत्ती समाधान देईल. तडजोड अटळ आहे; पण त्या तडजोडीकडे पाहण्याची आपली वृत्ती बदलण्याने

जीवनाचा अर्थच बदलून जाईल. मग चिडचिड, राग, नैराश्य अशा नकारात्मक भावनांना थारा मिळणार नाही. सुख–शांती–समाधान–तृप्ती आपल्या आयुष्यात नांदू लागतील. याकरिता या संघर्षाचे स्वरूप समजावून सांगणे आवश्यक आहे. हे सांगण्याची सर्वात चांगली पद्धत म्हणजे आपल्या वागणुकीने या संघर्षाला कसे स्वीकारता येते याचे उदाहरण मुलांसमोर ठेवणे. मुले आपल्या आईला, वडिलांना, वडीलधाऱ्या मंडळींना, गुरुजनांना वागताना पाहतात. या 'आदर्शां'चे वागणे त्यांच्या मनावर ठसते. त्यातल्या त्यात आपल्या आवडीच्या व्यक्तीचे बोलणे, वागणे व सर्व प्रतिसाद आपण आदर्श म्हणून स्वीकारतो. आपली मुले आपल्यातीलच गुणदोष पाहून स्वतःत ते गुणदोष समाविष्ट करणार आहेत, हे प्रत्येक मातापित्याने व शिक्षकाने ध्यानात ठेवणे आवश्यक आहे.

'मी' आणि 'माझे' यांत गुंतून पडणे स्वाभाविक आहे; परंतु 'आपण' आणि 'आपले' ही वृत्ती धारण करणे म्हणजे सुसंस्कृत होणे.

कांता इमे मे, तनया इमे मे, गृहाः इमे मे, पशवः अस्तु इमे मे।।
एवम नरो मेष समान रूपः, 'मे' 'मे' कृतः कालवृकेन नीतः।।

पत्नी, मुली, घरदार, पशू हे सारे माझे (इमे मे) आहे असे 'मे मे' म्हणणारा माणूस एखाद्या मेंढरासारखा म्हणत राहतो, तेवढ्यात काळ हा लांडग्याच्या रूपाने येऊन सर्व काही घेऊन जातो. असे 'मी' व 'माझे' यांतून सुटका होण्याकरिताच कौटुंबिक जीवनात संस्कार होणे महत्त्वाचे असते. फक्त हे संस्कार होताना मनावर नकारात्मक अनुभवांचा वर्षाव होऊ नये, येथे प्रेम महत्त्वाचे ठरते, अधिकार गौण ठरावा.

■■■

एकतानता तनामनाची...

प्रकृतिस्वास्थ्यामध्ये मन:शांतीचे महत्त्व अनन्यसाधारण असते हे सर्वविद् आहे. शारीरिक स्वास्थ्य अथवा अस्वास्थ्य यांचा मानसिक स्थितीवर होणारा परिणाम सुपरिचित आहे. काही प्रकारच्या तापांमध्ये (विषमज्वर किंवा टायफॉइड) रुग्णाला भ्रम होतो. टायफॉइड हे नाव या मानसिक स्थितीवरूनच दिले गेले आहे. लॅटिन भाषेत टायफस म्हणजे ढग. टायफॉइड म्हणजे ढगाळ. माणसाचे मन ढगाळ होते, निरभ्र नसते, अस्पष्ट दिसते, सभोवतालची ओळख पटेनाशी होते, भ्रम होतो म्हणून टायफॉइड.

मेंदूच्या अनेकविध विकारांत जाणिवेत बदल होतात. दिवसा झोप येते, रात्री निद्रानाश होतो. 'स्लीपिंग सिकनेस'सारख्या परोपजीवी एकपेशीय जंतूमुळे मेंदूत आलेल्या सुजेमुळे व्यक्ती कित्येक दिवस शुद्धीवर नसते. अल्झायमर्स डिसीजमध्ये विस्मृती होते. मद्यपानामुळे संशयी स्वभाव (दी ऑथेल्लो सिंड्रोम : सुप्रसिद्ध नाटककार शेक्सपिअर याच्या ऑथेल्लो या संशयी पात्रामुळे इंग्रजीमध्ये अजरामर झालेल्या नावावरून) बनतो. मेंदूला मार लागलेल्या व्यक्तींचे स्वभाव बदलतात, त्या आक्रमक बनतात, विसराळू होतात. असे होणे समजू शकते; कारण वैद्यकशास्त्राच्या दृष्टिकोनातून मन हे मेंदूच्याच विशिष्ट कार्यकारी पद्धतीचे नाव आहे, हे आपण पाहिलेले आहे. थोडक्यात, संवेदना, ओळख, स्मृती, भावना, विचार, भाषा, निर्णय आणि कार्यवाही ही कार्ये एकत्र घडणे म्हणजे मन. ही सर्व कार्ये मेंदूच्या निरनिराळ्या भागांत होतात. ती कार्ये व्यवस्थित होणे आणि योग्य क्रमाने होणे म्हणजे मन व्यवस्थित असणे. ही सर्व कार्ये मेंदूच्या

भागातील न्यूरॉन पेशी करतात. न्यूरॉन पेशींचे कार्य नीट न होण्याने मनाचे कार्य बिघडते. या विकारांना 'ऑरगॅनिक सायकोसिस' अथवा 'ऑरगॅनिक ब्रेन सिंड्रोम्स' असे म्हणतात.

या नाण्याची दुसरी बाजू म्हणजे मनाचा शरीरावर होणारा परिणाम. शरीर आणि मन हे एकत्र काम करतात. या दोन गोष्टी एकमेकांपासनू दूर करता येत नाहीत. मनातील घटनांचा शारीरिक क्रियांवर लगेच परिणाम होतो. मन खिन्न झाले तर भूक लागेनाशी होते. चिंतातुर व्यक्तीला निद्रानाश जडतो. मनात भय निर्माण झाल्यावर छातीत धडधडते. हातपाय गळून गेल्याचा अनुभव येतो. हे सर्व परिणाम का घडतात, याचे कारण आता वैद्यकशास्त्राला उमगू लागले आहे.

क्रोधासारखी भावना परिस्थितीशी मुकाबला करण्यास व्यक्तीला उद्युक्त करते. संघर्षाची प्रेरणा क्रोधातून निर्माण होते. ही क्रोधाची भावना आपल्या मेंदूतील हिप्पोकॅम्पस नावाच्या भागात निर्माण होते. येथून मज्जापेशींमार्फत मेंदूच्या हायपोथॅलॅमस या भागात चेतना जातात. हायपोथॅलॅमसमधून पिट्युटरी ग्रंथीत विविध स्राव जातात आणि पिट्युटरी ग्रंथीला कार्यप्रवण केले जाते. या पिट्युटरीच्या स्रावांपैकी काहींमुळे आपल्या पोटातील सुप्रारीनल ग्रंथींना चालना मिळते. हिप्पोकॅम्पस-हायपोथॅलॅमस-पिट्युटरी-सुप्रारीनल (एचएचपीएस - ॲक्सिस) अशी शृंखला क्षणार्धात कार्यान्वित झाली, की सुप्रारीनल ग्रंथीतून कॉर्टिसॉल आणि ॲड्रिनॅलिन असे स्राव रक्तात येतात. या स्रावांमुळे शरीर लगेच संकटाला तोंड द्यावयास तयार होते. या तयारीला 'युद्ध अथवा पलायना'ची तयारी (फाइट ऑर फ्लाइट रिस्पॉन्स) म्हणतात.

सामोरे जाऊन युद्ध करणे अथवा पळून जाऊन जीव वाचवणे एवढे दोनच पर्याय जेव्हा उपलब्ध असतात, तेव्हा शरीराची तयारी या दोन्ही पर्यायांसाठी केली जाते. स्नायू ताठरतात, रक्तदाब वाढतो, श्वसन जलद होते, नाडीची गती वाढते, रक्तातील इंधने (साखर, मेदघटक) शरीरातील साठ्यांमधून (यकृत, प्लीहा, मेदाचे साठे) रक्तात आणली जातात. इजा झाल्यास रक्त वाहून जाऊ नये म्हणून रक्त गोठण्याची क्रिया कार्यक्षम होते. ज्या भागांचे या युद्ध अथवा पलायनाच्या कार्यात काम नाही, ती शरीराची सर्व कार्ये स्थगित होतात. उदाहरणार्थ, झोप येणे, पचन होणे, स्मरणशक्ती, प्रजनन, जखमा भरून निघणे, शरीराची वाढ होणे इत्यादी. कोणतीही नवनिर्मितीची क्षमता या

स्थितीत कार्यकारी स्थितीत राहू शकत नाही. एकदा युद्ध संपले किंवा पळून जाऊन निर्धोक जागी पोहोचले, की मग विश्रांती घेता येते. या शांत अवस्थेत स्नायू सैल होतात, झोप येते, पचनक्रिया, प्रजनन इत्यादी कार्यान्वित होते. वाढ नीट होते. नवनिर्मितीची क्षमता आता वाढू शकते. या स्वास्थ्याच्या स्थितीत मन शांत राहते, सुखी होते, उत्साही होते, तृप्त होते, नवनिर्मिती करू शकते. या स्थितीला 'खेळीमेळी'ची स्थिती (प्ले अ‍ॅण्ड स्टे रिस्पॉन्स) म्हणतात.

जीवनातील संघर्षांना तोंड देताना एचएचपीएस अ‍ॅक्सिस वापरला जातो. युद्ध अथवा पलायन यापैकी योग्य मार्गाने जाण्याने 'कसे जगायचे' हा प्रश्न सोडवला जातो. शांत स्थितीत सुखाचा उपभोग घेता येतो, मन शांत राहते, कलांची वाढ जोपासता येते, समृद्धी व तृप्ती अनुभवता येते व 'का जगावे' या प्रश्नाचे उत्तर मिळते. मनाच्या या दोन्ही स्थिती महत्त्वाच्या असतात. कसे जगावे व का जगावे या दोन मूलभूत प्रश्नांनीच मानवी आयुष्य बांधलेले असते. आपले सर्व जीवन या दोनच प्रश्नांची उत्तरे काढण्यात व्यतीत होत असते. जीवन म्हणजे संघर्षाची आणि समस्यांची शृंखला असते. त्या समस्यांना तोंड देता देता मधेच मिळणारे क्षणिक सुख माणसामध्ये जीवनाची अभिलाषा निर्माण करते. ही अभिलाषाच माणसाची प्रेरणा ठरते. ही प्रेरणा नसेल तर माणसाचे मन खिन्न होते, उदास होते. त्याला मरगळ येते, कशातही म्हणजे जीवनातच रस वाटेनासा होतो. याचा अतिरेक म्हणजे आत्मघात किंवा आत्महत्या. याच भावनेचे उलटे चित्र म्हणजे इतरांची हत्या करावी असे वाटते. खेदाचे रूपांतर क्रोधात होते.

खेद असो किंवा क्रोध असो, हत्या स्वतःची असो किंवा दुसऱ्याची असो, नकारात्मक भावनांची दिशा विनाशाकडे जाते. त्याउलट 'स्टे अ‍ॅण्ड प्ले' किंवा एकत्र राहून खेळीमेळीचे वातावरण निर्माण करण्याने सर्व प्रकारचा अभ्युदय होतो. 'सहकारा'ची निर्मिती होते. माणसाला आयुष्यात काही तरी करावेसे वाटणे, हा या 'स्टे अ‍ॅण्ड प्ले', 'खेळीमेळी'च्या भावस्थितीचा मार्ग आहे. ज्या भावनेतून आत्मकेंद्रित वृत्ती जोपासली जाते, स्वार्थ ही विचारांची प्रेरणा बनते, स्वतःचे सुख मिळवणे एवढेच ध्येय बनते, तेथे आप–परभाव जागृत होतो. हा आप–परभाव 'मी', 'माझे', 'मला हवे', 'मालकी', 'हक्क' अशा विचारांना आणि तशा आचारांना प्रवृत्त करतो. त्यातून संघर्ष होतात. युद्ध

आणि पलायनाची तयारी सुरू होते. त्यातून रक्तदाब वाढणे, दमा, अपचन, निद्रानाश, हृदयविकार, पक्षाघात, डोकेदुखी, पाठीचे आजार, त्वचारोग आणि प्रसंगी काही प्रकारचे कर्करोग यांना थारा मिळतो. या रोगांच्या प्रतिबंधनात मनाचे आरोग्य राखणे ही फार महत्त्वाची गोष्ट आहे. मन अनुरंजित असावे, प्रसन्न असावे, कार्यमग्न असावे याकरिता मोकळ्या मैदानात जाऊन खेळ खेळणे, नियमित व्यायाम करणे, सकस आहार ठेवणे, मद्यपान अथवा धूम्रपान अशा सवयींचे गुलाम न बनणे इत्यादी प्रकृतिस्वास्थ्यासाठी आवश्यक त्या गोष्टी केल्याच पाहिजेत. चांगला छंद जोपासावा. संगीत, नृत्य, वाङ्मय, शिल्प, चित्र आदी कलांचा आस्वाद घेता आला पाहिजे. आपले विचार, आपल्या भावना, आपले अनुभव सांगता येणे जरुरीचे आहे. आपली मते व्यक्त करता आली पाहिजेत, इतरांची मते ऐकून घेता आली पाहिजेत, त्यावर साधकबाधक चर्चा घडवून आणता आली पाहिजे. कोणत्याही प्रश्नाच्या सर्व बाजू समजून घेऊन मगच निर्णय घेण्याची सवय लावून घेतली पाहिजे. जीवनात श्रद्धेचे स्थान अनन्यसाधारण असते याची जाणीव ठेवली पाहिजे. आपल्या मनाचे व्यवहार पाहण्याचा नित्य परिपाठ असला पाहिजे. आपल्या मानसिक आणि पर्यायी सर्वच स्वास्थ्याचे मूळ 'युद्ध अथवा पलायना'चा मार्ग टाळून 'एकत्र राहणे आणि खेळणे' हा खेळीमेळीचा मार्ग स्वीकारणे हे आहे हे ध्यानात ठेवले पाहिजे, त्या दृष्टीने जीवनक्रम आखला पाहिजे.

युद्ध अथवा पलायन (Fight or Flight) आणि खेळीमेळी (Stay and Play)

दोन व्यक्ती अथवा दोन व्यक्तिसमूह (समाज) यांत काही ना काही वैचारिक देवाणघेवाण होणे स्वाभाविक असते. या देवाणघेवाणीचे कधी कधी तटस्थता असे स्वरूप असू शकते; परंतु ही तटस्थतादेखील प्रयत्नपूर्वक टिकवावी लागते. बहुतेक वेळा ती दोन टोकांपैकी एक किंवा आलटूनपालटून एक टोक आणि विरुद्ध टोक यात फिरत राहते. एक टोक म्हणजे वैचारिक भिन्नता. या वैचारिक भिन्नतेचे टोक म्हणजे शत्रुत्व. या शत्रुत्वाचे परिवर्तन युद्ध अथवा पलायन या प्रतिसादात होत राहते. असे होण्याचे कारण आपल्या उत्क्रांतीमध्ये आहे. १७५ दशलक्ष वर्षांपूर्वी पृथ्वीतलावर पालीसारखे महाकाय प्राणी होते, त्यांना डायनासोर्स म्हणतात. डायना म्हणजे मोठे, प्रचंड; सोअर्स म्हणजे

सरपटणारे, पालीसारखे असे प्राणी. या प्राण्यांमधील मेंदू केवळ अस्तित्वाशी संबंधित होता. आजही मानवाच्या मेंदूत हा भाग आहे, त्याला आर कॉम्प्लेक्स (R for Reptiles) असे म्हटले जाते. १७५ दशलक्ष वर्षांपूर्वी आपला शत्रू समोर आल्यावर जीव वाचवण्यासाठी दोनच मार्ग उपलब्ध होते. आपला प्रतिस्पर्धी आपल्यापेक्षा दुर्बल अथवा तुल्यबळ असला तर त्याच्याशी युद्ध करून त्याला नामोहरम करणे अथवा मारणे हा एक मार्ग, युद्ध (fight). दुसरा मार्ग म्हणजे प्रतिस्पर्धी आपल्यापेक्षा निश्चित अधिक बलवान आहे असे वाटल्यास तेथून पळ काढणे, पलायन (fight). युद्ध करायचे की पळून जायचे हा निर्णय घेण्याकरिता काही काळ जाईलही. या काळात संकटाची चाहूल लागताच शरीराची तयारी सुरू होते. पुढे जाऊन युद्ध करावे की मागे वळून पळून जायचे याचा निर्णय कोणताही झाला तरी हातापायांचे (म्हणजे तत्कालीन प्राण्यांच्या चारही पायांचे) स्नायू तत्काळ कार्यान्वित केले जात असत. हा ताठरपणा काम संपल्यावर (युद्ध होऊन जिंकल्यावर अथवा पळून जाऊन संरक्षित जागेवर गेल्यावर) जाऊन स्नायू शिथिल होत. आता स्नायूंचे कार्य वाढणार, यासाठी स्नायूंना इंधन व प्राणवायूचा पुरवठा जास्त लागेल. यासाठी रक्तातील साखर (ग्लुकोज) व मेदघटक (कोलेस्टेरॉल, ट्रायग्लिसराइड्स) यांचे प्रमाण वाढवले जाते. साखरेचे साठे यकृतात, मूत्रपिंडात आणि स्नायूंत असतात ते तेथून रक्तात हलवण्याकरिता लागणारी कॅटॅकॉल अमाइन्स नावाची संप्रेरके (अॅड्रिनॅलिन, नॉर अॅड्रिनॅलिन) मोठ्या प्रमाणात स्रवली जातात. ही स्रवली जाण्याकरिता मेंदूच्या तळाशी असणाऱ्या पिट्युटरी ग्रंथीतून अॅड्रिनो कॉर्टिको ट्रॉपिक हार्मोन (एसीटीएच) हे संप्रेरक स्रवले जाते व मज्जासंस्थेतून सिंपथॅटिक नर्व्हस सिस्टिमला उद्दीपित केले जाते. एसीटीएचमुळे कॉर्टिसॉल हे संप्रेरक स्रवले जाते व सिंपथॅटिक नर्व्हस सिस्टिमच्या उद्दीपित स्थितीमुळे कॅटॅकॉल अमीन स्रवली जातात. इन्सुलिन हे संप्रेरक स्रवण्याचे थांबवले जाते. या बदलांमुळे रक्तातील साखर व मेदघटक यांची पातळी वाढते. युद्धात अथवा पलायनात नको असणाऱ्या सर्व शारीरिक क्रिया स्थगित केल्या जातात. उदाहरणार्थ, स्मरणशक्ती, झोप, पचन, प्रजननक्रिया, प्रतिकारशक्ती इत्यादी. जखमा होतील, त्यातून रक्तस्राव होऊ नये म्हणून रक्त लगेच गोठावे याकरिता प्लेटलेट पेशी वाढतात. त्वचा, पचनसंस्था यांचा रक्तपुरवठा कमी होतो.

स्नायू, हृदय व फुप्फुसात जाणारा रक्तप्रवाह वाढतो. मेंदूला जाणारा रक्ताचा पुरवठा वाढतो व वाढलेला राहतो. एकदा युद्ध संपून व्यक्ती पुन्हा विश्रांत झाली किंवा पलायनामुळे संरक्षित जागेत येऊन पोहोचल्यावर हे सारे बदल उलटवले जातात. झोप येते, साखरेचे व मेदाचे साठे पूर्ववत भरून ठेवण्याचे कार्य सुरू होते, स्नायू शिथिल होतात, प्रतिकारशक्ती वाढू लागते. दुर्दैवाने हे होण्याआधीच दुसरे संकट आले तर अधिकाधिक थकवा येत जातो, पचनसंस्था व आतडे विशेषत: जठर व लहान आतड्याच्या सुरुवातीच्या अस्तराला होणारा रक्ताचा पुरवठा दीर्घकाळ थांबतो, तेथील पेशी जिवंत राहू शकत नाहीत. अस्तराला जखमा (Peptic Ulcers) होतात. त्यातून रक्तस्राव होण्याचा मोठा धोका निर्माण होतो. सतत आलेल्या संकटांच्या मालिकांमुळे सुप्रारीनल ग्रंथी थकते, कॉर्टिसॉल तयार होऊ शकत नाही, व्यक्ती मृत्युमुखी पडते. आजच्या युगात संकटांचे स्वरूप शत्रूपेक्षा मानसिक तणाव हे आहे. सातत्याने आलेल्या मानसिक तणावांनी व्यक्तीला वाढलेला रक्तदाब, मधुमेह, हृदयविकाराचा झटका, पक्षाघात, पोटात अल्सर्स होतात व मृत्यूही येऊ शकतो.

■■■

बालक मनाच्या गरजा

आपल्या मनातील निरागसता, कुतूहल, आत्मकेंद्रित विचार करण्याची प्रवृत्ती, नवा अनुभव घेण्याची उत्सुकता, उत्साह, तडजोड करण्याच्या क्षमतेचा अभाव, भावना प्रकट करण्यातील सहजता, आप-परभाव या गुणधर्मांचा उगम आपल्या बालक मनात असतो. बालक मन जोपासावे लागते, त्यावर संस्कार करावे लागतात. कसे वागावे याचे ज्ञान पालक मनात येणे म्हणजेच संस्कार. बालक मनातील उत्स्फूर्त इच्छा आणि जीवनातील वास्तव यांतील संघर्ष शमवण्याचे कार्य चालक मन करू शकते. परिपूर्ण आणि परिपक्व मनात संघर्ष राहत नाहीत. ही स्थिती क्वचितच प्राप्त होते. कमीजास्त प्रमाणात बालक मन व्यक्तिमत्त्वाचा ताबा घेते.

बालक मनाच्या तीन महत्त्वाच्या गरजा असतात, त्या पुऱ्या न झाल्यास मन अस्वस्थ होते. अस्वस्थ मन अनेक विकारांचे मूळ असू शकते. बालक मनाच्या गरजा जाणणे व त्या कशा पुऱ्या होतील हे पाहणे महत्त्वाचे असते. या गरजा प्रत्येक व्यक्तीत आहेत, आपल्यात आहेत, इतरांतही आहेत याची जाणीव ठेवावी. स्वतःच्या व इतरांच्या गरजा पुऱ्या करणे म्हणजे स्वतःचे स्वास्थ्य राखणे आणि सामाजिक सामंजस्य टिकवणे.

बालक मनाची पहिली गरज ही 'थोपटण्याची' गरज 'स्ट्रोक हंगर' या नावाने ओळखली जाते. आपण जे काही करतो आहोत ते चांगले आहे, असे कोणीतरी आपल्याला शाबासकी देण्याप्रमाणे थोपटावे, असे या गरजेचे स्वरूप असते. या गरजेचे मूळ बालकाच्या गर्भस्थ स्थितीतील परिस्थितीत

असते. गर्भाच्या सातव्या महिन्याच्या आधीपासून मेंदूत श्रवण यंत्रणा निर्माण होऊ लागलेली असते. या वेळेपासून आवाज कळू लागतो. मातेचा आवाज समजू लागतो. मातेच्या हृदयाचे ठोके ऐकू येऊ लागतात. या ठोक्यांची लय मेंदूत रेखाटली जाते. बाळाचे अस्तित्व या वेळी सुखाचे, शांतीचे, तृप्तीचे, संघर्षविरहित आणि विनाकष्ट असते. या स्थितीत जन्माच्या म्हणजे प्रसूतीच्या वेळेत फरक पडतो. प्रसूतीच्या वेदना मातेबरोबरीने बालकालाही होतात व साह्यासाठी बालक आक्रोशते. अशा वेळी मुलाला खांद्यावर थोपटण्याने ते शांत होते. हे थोपटणे म्हणजे बालकाला मातेच्या हृदयाच्या ठोक्याच्या लयीची आठवण करून देणे होय. मांडीवर घेऊन मांडी हलवणे, पाळण्यात झोका देणे, झोक्यावर बसणे हे सारे प्रकार अशी लय निर्माण करण्याकरिता केले जातात. या थोपटण्याची जागा मूल मोठे झाले की प्रतीकात्मक आणि शाब्दिक थोपटणे होते. थोपटण्याची गरज मोठे वय झाले तरी टिकून राहते. आपल्या गुणांची कोणीतरी दखल घ्यावी असे त्याचे स्वरूप बनते. ती दखल घेण्याने थोपटण्याची भावना येते (Recognitian hunger). एकमेकांच्या अस्तित्वाची दखल घेणे, गुणांची कदर करणे, योग्य त्या व्यक्तीचा आदर सत्कार करणे या घटना सुसंस्कृत, सामाजिक मनाच्या दर्शक असतात. समाजात आणि कुटुंबात अशा प्रकारे एकमेकांचे गुणग्रहण करणे इष्ट असते.

बालक मनाची दुसरी गरज ही 'बदलाची' गरज असते. बालक मनाचे लक्ष कोणत्याही एका गोष्टीत फार काळ रमू शकत नाही. सतत नवे नवे अनुभव घेण्याची प्रवृत्ती असते. वय मोठे झाले तरी बालक मन ही गरज पुरवण्याचा सतत प्रयत्न करत राहते. जुन्या पोशाखांच्या पद्धती जातात, नव्या फॅशन्स येतात. सहली काढाव्यात आणि देशाटन करावेसे वाटते. नवी पुस्तके वाचावीत, नवे विचार समजावेत, सिनेमा–नाटके, कादंबऱ्या यांतील नवी कथानके मनाला रिझवतात त्यात रमावे. पूर्वी उल्लेख केल्याप्रमाणे 'शिशुपाल वध' या काव्यात महाकवी भारवि याने म्हटले आहे, *'क्षणे क्षणे यन्नवतामुपैति तदेव रूपम् रमणीवताया'* (रमणीयता म्हणजे जे क्षणोक्षणी बदलत जाते ते). या नव्या अनुभवाच्या हव्यासापोटी माणसे आपला वेळ आणि पैसा सतत खर्च करतात. या मानसिक गरजेची पूर्ती न झाल्यास कंटाळा येऊ लागतो व कंटाळलेले मन विध्वंसक बनू लागते.

बालक मनाची तिसरी गरज वेळापत्रक ठरवण्याची असते. सकाळी जाग आल्यापासून परत झोप येईपर्यंत आपला वेळ कसा जाणार आहे याची पूर्ण कल्पना आणि नियोजन आवश्यक आहे. तसे नसले तर पुन्हा काय करावे हे न सुचल्याने कंटाळा येतो आणि मन विध्वंसक कार्यात गुंतते. विनाकारण चकाट्या पिटत राहणे, इतरांची निंदा करणे, एकमेकांत वैचारिक आणि भावनात्मक गैरसमज पसरवणे असे 'उद्योग' सुरू होतात. इतरांना अपाय करता आला नाही तर स्वत:ला अपाय होईल असे काहीतरी करण्यास व्यक्ती उद्युक्त होतात. गरज नसताना खातात, दारू पितात, धूम्रपान करतात, केवळ वेळ जात नाही म्हणून. वेळ जात नाही म्हणून काहीतरी धाडसाचे करायला जातात व त्यात मोठे नुकसान करून घेतात.

ते टाळण्यासाठी आपल्या आयुष्याचे ध्येय ठरवणे इष्ट आहे. हे एकदा ठरले, की येत्या पाच वर्षांत काय करायचे याचा अंदाज बांधता येतो. त्यापैकी येत्या वर्षात, पुढच्या सहा महिन्यांत काय करायचे हे ठरवता येते. येत्या महिन्यात, आठवड्यातून आणि उद्या काय करायचे याची रूपरेषा तयार असली म्हणजे 'आता काय करू' या प्रश्नाला थारा नसतो. असे जीवनाचे ध्येय अनेक पायऱ्यांवर ठरवता येते आणि ठरवावे लागते. शारीरिक पातळीवर सुदृढता आणि निरामयता प्राप्त करणे, मानसिक पातळीवर मनोरंजन आणि कलांचा आस्वाद घेण्याची योजना आखता येते. बौद्धिक पातळीवर नवेनवे शिकता येते. एखादी नवी भाषा शिकणे, एखाद्या विषयाचा अभ्यास करणे, आपल्या व्यवसायातील नवे नवे विचार समजून घेता येतात. धार्मिक पातळीवर सत्संग, कीर्तन, भजन यांत भाग घेता येतो. तीर्थयात्रा काढता येतात. धार्मिक ग्रंथांचे वाचन-मनन-चिंतन करता येते. आध्यात्मिक पायरीवर जीवनाचा सखोल अर्थ जाणण्याचा प्रयत्न करता येतो. त्यासाठी ज्ञान, योग, भक्ती किंवा कर्ममार्ग यांची माहिती मिळवणे आणि त्या मार्गाने आपल्यास कोण मार्गदर्शन करू शकेल याबद्दल जागरूक राहणे, असे करता येते. कौटुंबिक पातळीवर आपल्या कुटुंबातील इतर घटकांना मदत करता येते. सामाजिक व राजकीय पातळीवर आपले कार्यक्षेत्र निवडता येते. संस्थांमधून विनामूल्य कार्य करता येते. लोकांना शिकवता येते. इतक्या सगळ्या गोष्टी करता येत असताना 'वेळ जात नाही' अशी भावना येण्याचे कारण नाही. हेतपुरस्सर नियोजन हवे. आपली

परिस्थिती, आवडीनिवडी, आपली कुवत, किती वेळ आपण देऊ शकतो या सर्व गोष्टींचा विचार हवा.

बालक मनाच्या थोपटण्याची, बदलाची व वेळापत्रक ठरवण्याची या गरजा भागवण्याचा एक मार्ग म्हणजे आत्मीयता निर्माण होणे. ज्या वेळी अशी आत्मीयता निर्माण होते, तेव्हा कोणतीच गरज शिल्लक राहत नाही. ही आत्मीयता वेगळ्या रूपाने प्राप्त होऊ शकते. आपला जीवनसाथी असणाऱ्या व्यक्तीबद्दल वाटणाऱ्या शारीरिक आकर्षणाचे रूपांतर मानसिक प्रेमभावनेत होणे ही आत्मीयतेची एक प्राथमिक पायरी आहे. प्रेमामध्ये त्यागाचा गाभा आहे. प्रेम करताना ज्या व्यक्तीवर आपले प्रेम आहे, त्या व्यक्तीतील दैवी गुणांची जाणीव आणि त्यामानाने स्वत:चे क्षुल्लकपण यांची जाणीव घडते. सहसा प्रेम भिन्नलिंगीय व्यक्तीवर जडते; परंतु प्रेमाचे रूपांतर भक्तीत झाल्यावर त्यातील शारीरिक जवळीक ही गरज जाते, केवळ स्मरणानेदेखील उल्हास वाटतो आणि आल्हाद अनुभवास येतो. आत्मीयतेची वरची पायरी म्हणजे समर्पण. यात आनंद केवळ देण्यात आहे, परत काही मिळण्याची अपेक्षा नसते. समर्पणाचे रूपांतर जेव्हा करुणेत होते तेव्हा मानवी जीवनातील सर्वात उच्च भावस्थिती प्राप्त होते. जन्मत: पशू असणाऱ्या प्राण्याचे मानवात रूपांतर प्रेमाने, भक्तात रूपांतर भक्तीने, संतात रूपांतर समर्पणाने आणि नराचा नारायण करुणेने होतो. आत्मीयतेच्या कोणत्याही पायरीत बालक मनाच्या गरजा शिल्लक राहत नाहीत. मनाची अशी उन्नती करून घेण्याचा मार्ग ध्यान आहे.

मनाची उन्नत स्थिती

मनाची उन्नती करणे हे एक श्रेष्ठ ध्येय आहे. मनुष्य जन्मतो तेव्हा तो एक 'प्राणी' असतो, त्याला 'प्राण' असतो; परंतु विचारी मन नसते. मन असणे म्हणजे मनुष्य होणे. 'मन एवं मनुष्य:।।' विचारी मनाविरहित असणे ही स्थिती पशूसारखीच असते. या अस्तित्वाच्या स्थितीमध्ये फक्त स्वत:चे सुख समजते. सुखाची प्राप्ती हे एकमेव ध्येय असते. स्वत:च्या सुखापलीकडचे काहीच जाणवत नाही. इतरांच्या गरजांची जाणीव नसते. 'माझे सुख ज्या कशात आहे, ते मला आत्ताच्या आत्ता, इथल्या इथे पूर्णपणे (here and now, fully) मिळालेच पाहिजे' अशी ही भावना असते. या इच्छांना 'वासना' म्हणतात.

या स्थितीतील पशूंच्या वासना म्हणजेच पाशवी वासना घेऊनच आपण जन्मतो. मनाचा विकास म्हणजे या पाशवी वासनांवर ताबा मिळवणे. हा ताबा मिळवण्याकरिता दोन वेगळ्या विचारांची दखल घेतली जाणे आवश्यक आहे. पहिला विचार सुखाचे काय आणि हिताचे काय यांतील फरक ओळखणे व 'प्रेयस' आणि 'श्रेयस' यांतून श्रेयस याची निवड करणे. दुसरा विचार म्हणजे आपले व्यक्तिगत अस्तित्व जसे जाणवते आहे, त्याचबरोबर आपल्या सामाजिक अस्तित्वाची जाणीव होणे. आपले कुटुंब, आपले घराणे, आपले कुल, जात, जमात, भाषिकता, धर्म, प्रांतिक आणि प्रादेशिक एकता, राष्ट्र अशा वाढत्या वर्तुळातील आपल्या अस्तित्वाची दखल घेणे, अनुभव घेणे, स्वीकारणे. *'अयम् निजः परोवेत्ति गणना लघुचेतसाम्। उदार चरितानाम तु वसुधैव कुटुंबिकम्।।'* या हितोपदेशातील वचनाचा अर्थ असा आहे : ही व्यक्ती आपल्यातील आहे आणि ती व्यक्ती परकी आहे असा विचार कोत्या मनाच्या माणसांना येतो. ज्यांची मने मोठी आहेत, अशा लोकांच्या दृष्टीने संपूर्ण पृथ्वीतलावर राहणारे सगळे आपल्याच कुटुंबातील आहेत अशी भावना असते. स्वतःचे सुख, स्वतःचे हित, सर्वांचे सुख आणि सर्वांचे हित अशा वाढत्या पायऱ्यांनी मनाची उन्नती करणे म्हणजे समृद्ध मनाची मशागत करणे होय. या प्रगतीच्या आड मानवी अहंकार येतो. जोपर्यंत हा अहंकार दूर होत नाही, तोपर्यंत स्वतः आणि स्वतःचे सुख हाच विचारांचा केंद्रबिंदू असेल. या पाशवी वासनेतून मुक्त होण्याची पहिली पायरी म्हणजे प्रेमाची भावना निर्माण होणे. प्रथमतः हे प्रेमसुद्धा 'मी' आणि 'माझ्या' या संकल्पनांतून मुक्त नसते. 'माझे कुटुंब', 'माझी प्रेयसी', 'माझी पत्नी', 'माझा पती', 'माझी भावंडे', 'माझी मुले' अशा मी या शब्दात गुरफटलेल्या विश्वापुरतेच हे प्रेम राहील. तरीदेखील त्यात स्वतः सोडून दुसऱ्या व्यक्तीच्या हिताचा आणि सुखाचा विचार होऊ लागलेला असतो. प्रेम ही भावना आपल्या वासनांचे उदात्तीकरण करू शकते. प्रेमाचा पाया त्यागावर असतो. जी व्यक्ती आपल्याला प्रिय आहे त्या व्यक्तीसाठी आपण कशाचाही त्याग करण्यास तयार होतो. असा त्याग करायला तयार नसलो तर ते 'प्रेम' या संज्ञेला पात्र नाही. ज्या व्यक्तीवर आपले प्रेम आहे त्या व्यक्तीच्या सुखासाठी आणि हितासाठी आपण सतत झटू. त्या व्यक्तीच्या मनात आपल्याबद्दल विचार येत असेल का, या विचाराने आपण पुलकित होऊ. त्या व्यक्तीने नुसता आपल्याकडे दृष्टिक्षेप

टाकला तरी आपल्याला खूप आनंद होईल. त्या व्यक्तीच्या प्रत्यक्ष दर्शनाची, त्या व्यक्तीशी संभाषणाची आपल्याला ओढ लागेल. स्पर्शासाठी आपण आतुर होऊ. आपले सारे जीवन त्या व्यक्तीच्या अस्तित्वाच्या सभोवतालात गुरफटून जाते. असे होणे म्हणजे स्वत:च्या अहंकाराच्या श्रृंखलांना पार पाडून त्या व्यक्तीच्या अस्तित्वाला आपल्या अस्तित्वात समाविष्ट करून घेणे व आपले अस्तित्व त्या व्यक्तीच्या अस्तित्वात मिसळणे. आता मृत्यूची किंवा इतर कसलीही भीती उरलेली नाही, कारण स्वत:च्या मरणाची भीती वाटायला स्वत:चे अस्तित्वच राहिलेले नसते. हेच मन पुढे प्रेमाचे रूपांतर भक्तीत, भक्तीचे रूपांतर समर्पणात आणि समर्पणाची उन्नती करुणेत करते. करुणा ही आपल्या भावविश्वाची परमोच्च स्थिती आहे. म्हणून परमेश्वराला आपण 'करुणानिधी' म्हणतो. पाशवी वासनेपासून प्रियकराचे प्रेम, प्रेमापासून भक्ती, भक्तीपासून समर्पण आणि समर्पणापासून करुणा म्हणजेच नराचा नारायण होणे.

■■■

श्रद्धा : एक मोठी शक्ती

मानवी जीवनात श्रद्धेला फार महत्त्वाचे स्थान आहे. श्रद्धा म्हणजे काय? 'शास्त्र-आचार्य-उपदिष्टे अर्थे अननुभूते अपि एवम् एव इति विश्वासः इति श्रद्धा' अशी श्रद्धेची व्याख्या *शब्दकल्पद्रुम*कर्ते करतात. याचा अर्थ आपल्याला तसा अनुभव नसला, तरी केवळ शास्त्र (पुस्तके) किंवा गुरुजन यांनी तसे सांगितले म्हणून ते तसेच आहे असा विश्वास ठेवणे म्हणजे श्रद्धा होय. उदाहरणार्थ, लहानपणी भूगोलाच्या पुस्तकात आपण वाचतो, की हिंदुस्थान देशाच्या उत्तरेस हिमालय पर्वत आहे. प्रत्यक्ष हिमालय पर्वत आपण पाहिलेला नसतो, तरीदेखील हिंदुस्थानच्या उत्तरेस हिमालय आहे या माहितीवर आपण विश्वास ठेवतो, हे त्या पुस्तकावर आणि पुस्तक लिहिणाऱ्या लेखकावर, ते शिकवणाऱ्या गुरुजींवर श्रद्धा ठेवणे आहे.

सुसूत्र विचार आणि विश्लेषणात्मक बुद्धिमत्तेच्या आधाराने आपल्या सभोवतालच्या गोष्टींचे ज्ञान आपण करून घेतो. हे प्रत्यक्ष प्रमाण मानले जाते. काही वेळा आपण गोष्टी तर्काने जाणतो. 'जेथे धूर आहे तेथे अग्नीही असणारच' असे मानणे म्हणजे 'अनुमान' प्रमाण आहे. आपल्या अथवा आपला ज्या व्यक्तीवर विश्वास आहे, अशा व्यक्तीच्या पूर्वीच्या 'प्रत्यक्ष' अनुभवावरून आपणास आता 'प्रत्यक्ष' अनुभव येत नसला, तरी तर्काने अनुमान काढणे शक्य आहे. आयुष्यात अशा अनेक गोष्टी आहेत, की जेथे आपले ज्ञान, अनुभव, सतर्क विचारसरणी यामुळे वास्तवाचे ज्ञान होत नाही, अशा वेळी ज्या व्यक्तीवर आपला विश्वास आहे किंवा ज्या ग्रंथावर आपला

विश्वास आहे, त्यांचे शब्द आपण सत्य म्हणून मानतो. याला आगम प्रमाण म्हटले जाते. आपण इतिहास वाचतो, भूगोल शिकतो, भाषेचा वापर करताना शब्दांना अर्थ आहे असे मानतो. हे सारे काही विश्वासावर चालते. आपल्याला यातील अनेकांचा प्रत्यक्ष अनुभव येणे शक्य नसते, तरीदेखील असा विश्वास ठेवल्याखेरीज कोणतीही देवाणघेवाण अशक्य होईल.

'श्रद्धावान् लभते ज्ञानम्' असे भगवत्गीता म्हणते, याचा अर्थही तोच आहे. आपल्या दैनंदिन जीवनातील बहुतेक सर्व गोष्टी श्रद्धेवरच चालत असतात. प्रत्येक वेळी मिळणाऱ्या दुधाची आपण प्रयोगशाळेमध्ये नेऊन तपासणी करू शकत नाही. बोलणाऱ्या व्यक्तीच्या प्रत्येक शब्दाचा अर्थ शब्दकोषात पाहू शकत नाही. तसे केले तरी प्रयोगशाळेतील परीक्षांच्या अहवालांवर किंवा शब्दकोषावर तरी विश्वास ठेवावाच लागतो. आपल्या स्वतःच्या जन्माच्या अनुभवाची स्मृती आपल्याला असणे शक्य नसते, तरीही आपली माता कोण, पिता कोण, भावंडे कोणती, आपले नाव काय आहे, कोणत्या घराण्यात आपल्याला जन्म मिळाला, आपली मातृभाषा कोणती, आपली जन्मभूमी कोणती, हे सारे ज्ञान आपण सत्य म्हणून स्वीकारतो आणि या स्वीकारण्याला पर्यायही नसतो.

आपण पुस्तके वाचून आणि विद्वज्जनांच्या व्याख्यानांतून ज्ञान मिळवतो. हे ज्ञान आपण आपल्या श्रद्धेच्या जोरावर स्वीकारतो. आपणास सर्व क्षेत्रांतील ज्ञान मिळणे अशक्यच आहे. ज्या व्यक्तीला हे ज्ञान आहे, त्या व्यक्तीवर विश्वास ठेवणे याला व्यवहारात पर्याय नसतो. आपल्याकडे ज्ञानही नसले आणि ज्या व्यक्तीला ज्ञान आहे अशा व्यक्तीवर आपली श्रद्धा नसली, तर काय होते हे भगवत्गीतेत सांगितलेलेच आहे. 'अज्ञश्च अश्रद्धानश्च संशयात्मा विनश्यति।।' म्हणजे ज्ञानही नाही आणि श्रद्धाही नाही, त्या व्यक्तीचा विनाश अटळ आहे.

श्रद्धा आवश्यक आहे. श्रद्धा ही मोठी सोय आहे. श्रद्धा ही मोठी शक्ती आहे. किंबहुना, विचारांची शक्ती ही श्रद्धेतून निर्माण झालेलीच शक्ती असते.

श्रद्धा परिसराच्या अवलोकनातून निर्माण होते. आपले आईवडील कशाला आणि कोणाला मानतात, याकडे वाढत्या बालक मनाचे लक्ष असते. आईवडिलांच्या बोलण्यातून, सांगण्यातून, त्यांनी केलेल्या संस्कारांतून बालक मन श्रद्धास्थान ठरवते. आईवडील विशिष्ट ध्वनीचा अर्थ अमुक आहे असे मानताना दिसले किंवा त्या ध्वनीचा अर्थ अमुक आहे असे त्यांनी सांगितले, की

शब्दाचे अर्थ आपल्या मेंदूत रेखाटले जातात. मग प्रत्यक्ष वस्तूच्या गैरहजेरीत शब्दाच्या वापराने अर्थ समजतो, कार्यभाग साधता येतो. 'आंबा' हे फळ नसले तरी 'आंबा' या शब्दाच्या वापराने, ध्वनिरूप प्रतीकाचा वापर करून अर्थबोध होऊ शकतो. यावर विश्वास बसला, की भाषेच्या वापरावर श्रद्धा बसू लागते. आईवडील, गुरुजन आदींकडून येणाऱ्या प्रत्यक्ष अथवा सूचित संस्कारांवर विश्वास बसू लागतो. आईवडील शाकाहार घेत असले आणि क्वचित का होईना, पण त्यांच्या बोलण्यात मांस सेवन निषिद्ध असल्याचे आल्यास मुलेही शाकाहारी बनतील.

आहारशास्त्राचा कोणताही अभ्यास नसताना एक प्रकारचा आहारच श्रेष्ठ असल्याचे मत बनेल. ही श्रद्धा जेव्हा खूप सामर्थ्यवान मूळ धरते, तेव्हा त्या मताला कट्टरपणाचे रूप येऊ लागते. आता दुसरी बाजू चुकीची आहे असे मत दुसरी बाजू न समजून घेताच बनते. आता स्वत:च्या सुसूत्र विचारांची, वापराची किंवा स्वत: अनुभव घेण्याच्या प्रयत्नांची आवश्यकता वाटत नाही. आपले अनुभव आठवताना इतरांचे अनुभव काय आहेत, आपल्या अनुभवाच्या खरेपणाबद्दल खात्री असली तरी घटनेच्या मागच्या कार्यकारणांबद्दल आपण बनवलेले मत योग्य होते का नव्हते, अशा प्रश्नांची दखल घेणे अनावश्यक वाटणे, म्हणजे आपले वास्तवाकडे न पाहणे होय. आपले मत आपण तयार करताना असणारी परिस्थिती, आपल्याला तेव्हा मिळालेल्या माहितीची सर्वांगीण अथवा एकाच दृष्टिकोनातून मिळण्याची स्थिती, याचीही अधूनमधून विचारी मन दखल घेते. हेच आपले बालक मन (ॲडल्ट) असते. श्रद्धेची निर्मिती बालक मनात होते, श्रद्धास्थान ठरवण्याचे कार्य पालक मन करते आणि आपली श्रद्धा निवडण्याची प्रक्रिया योग्य–अयोग्य होती किंवा कसे, हे चालक मनाने ठरवणे आवश्यक असते.

आपल्या आयुष्यात मिळत जाणाऱ्या ज्ञानाने आपली प्रज्ञा विकसत जाते. या वृद्धिंगत प्रज्ञेच्या जोरावर आपण आपली मते तपासून पाहू शकतो. 'वीज कोसळणे' हा एक दैवी प्रकोप नसून, निसर्गात घडणारी, भौतिक नियमानुसार स्थल–काल निवडणारी घटना आहे किंवा देवी, पटकी असे प्रकार देवदेवतांच्या नाराजीमुळे होणाऱ्या घटना नसून, विशिष्ट जिवाणू वा विषाणूंमुळे होणारे आजार आहेत, असे आपले मत उपलब्ध विज्ञानाच्या आधारे बदलू शकते. बदलणे

आवश्यक आहे. श्रद्धा असणे आवश्यक आहे. श्रद्धास्थानाची निवड करण्याची पद्धत विचाराधीन असली पाहिजे. श्रद्धा असावी, कट्टरपणा नसावा, कारण या कट्टरपणाचेच रूपांतर अंधश्रद्धेत होऊ शकते. अंधश्रद्धा ही एक प्रकारची श्रद्धाच आहे; पण श्रद्धास्थान निवडताना केलेल्या प्रमादामुळे ही श्रद्धा श्रेयाच्या पथावर न नेता अधोगतीच्या पथावर नेते. अतएव ती ओळखता आली पाहिजे, सोडता आली पाहिजे. अंधश्रद्धा निर्मूलन याचा अर्थ श्रद्धा नष्ट करणे असा नाही. त्यातील 'अंध'पणा श्रद्धेचे विशेषण नसून श्रद्धास्थान निवडण्याच्या प्रक्रियेला उद्देशून आहे. अंधश्रद्धा निर्मूलन म्हणजे श्रद्धास्थान निवडताना उघड्या डोळ्यांनी सर्व माहिती मिळवण्याचा प्रयत्न करून, सर्वांगीण विचार करून निवडणे.

मानवी प्रयत्नांना मर्यादा असतात. मेंदूच्या समजून घेण्याच्या शक्तीच्या मर्यादा असतात, त्यामुळे श्रद्धास्थान निवडताना मिळालेली माहिती अपुरी अथवा चुकीची असू शकते याची जाणीव परिपक्व मन ठेवेल. आपल्या श्रद्धास्थानाबद्दल वेडेवाकडे उद्गार कोणीही काढणे आपल्याला सहन न होणे हा बालक मनाचा निसर्गक्रमप्राप्त गुणधर्म आहे. तथापि, सारासार विचार करणे, हा चालक मनाचा गुणधर्म आहे. इतरांच्या मतांचा स्वीकार आवश्यक नाही; पण विचार आवश्यक आहे. विचार भावनारहित असेल, तर निर्णय योग्य होईल. भावनाधिष्ठित निर्णय श्रेयस्कर असतील याची खात्री नसते. कठोपनिषदातील यमधर्माचे नचिकेताला सांगणे आपण पाहिले तर प्रेयस आणि श्रेयस यातील फरक करण्याचे महत्त्व आपण जाणू शकू. श्रद्धा महत्त्वाची आहे. श्रद्धास्थानाच्या निवडीची प्रक्रिया भावनाधिष्ठित असेल तर ती अंध असू शकेल, विचाराधिष्ठित असेल तर ती प्रक्रिया डोळस असू शकेल एवढे ध्यानात ठेवणे म्हणजे योग्य श्रद्धास्थान निवडणे, श्रेयाचा मार्ग निवडणे. त्या मार्गाने जाण्याची शक्ती श्रद्धा देईल.

सत्श्रद्धा आणि अंधश्रद्धा

श्रद्धा ही सत्श्रद्धा आहे की अंधश्रद्धा आहे हे परिणाम ठरवतो. कोणत्याही संकल्पनेवर विश्वास ठेवून आपण निर्णय घेतो तेव्हा ते श्रद्धास्थान आपण का निवडले आहे, हा विचारदेखील महत्त्वाचा आहे. जेव्हा आपण श्रद्धेने निर्णय घेतो, तेव्हा त्या निर्णयाचे परिणाम काय होतील याबद्दल केवळ तर्क असतात. वास्तवामध्ये जेव्हा परिणामांची फलप्राप्ती होते तेव्हाच आपली अपेक्षा रास्त

होती किंवा कसे, हे कळू शकते. परीक्षेला बसणाऱ्या विद्यार्थ्याने 'आपण झटून अभ्यास केला तर यश मिळेल' या संकल्पनेवर विश्वास ठेवून तसा अभ्यास केला, तर त्याला नक्कीच योग्य ते फळ मिळेल. या संकल्पनेवरील विश्वास ही सत्श्रद्धा होय. 'शनिवारी मारुतीसमोर खडीसाखर ठेवल्याने मी परीक्षेत पास होईन' अशा प्रकारची श्रद्धा विद्यार्थ्याला यश देणार नाही, ही अंधश्रद्धा ठरेल. 'आयुष्यात यश मिळवण्यासाठी मी कष्ट करेन, सद्‌वर्तनी राहीन, कायदे पाळेन, विषयाचे ज्ञान मिळवेन, सहकारी व कर्मचारी यांचे हित पाहीन', अशा विचारसरणीवर श्रद्धा ठेवून कार्यरत राहणे ही सत्श्रद्धा आहे, आज ना उद्या ती यशाकडे नेईल. 'मी तांत्रिकाकडे जाईन, देवाला साकडे घालेन, नवस करेन म्हणजे मला हवे ते मिळेल' या विचाराने जाणाऱ्याला यश मिळणार नाही; कारण ही अंधश्रद्धा होय.

आपल्या निर्णयाची कारणे आपण तपासून पाहणे हे सुसूत्र विचारसरणीचे गमक आहे. आपणास मत देणाऱ्या व्यक्तीचे मत ग्राह्य धरण्यापूर्वी मत देणाऱ्या व्यक्तीने 'त्याचे तसे मत का आले आहे' हे सांगणे आपण पाहावे आणि मतामागची कारणे आपल्याला पटली तरच ते मत स्वीकारावे. केवळ एखाद्या व्यक्तीचा तज्ज्ञ म्हणून बोलबाला झालेला असला म्हणून त्या व्यक्तीचे प्रत्येक मत स्वीकारावे असे नाही. शिवाय, एखादी व्यक्ती एखाद्या विषयात तज्ज्ञ असते म्हणजे सर्वज्ञानी असते असेही नाही. माहितीमध्ये दैनंदिन भर पडत जाते. तज्ज्ञ माणसाचे मतदेखील कोणत्या माहितीवर अवलंबून केलेले आहे, ती माहिती किती जुनी आहे, त्यानंतरच्या संशोधनात काय नवे समजलेले आहे, हे सारे पडताळून पाहून मगच तज्ज्ञाचे मत स्वीकारावे असे कायदाही सांगतो.

शिवाय ज्याला आपण सुसूत्र विचारसरणी असे मानतो, ती विचारसरणी काही गृहितांवर अवलंबलेली असते. त्या गृहितांशी आपले मतभेद असू शकतील. 'धन मिळवणे आणि सामर्थ्यवान होणे हेच जीवनाचे ध्येय आहे' अशी विचारसरणी योग्य मानली, तर ज्यात आपला फायदा आहे ते करण्यातच आपण पुरुषार्थ मानू. 'मनाची शांती आणि सर्वांच्या गरजा भागणे हेच जीवनाचे ध्येय आहे' अशी विचारसरणी मानली तर आपला निर्णय वेगळा असू शकेल. पहिल्या विचारसरणीनुसार परकीयांची केलेली लूटमार समर्थनीय ठरेल, तर दुसऱ्या विचारसरणीमुळेच दामाजी आपले कोठार दुष्काळग्रस्त उपाशी

लोकांसाठी उघडे करतो. आपले जीवनावश्यक तत्त्वज्ञान आपले श्रद्धास्थान निवडते. आपण आपल्या विचारसरणीचा वापर करून निवडलेले श्रद्धास्थान आपल्याला अपेक्षित फळ देणार आहे का याचा विचार हा आपल्या सुसूत्र विचारसरणीचा भाग असला पाहिजे. या प्रांतात संभाषण हा आपल्या विचारांचा आरसा असू शकतो. आपले श्रद्धास्थान आणि आपल्या अपेक्षा यासंबंधात आपण मोकळेपणे चर्चा करू शकलो, तरच आपल्या विचारसरणीतील चुका आपल्याला समजू शकतील. याबद्दल 'मी कोणाचेही ऐकून घेणार नाही' ही वृत्ती कर्मठपणाकडे येते. आपल्या मताशी पक्के राहणे आणि कर्मठ होणे यात फरक आहे. आपले मत आपण तसे का बनवले आहे याची कारणे देता आली नाहीत किंवा आपण गृहीत धरलेल्या संकल्पनांचे पुरावे देता येत नसले तर तो कर्मठपणा ठरेल. अनेक रूढी ज्या त्या काळी काही कारणांमुळे व्यवहारात येतात. काळ बदलतो, ती कारणे नाहीशी होतात. त्या कारणांवर अधिष्ठित निर्णय कालबाह्य होतात. केवळ पूर्वापारपासून चालत आलेली रूढी सांगते म्हणून तसे वागणे हे सुसूत्र विचारांचे लक्षण नाही. रूढीच्या मागचे कारण काय होते, ते आज लागू आहे का, या प्रश्नांचे उत्तर मिळाल्याखेरीज रूढीवर विश्वास हा अंधश्रद्धेचा भाग आहे. कोणतीही श्रद्धा माणसाला काही काळ शांती देऊ शकते; परंतु केवळ सत्श्रद्धा माणसाला विकासाप्रत नेते, तर अंधश्रद्धा माणसाची अधोगती करते. आपली श्रद्धास्थाने डोळसपणे विचाराने निवडणे म्हणजे सत्श्रद्धा. केवळ भावनेवर अवलंबून सुसूत्र विचार न करता श्रद्धास्थाने निवडणे म्हणजे अंधश्रद्धा होय.

श्रद्धा ही एक भावना आहे, एक विचारप्रणाली आहे. सर्व भावना आणि विचार हे मेंदूचे कार्य आहे. लिंबिक ब्रेन, पॅरासॅजिटल ग्रे मॅटर आणि फ्रंटल लोब येथील कार्यावर श्रद्धा अवलंबून असते. विश्वास आणि श्रद्धा यांचे कार्य ऑक्सिटोसिन या रेणूच्या आदानप्रदानाने होते. ज्यांच्या मेंदूत ऑक्सिटोसिन विपुल असते, ती माणसे श्रद्धाळू होतात.

■■■

मानसिक उन्नतीसाठी योग आणि ध्यान

भारतीय मनाला 'ध्यान' हा शब्द अपरिचित नसतो. ध्यान हा योगशास्त्राशी जोडलेला शब्द आहे हे बहुतेकांना माहीत असते. 'योग' आणि 'ध्यान' हे शब्द कानांवर पडतात, डोळ्यांची वाचले जातात, मनात कुतूहल निर्माण करतात. आपल्या संस्कारांचे ते एक भाग बनलेले असतात. या शब्दांभोवती थोडेफार गूढतेचे वलय असते. आध्यात्मिक जगतात वापरले जाणारे शब्द असल्याची जाणीवही होते. योग हा शब्द 'युज' या संस्कृत धातूपासून आल्याचे सर्वविद् आहे. 'युज' या शब्दाचा अर्थ जोडणे. जोडण्याची क्रिया ज्याने साधते तो योग. काय जोडायचे? आपल्या अस्तित्वाच्या चार पायऱ्यांवर ही जोडण्याची क्रिया होणे संभवते.

पहिली पायरी म्हणजे आपले शरीर आणि आपले मन जोडणे. आपल्या मनात येईल तसे शरीराने करता येणे. मनात येते सुरेख चित्र काढावे, अक्षर रेखीव असावे, निष्णात खेळाडू व्हावे, अप्रतिम अभिनय करावा, मनोहर नृत्य करावे. शरीरातर्फे या सगळ्या गोष्टी मनासारख्या होणे ही योगाची पहिली पायरी आहे. यालाच 'कौशल्य' म्हणतात. भगवत्‌गीता म्हणते *'योगः कर्मसु कौशलम्।।'* जे काही आपल्याला आपल्या शरीरामार्फत करायचे आहे ते उत्तम प्रकारे आणि विनाकष्ट, सहज करता येणे म्हणजेच शरीर व मन जोडणे. याकरिता सराव लागतो, रियाज करावा लागतो. नियमाने विविध योगासने करण्याने हे कौशल्य प्राप्त करून घेता येते.

योगाची दुसरी पायरी म्हणजे मन आणि बुद्धी एकमेकांना जोडणे. बुद्धीला

जे समजते, पटते, योग्य आहे हे कळते, ते तसे करावयास मनालाही आवडणे म्हणजे मन आणि बुद्धी यांना जोडणे. ज्ञानेश्वर महाराज म्हणतात, ''अर्जुना, *समत्व चित्ताचे तेच सार जाण योगाचे। जेथे मन आणि बुद्धीचे ऐक्य आधी।। २, ७३।।* बुद्धीला माहिती असते, की सकाळी लवकर उठून व्यायाम करणे हिताचे आहे; पण मन म्हणजे 'आज नको, उद्यापासून व्यायाम करूया.' बुद्धी म्हणते, 'गोड खाणे प्रकृतीला हिताचे नाही.' मन म्हणते, 'एक लाडू खाण्याने काय होणार आहे?' जे बुद्धीला समजलेले आहे तेच मनाला आवडणे हा योग झाला. चांगल्या सवयी लावून घेणे, हिताचे वागणे म्हणजे योग. आपल्या स्वतःच्या आणि समाजाच्या हिताचे काय आहे, हे अष्टांग योगातील यम आणि नियम सांगतात. अहिंसा, सत्य, अस्तेय (चोरी न करणे), ब्रह्मचर्य व अपरिग्रह (अकारण साठा न करणे) हे यम आहेत; तर शुचिता, संतोष, तप, स्वाध्याय व ईश्वरप्रणिधान हे नियम आहेत.

तिसरी पायरी आपल्या बुद्धीला आपल्या आत्म्याशी जोडणे. आपण कोण आहोत? मी म्हणजे माझे शरीर नव्हे, शरीरातील अंतर्गत अथवा बाह्य क्रिया नव्हे, भावना नव्हे, बुद्धी नव्हे; तर या सर्वांच्या पलीकडचे माझे सत् चित् आनंद स्वरूप अस्तित्व म्हणजे मी आहे हे समजणे, याचा अनुभव घेणे. या अनुभूतीसाठी प्रत्याहार, धारणा, ध्यान व समाधी ही अंतरंगे सांगितलेली आहेत. एकदा आपण कोण आहोत याची अनुभूती आली, की निर्विकल्प समाधीत आपल्यात असणारे आत्मतत्त्व आणि सर्व विश्वात असणारे ब्रह्मतत्त्व एकच आहे याचाही प्रत्यय येणे ही आपल्या अस्तित्वाची चौथी पायरी आहे.

या चारही पायऱ्यांमध्ये विविध गोष्टी जोडल्या जातात म्हणून 'योग' ही संज्ञा वापरली जाते. या प्रकारच्या जोडण्याच्या विविध पद्धती आहेत, त्यानुसार त्यांना विविध नावे दिली गेली आहेत. एक प्रकार वेदप्रणीत योग आहेत. उदाहरणार्थ, ज्ञानयोग, भक्तियोग किंवा कर्मयोग. या विश्वातील ब्रह्म आणि आपल्यातील आत्मा यांचे ऐक्य आपल्या प्रज्ञेने समजणे म्हणजे ज्ञानयोग. 'अहम् ब्रह्मास्मि', 'तत् त्वमसि', 'अयमात्मा ब्रह्म' व 'प्रज्ञानम् ब्रह्म' या चार महावाक्यांचा अभ्यास करण्याने ज्ञानयोगाची पूर्तता होऊ शकते.

कोणतेही ज्ञान हा अखेर एक अनुभवच असतो. अनुभवाविना ती केवळ माहिती ठरते. पुस्तकी विद्वत्ता म्हणजे ज्ञान नव्हे. ही अनुभूती येण्याकरिता

योग्य प्रयत्न आवश्यक असतात. अशा प्रयत्नांची दिशा दर्शवणारी व्यक्ती म्हणजे गुरू. भक्तियोग म्हणजे ईश्वरचरणी स्वत:ला पूर्णपणे वाहून घेणे, सर्व ईश्वरासाठी करणे, ईश्वरातच विलीन होणे.

श्रवणम् कीर्तनम् विष्णो: स्मरणम् पादसेवनम्। अर्चनम् वंदनम् दास्यम् सख्यम् आत्मनिवेदनम्।। अशा नऊ प्रकारे भक्ती करून भक्तियोग साधता येतो. भक्तियोगाचा मार्ग स्वीकारणाऱ्या व्यक्तीमध्ये ईश्वरावर श्रद्धा आवश्यक आहे आणि विचारांपेक्षा भावनांचे प्राबल्य असावे लागते. कर्मयोग म्हणजे आपल्याला समाजाने ठरवून दिलेले कार्य करत असताना सर्व लक्ष कामात ठेवायचे या कामातून मला काय मोबदला मिळेल असा विचार असू नये. कर्मसिद्धान्त असे सांगतो, की केलेल्या कर्माचे फळ हे मिळणारच. ते लगेच मिळाले तर त्या कर्माला क्रियामाण कर्म असे नाव मिळते. काही कर्मांचे फळ लगेच मिळत नाही, त्यांना संचित कर्मे असे नाव आहे. ही संचित कर्मे साठून राहतात आणि त्यांचे फळ मिळण्याची वेळ झाली, की संचित कर्मांचे रूपांतर प्रारब्ध कर्मात होते. हे प्रारब्ध फल देते. हे फल कोणत्या कर्माचे आहे हे सामान्य व्यक्तीला कळत नाही; परंतु ज्यांची प्रज्ञा विकसित झाली आहे, त्यांना कळू शकते. आजवर केलेल्या संचित कर्माची फळे भोगणे अटळ आहे; परंतु यापुढे चांगली फळे मिळत राहावीत याकरिता सदैव चांगलेच कर्म आचरत जावे हा आदेश कर्मयोग देतो.

वेदप्रणीत योगांशिवाय दुसरे काही योगाचे प्रकार कुंडलिनी शक्तीच्या वापरावर अवलंबून आहेत. आपल्या अवकाश शरीरात (ॲस्ट्रल बॉडी) मेरूदंडात कुंडलिनी शक्ती साडेतीन वेटोळे घालून अधोमुख स्थितीत एखाद्या नागिणीप्रमाणे पडून असते, अशी संकल्पना आहे. ही जागृत झाल्यावर विविध चक्रांतून ती मेंदूतील सहस्रार या चक्रात येते. तेथे ती आपल्या मेंदूचे कार्य उच्चस्तरावर नेऊ शकते. या मेंदूच्या चक्राला सहस्र पाकळ्या असल्याने सहस्रार हे नाव दिले आहे. कदाचित निओकॉर्टेक्समध्ये चेतना आल्यामुळे आपली समजशक्ती वाढून ऋतंभरा प्रज्ञा प्राप्त होईल. या स्थितीत आत्मा व ब्रह्म यांचे स्वरूप कळेल. ही कुंडलिनी शक्ती जागृत करण्यासाठी हठयोग, राजयोग, मंत्रयोग, तंत्र अशा विविध पद्धती आहेत. हठयोगात शरीरावर अधिक भर आहे, राजयोगात मनावर अधिक भर आहे, मंत्रयोगात मनाच्या एकाग्रतेवर

भर आहे; तर तंत्रामध्ये देवता, गुरू व मंत्र या तिघांतून शक्तीची प्रार्थना केली जाते. विविध प्रकारे शरीर शुद्ध व स्वच्छ करण्यापासून हठयोगाची सुरुवात होते. नौली, धौती, नेती, त्राटक, कपालभाती आणि बस्ती यांना 'षट्क्रिया' म्हणतात. या क्रियांमार्फत शरीर शुद्ध झाल्यावर विविध मुद्रा व बंध यांचा सराव, मग अनेक प्रकारची आसने, प्राणायाम व शेवटी ध्यान, धारणा व समाधी हा हठयोग होय. यम, नियम, प्राणायाम, आसने, प्रत्याहार, धारणा, ध्यान व समाधी हा अष्टांग होय, राजयोग किंवा पातंजल योग आहे. एखाद्या मंत्राचा योग्य प्रकारे पुन:पुन्हा उच्चार करून मन त्यावर केंद्रित करणे हा मंत्रयोग आहे. या सर्व योगाच्या प्रकारांत आपल्या कुंडलिनीशक्तीचा वापर व्हावा, अशी योजना आहे.

योगाच्या सर्व प्रकारांत ध्यान ही स्थिती महत्त्वाची असते. विचाररहित जाणीव म्हणजे ध्यान, अशी ध्यानाची व्याख्या करतात. ही स्थिती प्राप्त करण्यासाठी अनेक क्रिया सांगितलेल्या असतात. या पद्धती म्हणजे ध्यान नव्हे. या सगळ्या पद्धती मनातून विचार काढून टाकण्यासाठी असतात. या बहुतेक पद्धतीत विचारांची जागा आधी एकच विचार अथवा अनुभव घेतो. प्रयत्नाने हा विचारदेखील सोडून देता येतो. मग विचाररहित जाणीव राहते. या स्थितीमध्ये आपल्या मनाला पूर्ण शांती मिळते. या शांत स्थितीत मनातील अनेक सुप्त शक्तींना जागृत केले जाते. शक्ती, स्फूर्ती, जोम, उत्साह निर्माण होतो. नवनिर्मितीची क्षमता येते. गाढ शांतीचा अनुभव येतो. याच स्थितीमध्ये जाणिवेची जाणीव होते. जाणीव म्हणजे काय हे जाणिवेलाच जाणवते. येथे मनाचा किंवा बुद्धीचा संबंध आता उरला नाही. दया, क्षमा, करुणा अशा मानसिक अथवा कुशाग्र बुद्धिमत्ता व तरल स्मरणशक्ती यांचा उगम या जाणिवेतूनच होतो. मानसिक आणि बौद्धिक उन्नती होते. मनोकायिक आजारांचे मूळ मानसिक संघर्षात असते. निखळ जाणीव असताना मनाचे सर्वच कार्य स्थगित केले जाते.

आप-परभाव हा आपल्या मनाच्या अहंकारातून निर्माण झालेला घटक असतो. मनाच्या कार्याची स्थगिती म्हणजे या आप-परभावाची ही स्थगिती. त्यामुळे संघर्ष व तडजोड यांनाही आता विश्राम मिळालेला असतो. अस्तित्वाची जाणीव असते. येथे जन्मणारे किंवा मृत्यू पावणारे, असे जीवन नसते; केवळ

अस्तित्व असते. या असणाऱ्याच्या 'असण्या'लाच अस्तित्व म्हणायचे. ते केवळ असते, त्याला कोणतेही गुणदोष नसतात. अस्तित्व काळे-गोरे, उंच-ठेंगू, स्त्री-पुरुष, गरीब-श्रीमंत, विद्वान-निरक्षर असे काही नसते. एवढेच काय, ते जिवंत किंवा मृत असेही नसते. ते केवळ असते. या अस्तित्वाची जाणीव ही आपल्या जाणिवेची परमोच्च कोटी आहे. ध्यानाची परिणती जेव्हा समाधीत होते, तेव्हा ही जाणीव फक्त शिल्लक राहते. आता ही जाणीव मला होते आहे, अशी स्थिती उरत नाही. हा अनुभव विलक्षण शांतिपूर्ण असतो. काही क्षणांपुरता हा अनुभव येणेदेखील माणसाच्या जीवनाचे सार्थक करतो. मानवी जीवनाचे ध्येय असा अनुभव येणे हे आहे, असे भारतीय तत्त्वचिंतक मानतात. या स्थितीत मनाची परमोच्च उन्नती झालेली असते, प्रज्ञा विकसित झालेली असते. अशा विकसित प्रज्ञेला 'ऋतंभरा प्रज्ञा' असे म्हणतात. विश्वात असणारे ब्रह्मतत्त्व समजण्यासाठी अशा प्रज्ञेची आवश्यकता आहे. ध्यानाच्या स्थितीतच ही अनुभूती शक्य आहे. योग्य गुरूंच्या मार्गदर्शनाखाली योगशास्त्राचा अभ्यास व सराव करत राहण्याने हे जमणे शक्य आहे, असे शास्त्र सांगते. विद्वत्तेची, ज्ञानाची, श्रद्धेची या अनुभूतीला आवश्यकता नसते. असा अनुभव यावा, असे आत्यंतिक कळकळीने वाटणे व त्यासाठी अविरत प्रयत्नांची तयारी असणे याची मात्र गरज असते.

कर्म आणि त्याची फळे यांतून मुक्ती

वेदप्रणीत योगांपैकी कर्मयोग हा शब्द लोकमान्य बाळ गंगाधर टिळक यांनी *गीतारहस्य* हा ग्रंथ प्रकाशित केल्यानंतर बहुजनांच्या परिचयाचा झाला. मानवी जन्माचे सार्थक आपापले कर्तव्य पार पाडण्यातच आहे, असा संदेश भगवत्‌गीता देते, असे लोकमान्यांनी या ग्रंथात अनेक प्रकारे प्रतिपादलेले आहे. आपण जे काही करतो त्याला कर्म म्हणायचे अशी कर्माची सरळ सोपी व्याख्या आहे. कर्मसिद्धान्त असे सांगतो की, केलेल्या प्रत्येक कर्माचे आपल्याला फळ मिळणारच. ते केव्हा व कोणत्या रूपाने मिळेल यावरून त्या कर्माची आपण वर्गवारी करतो. काही कर्मे अशी असतात की त्यांची फळे आपणास लगेच मिळतात. आपणास भूक लागलेली असताना अन्नाचे सेवन केले (कर्म) की क्षुधाक्षाम्याचे (तृप्तीचे) फळ लगेच मिळते. पाय चुकून केळीच्या सालीवर पडला

(कर्म) की घसरून पडल्याचे फळ लगेच मिळते. कर्म जाणूनबुजून केलेले असो किंवा अहेतुक असो, ज्याचे फळ लगेच मिळते अशा कर्माला 'क्रियामाण कर्म' म्हणतात. आपल्या शारीरिक गरजा भागवण्याकरिता आपण करत असलेली बरीच कर्मे ही या प्रकारात मोडतात.

काही कर्मे केल्यावर त्यांची फळे मिळण्यासाठी वेळ लागतो. शेतकरी बियाणे पेरतो, त्यानंतर काही महिन्यांनी धान्य मिळते. विद्यार्थी कित्येक महिने अभ्यास करतो, मग त्याला परीक्षेत यश मिळते. कित्येक वर्षांच्या रियाजानंतर संगीतात प्रावीण्य मिळू शकते. कर्म केल्यानंतर काही काळाने फळ मिळणाऱ्या कर्माचे फळ साचून राहते, अशा कर्माला आपले 'संचित' म्हणतात. दशरथाच्या हातून श्रावणाला चुकून बाण लागला तेव्हा त्याला पुत्र नव्हता. कालांतराने मुले झाली, ती मोठी झाली. रामाला राज्याभिषेक करण्याची वेळ आली, तेव्हा त्याचे संचित कर्म फळ देण्यास परिपक्व झाले. असे संचिताचे परिपक्व होणे व फलप्राप्ती होणे याला 'प्रारब्ध कर्म' म्हणतात.

संचिताचे प्रारब्धात रूपांतर करणाऱ्या शक्तीला नियती म्हणतात. नियती स्वत:च्या इच्छेने काहीच करू शकत नाही. आपण केलेल्या कर्माचे फळ मिळण्याची वेळ केव्हा येईल हे नियती परिस्थितीनुसार ठरवते, कदाचित तशी परिस्थिती निर्माण करते. अशी परिस्थिती या जन्मात येऊ शकली नाही तर पुढच्या जन्मात येते, असे कर्मसिद्धान्त सांगतो. चांगल्या कर्माची फळेसुद्धा या जन्मात मिळण्यास आपले संचित परिपक्व झाले नसेल तर पुढच्या जन्मात मिळतील. *शुचीनाम श्रीमताम् गेहे योगभ्रष्टोभिजायते* (अध्याय ६, श्लोक ४१) हे गीतावचन सर्वश्रुत आहे. ध्यानादी योगोपासनेचे फल समाधी स्थितीच्या अनुभूतीत व्हावे; परंतु तितकी प्रगती झाली नाही तरी केलेले कर्म वाया जाणार नाही, पुढच्या जन्मात सच्चरित्र आणि आर्थिक सुस्थितीतील घरात जन्म होईल, असे भगवान श्रीकृष्ण अर्जुनाला सांगतात. आतापर्यंत केलेल्या कर्मांचे फळ भोगणे याला पर्याय नाही. ते भोगत असताना भवितव्यावर नजर ठेवून आता करत असणारी सर्व कर्मे विशिष्ट मनोवृत्तीने केल्यास चांगली फळे मिळतील, हा विचार माणसाला सत्कार्य करण्यास प्रवृत्त करेल. ही मनोवृत्ती म्हणजेच कर्मयोग.

आपले विहित कर्म कर्मफलाची आशा न ठेवता करणे हा कर्मयोग. विहित

म्हणजे ठरलेले कर्म. विद्यार्थ्यांचे कर्म अभ्यास करणे, शिक्षकांचे कर्म शिकवणे, सैनिकांचे कर्म लढणे, गृहस्थाश्रमींचे कर्म स्वत:चा संसार चालवताना समाजाची देखभाल करणे, पित्याचे कर्म मुलांच्या व कुटुंबीयांच्या गरजा भागवणे, त्याला सर्वतोपरी साहाय्य करणे हे गृहिणीचे कर्म, चांगला माल योग्य भावाला विकणे हे व्यापाऱ्याचे कर्म, योग्य न्यायनिवाडा करणे हे न्यायाधीशाचे कर्म असे प्रत्येकाचे कर्म होय. एकाच वेळी दोन परस्परविरोधी कर्मांतून निवड करण्याची वेळ आली तर व्यक्तीचा गोंधळ होऊ शकतो. अपराध्याला शिक्षा देणे हे न्यायाधीशाचे कार्य आहे, त्याचबरोबर संकटातील मित्राला वाचवणे हे मित्राचे कर्तव्य आहे. मग मित्रच गुन्हेगार म्हणून पुढे आला तर काय करावे? अशा वेळी ज्या व्यक्तींना धर्माचा अर्थ कळला आहे अशा व्यक्तींवर श्रद्धा ठेवून त्यांचा सल्ला मानावा, असेही कर्मयोग सांगतो.

सर्व कर्मांतून मुक्तता फक्त ज्ञानानेच मिळू शकते. *ज्ञानाग्नि: सर्व कर्माणि भस्मसात् कुरुते तथा।।* (भगवत्गीता अध्याय ४, श्लोक ३७) हे ज्ञान म्हणजे परमोच्च अनुभूती, सर्व विश्वाच्या अंतर्गत असणारे ब्रह्मतत्त्व आणि माझ्यात असणारे आत्मतत्त्व हे एकच आहे, हा अनुभव म्हणजे हे ज्ञान. हे ज्ञान केवळ ऋतंभरा प्रज्ञा प्राप्त झालेल्या व्यक्तीलाच होणे संभवते. ही ऋतंभरा प्रज्ञा (सत्य जाणण्याची क्षमता असणारी समजशक्ती) ध्यानाच्या स्थितीत प्राप्त होते. यास्तव असे ज्ञान प्राप्त करणे हे मानवी जीवनाचे अंतिम ध्येय मानलेले आहे.

■■■

चिंता

भवितव्याची अनिश्चितता आणि स्वत:ला अपाय होण्याची संभाव्यता एकत्र येण्याने होणारी मनाची स्थिती म्हणजे चिंता. ही एक जाणीव असते. ती अशी असणे स्वाभाविक आहे, काही प्रमाणात ती स्थिती आवश्यक आहे, उपयुक्त आहे. अशा उपयुक्त चिंतेच्या जाणिवेला यूस्ट्रेस (Eustress) म्हणतात. या यूस्ट्रेसमुळे आपल्या मनातील आणि शरीरातील सुप्त गुणांना प्रकट होण्यास प्रोत्साहन मिळते. परीक्षेची वेळ आली, की विद्यार्थी अधिक झटून दीर्घकाळ अभ्यास करू लागतात. प्रतिस्पर्ध्यावर मात केली पाहिजे, ही ईर्षा खेळाडूंचे कौशल्य पणाला लावते. संकटाच्या वेळी काहींचे धैर्य स्फुरू लागते. 'गरज ही संशोधनाची जननी आहे' असे म्हटले जाते, कारण गरजेमुळे निर्माण झालेला बुद्धिमत्तेवरचा ताण मेंदूला अधिक नवनिर्मितिक्षम बनवतो.

इतर सर्व गोष्टींप्रमाणे चिंता अधिक झाली, प्रमाणाबाहेर वाढली, तर ती हानिकारक ठरते. त्या स्थितीला डिस्ट्रेस (Distress) म्हटले जाते. ही अतिरेकी चिंता अनेक प्रकारे हानिकारक ठरू शकते. स्मरणशक्ती दगा देऊ लागते, झोप लागत नाही, थकवा जाणवतो, विचारांचा गोंधळ उडू लागतो, निर्णय घेणे कठीण होऊ लागते, आत्मविश्वास ढळतो, नाडीची गती जलद होते, छातीत धडधड जाणवते, श्वसनाची गती वाढते. अधूनमधून लांब श्वास (sighing breath) घ्यावासा वाटतो, कारण श्वास अपुरा पडतो असे भासू लागते. तळहात आणि तळपायसुद्धा थंड होऊ लागतात. तेथील त्वचेवर घाम येऊ लागतो. प्रसंगी कपाळावर किंवा इतरत्र घाम फुटू लागतो.

अशा वेळी रक्तदाब मोजला तर तो वाढलेला आहे असे आढळते. बहुधा रक्तदाबातील हृदयाच्या आकुंचनामुळे वाढणारा (सिस्टॉलिक) रक्तदाब वाढतो; परंतु कधी कधी खालचा, रक्तवाहिन्यांच्या स्थितीवर अवलंबून असणारा (डायस्टॉलिक) रक्तदाबदेखील वाढतो. असा वाढलेला रक्तदाब कायम वाढलेला राहत नाही. चिंता शमल्यावर रक्तदाब पूर्ववत होतो. भूक लागेनाशी होते. क्वचित उलटेही घडू शकते व नेहमीच्या खाण्याने तृप्ती होत नाही. सारखे खावेसे वाटत राहते. मूत्रविसर्जन वारंवार करण्याची भावना येते. रात्री झोप लागण्यास वेळ लागू लागतो. रात्री उशिरा झोपल्यामुळे सकाळी लवकर उठवत नाही. दिवसभर अकारण थकवा जाणवत राहतो. स्नायूंची ऊर्जानिर्मिती प्राणवायूच्या अभावात झाल्याने लॅक्टिक ॲसिड निर्माण होऊन स्नायू सुजतात. वेदना निर्माण होतात. मसाज केल्याने बरे वाटते; कारण या लॅक्टिक ॲसिडचा स्नायूंतून निचरा होण्यास मदत होते. शिवाय हलका मसाज, बामसारखे मलम चोळणे, शेकणे, स्नायू किंवा स्नायुबंध ताणणे या क्रियांमुळे मज्जारज्जूत वेदना नेणाऱ्या मज्जातंतूंना वेदनेची संवेदना नेण्यात आडकाठी येते.

याच प्रकारचे कार्य ॲस्पिरीनसारखी वेदनाशामक औषधेही करतात. या औषधांचे शरीरात इतरत्रही बरेच परिणाम असतात, ते सगळे हितकारक नसतात. स्नायूंच्या सतत आकुंचित स्थितीत राहण्याने डोके दुखू लागते. मान व पाठ दुखते, कंबर दुखते; शिवाय साखरेचा सतत वापर ऊर्जा निर्माण करण्याकरिता केला गेल्याने रक्तातील साखरेचे प्रमाण घटते. मेंदूच्या पेशी साखरेशिवाय कार्य करू शकत नाहीत. मांद्य येऊ लागते, निरुत्साह बळावतो, थकवा लगेच येतो. घामातून सोडिअम क्षार शरीराच्या बाहेर पडतो, त्यामुळे वेगवेगळ्या स्नायूंत गोळे (क्रॅम्प्स) येतात. त्याचप्रमाणे लाळ तयार करणाऱ्या ग्रंथींचे कार्य थांबल्यामुळे आणि शरीरातून घामामार्फत पाण्याचा निचरा झाल्याने तोंड कोरडे पडू लागते.

सीदन्ति मम गात्राणि मुखम् च परिशुष्यति। अशी अर्जुनाची स्थिती झाली. काय करावे आणि काय करू नये या संभ्रमामुळे तो चिंतातुर झाला.

चिंतेमुळे आतड्याचे कार्य मंदावते. अनेकांना अवरोध होतो; परंतु काहींच्या प्राकृतिक ठेवणीमुळे वारंवार मलप्रवृत्ती होणे संभवते. पोटात अस्वास्थ्य जाणवते, याचे काही संवेदनाक्षम व्यक्तींमध्ये उलटी होण्यात रूपांतर होते;

तर काहींना घाईने शौचाला जावे लागते; मूत्रविरेचनाची वारंवारिता वाढते.

हे सगळे होते, याचे कारण आपल्या मेंदूच्या रचनेत आणि कार्यपद्धतीत आहे. कोणत्याही समस्येला तोंड देण्याची तयारी मेंदू करतो. त्या प्रक्रियांना युद्ध अथवा पलायनाची प्रतिक्रिया (fight or flight reaction) असे म्हणतात. या प्रक्रियेत प्रामुख्याने आपल्या अनैच्छिक मज्जासंस्थेतील सिंपथॅटिक नर्व्हस सिस्टिम भाग घेते. या संस्थेच्या कार्यामुळे बाहुल्या रुंदावतात, श्रवण सक्षम होते, लाळ व पाचकरसांची निर्मिती थांबते, श्वासनलिका रुंदावतात, नाडीची गती जलद होते, श्वास जलद व खोल होऊ लागतो, भूक मंदावते, आतड्याचे स्नायू संथावतात, जाग येते, जाणीव तीव्र होते, मन एकाग्र होऊ शकत नाही, स्मरणशक्ती सहकार्य देत नाही, मनात बेचैनी, अस्वास्थ्य व भीतीची भावना येऊ लागते. शरीर युद्धासाठी किंवा पलायनासाठी तयार होते. ही तयारी कोट्यवधी वर्षांपूर्वीच्या आपल्या पूर्वज प्राण्यांना उपयुक्त होती; पण आजच्या काळात ती अप्रस्तुत, उलटपक्षी अपायकारकच ठरते. व्यक्तीच्या शारीरिक आणि भावनिक गुणांच्या प्रकट होण्याच्या आडच ही चिंतामग्नता येऊ शकते.

चिंतेवर मात करायची म्हणजे काय करायचे? प्रथमत: आपल्या शरीराचे आणि विशेषत: आपल्या मेंदूचे आरोग्य चांगले राखायचे. आहार सकस आणि संतुलित असला तरच मेंदूच्या सर्व पेशींना आवश्यक ती जीवनसत्त्वे, क्षार व महत्त्वाचे घटक मिळू शकतील. विविध तृणधान्ये, मोड आलेली कडधान्ये, सर्व भाज्या, कोशिंबिरी, दूधदुभते, ऋतुमानाप्रमाणे फळे, आवश्यक तेवढेच मीठ व मसाले, मर्यादित तेल-तूप असावे. गोड खाणे टाळावे. मद्यपान आणि धूम्रपान कटाक्षाने वर्ज्य करावे. नियमाने व्यायाम करावा. चलपद्धतीचे, स्थिरपद्धतीचे, स्नायूंना तणाव देणारे व दमछाक होऊ नये या हेतूने केलेले व्यायाम करावेत. अंतर्बाह्य स्वच्छता पाळावी. मेंदूला इजा होईल असे काही करू नये. दुचाकी वाहन वापरताना हेल्मेट वापरावे. चारचाकी वाहनात पट्टा बांधावा. ज्यांची शारीरिक प्रकृती उत्तम असते अशा व्यक्ती सहसा चिंतातुर होत नाहीत.

मनाचे व्यवहार पाहण्याची सवय करावी. चिंता ही आपल्या मनाच्या जाणिवेची एक स्थिती आहे. आपल्या जाणिवांची माहिती करून घ्यावी. आपली जाणीव समजण्याकरिता ध्यानाच्या स्थितीचा फायदा होतो. विचाररहित जाणिवेच्या स्थितीला ध्यान म्हणतात. ध्यानाचे अनेक मार्ग आणि पद्धती

आहेत. आपल्या गुरूंकडून आपल्याला योग्य अशी पद्धत शिकून घ्यावी. चिंता जाण्याचा एक प्रभावी मार्ग श्रद्धा आहे, किंबहुना श्रद्धा असेल तर चिंतातुर अवस्था येणारच नाही. कुटुंबात वाढताना आपल्या आईवडिलांची श्रद्धास्थाने पाहून बालकाच्या मनात त्याच श्रद्धास्थानांबद्दल श्रद्धा निर्माण होते. सुसूत्र विचार आणि श्रद्धा एकमेकांना पूरक असावेत, ते नसतात तेव्हा अंधश्रद्धा बळावते. आपल्या श्रद्धास्थानासंबंधात चर्चा करण्याची मोकळ्या मनाने तयारी असणे हे महत्त्वाचे असते. अर्थात, कोणाबरोबर आणि कशाकरिता चर्चा करायची याचेही भान ठेवावेच लागते, अन्यथा निष्कारण कंठशोषच पदरी पडेल.

मानवी मनाच्या काही मूलभूत गरजा असतात. त्यांची जाणीव ठेवून त्या पुऱ्या होत आहेत ना, याचाही विचार मन:स्वास्थ्याला आवश्यक असतो. किंबहुना जे बदलत जाते तेच सुंदर असते. *क्षणे क्षणे यन्नवनातम् उपैनि तदेव रूपम् रमणीयताया:।* असे महाकवी भारवि याने 'शिशुपालवध' या काव्यात म्हटलेले आहे. त्याचप्रमाणे मानवी मनाला थोपटण्याची गरज असते. त्याचबरोबर वेळापत्रक ठरवलेले असणे आवश्यक असते. असे ठरवण्याकरिता आपल्या जीवनाचे ध्येय ठरवता आले पाहिजे. आपल्या मनाची उन्नती करण्याची पहिली पायरी म्हणजे आत्मकेंद्रित विचारपद्धती सोडून इतरांबद्दल आत्मीयता वाटू लागली पाहिजे. ही आत्मीयता प्रेम, भक्ती, समर्पण किंवा करुणा याप्रमाणे विस्तारते. अशा आत्मीयतेच्या विचारांनी आप-परभाव जातो. 'आप' भाव गेल्याने स्वत:ला अपाय होण्याचा विचारही जातो. ध्यानामुळे मन भूत किंवा भविष्यात न वावरता सद्य:काळात स्थिरावते, त्यामुळे भवितव्य आणि अपाय दोन्ही संकल्पना दूर होतात, यालाच चिंतेतून मुक्ती असे म्हणतात.

थोडी चिंता असावी, अतिरेकी चिंतातुर स्थिती नको. असे असणे हे निरोगी अवस्थेचे लक्षण आहे. आरोग्यसंपन्न जीवन म्हणजेच चिंतेतून मुक्ती. आपल्या मनातील सर्व विचार बोलून दाखवणे हादेखील चिंतेतून मुक्तता मिळवण्याचा एक चांगला मार्ग असतो. त्या दृष्टीने परमेश्वरावर श्रद्धा व आत्मनिवेदन रूप भक्ती हे शतकानुशतके लोकमान्य मार्ग सर्वांना विदित आहेतच. आपल्या धार्मिक प्रकृतीचा तो एक महत्त्वाचा पैलू आहे. सर्वच पैलू महत्त्वाचे असतात. एकूण सगळीच प्रकृती निरामय ठेवणे म्हणजे चिंतेतून मुक्त होणे.

■■■

सामाजिक प्रकृती आणि विकृती

मनुष्य हा एक समूहाने राहणारा प्राणी आहे. एकट्यादुकट्या माणसाला जगणे केवळ कठीणच नव्हे; तर आदिमानवाच्या काळापासून आजपर्यंत अशक्यच होते आणि आहे. जंगलात वास्तव्य करणाऱ्या आपल्या पूर्वजांना याची चांगली कल्पना आली असली पाहिजे. कोल्हे–कुत्रेसुद्धा एकट्या मानवाला फाडून खाऊ शकतात, वाघ–सिंहाची तर गोष्टच सोडा. त्याउलट मानवी समूह एकत्र आल्याने हत्तीसारख्या बलशाली प्राण्यालादेखील पकडता येते व आपल्या उपयोगासाठी त्याचा वापर करून घेता येतो, याचाही अनुभव मानवाने घेतला. एका समूहात राहायचे या कल्पनेचा विस्तार विविध कुटुंबांनी एकत्र राहायचे या संकल्पनेत झाला. कुटुंब हे एक समाजाचे एकक (युनिट) बनले. आपल्या मुलाबाळांची देखभाल चांगली व्हावी, त्यांना जीवनात उपयोगी पडेल असे शिक्षण देता यावे, यासाठी जन्मल्यापासून किमान १५ ते १८ वर्षे स्त्री–पुरुष व त्यांची मुले एकत्र राहणे इष्ट होते. कुटुंबसंस्थेचा पाया विवाहसंस्थेत आहे. चारित्र्य आणि नीती या संकल्पना विवाहसंस्थेला स्थिर करण्यासाठी आवश्यक असतात. या संकल्पनांची दैनंदिन जीवनात बांधणी करणारे विचार म्हणजे आचारधर्म.

धर्म या संकल्पनेचा अर्थ महाभारतात, 'ज्या विचार–आचारांनी लोकांना एकत्र ठेवले जाते ते विचार म्हणजे धर्म' असा केलेला आहे.

धारणात् धर्ममित्याहु: धर्मो धारयते प्रजा:
यस्यात् धारण संयुक्तम् स धर्म इति मे मत:।

याचा अर्थ, 'ज्याद्वारे लोकांना एकत्र ठेवले जाते त्याला धर्म म्हणायचे,

कारण जनतेला धर्म एकत्र ठेवतो. ज्या विचारांनी माणसांना एकत्र ठेवले जाते ते विचार यालाच धर्म म्हणावे असे माझे मत आहे.' काळाच्या ओघात माणसांना एकत्र ठेवण्याची काही वैश्विक तत्त्वे ओळखली गेली. सर्व धर्मांच्या मुळाशी हीच तत्त्वे आहेत. समाज एकत्र राहायचा असेल, तर एकमेकांवर विश्वास ठेवणे आवश्यक आहे. असा विश्वास एकमेकांशी व्यवहार करताना खरे बोलण्याने होतो हे त्रिकालाबाधित सत्य आहे. 'सत्यमेव जयते' हे वाक्य आपणही राष्ट्रीय बोधवाक्य म्हणून स्वीकारले आहे, ते कोणत्याही एका धर्माचे प्रतीक नाही. ते एक वैश्विक सत्य आहे. एकमेकांना अकारण अपाय करू नये हे दुसरे तसेच तत्त्व आहे. 'कायेन वाचेन मनसा अहिंसा' हे व्रत पाळावे असे सर्व धर्म सांगतात. केवळ माणसांच्याच नव्हे; तर पशुपक्षी आणि तरुलता या सर्वच जीवनधारकांना हे तत्त्व लागू करावे, ही मनाच्या उन्नतीची वरची पायरी झाली. किमान आपल्या सुखासाठी दुसऱ्याला अपाय होईल असे वागणे व बोलणे टाळावे, एवढा मर्यादित अर्थ अहिंसा या तत्त्वावर घेतला व आचरणात आणला, तरी समाजाचे त्यात फार मोठे भले होणार आहे. एकमेकांच्या वस्तू चोरून नेण्याने परस्परांवर विश्वास राहणार नाही. याकरिता स्वकष्टाने मिळवलेले तेवढेच आपले म्हणावे, इतरांचे चोरून नेणे हे पाप आहे, अशा विचारांची समाजाला आवश्यकताच असते. याला 'अस्तेय' म्हटले जाते.

समाजात किंवा कुटुंबात राहायचे, तर सर्व बंधने पाळली गेली पाहिजेत, हा विश्वाचाच नियम आहे. सूर्य वेळेवर उगवतो- मावळतो, दिवस-रात्र त्यामुळे वेळेवर येतात, ऋतुमान व्यवस्थित राहते, त्यामुळे 'नेमेची येतो मग पावसाळा, हे सृष्टीचे कौतुक जाण बाळा' असे म्हटले जाते. सूर्य, चंद्र, तारे, पृथ्वी, निसर्ग आपापल्या नियमाने जातात. हे साऱ्या विश्वातील ब्रह्म आपल्या नियमाने चालते तेव्हा सारे सुरळीत राहते. हे ब्रह्माचे आचार म्हणजे बंधने मानून राहणे होय. मानवी समुदायातदेखील अशा बंधनानेच राहणे एकमेकांना फायद्याचे होणार आहे. व्यक्तिगत जीवनात आपली दिनचर्या वक्तशीरपणे पाळणे आणि कौटुंबिक व सामाजिक जीवनात समाजाने मान्य केलेली बंधने पाळणे म्हणजे 'ब्रह्मचर्य'. समाजाने मानलेली बंधने म्हणजे धर्म, धर्माने संमत केलेले उपभोग्य स्त्री-पुरुष संबंध हे ब्रह्मचर्यच आहे.

बलं बलवताम् अस्ति कामरागविवर्जितम्। धर्माविरुद्धो भूतेषु कामोस्मि

भरतवर्षम्।। असे भगवत्गीतेत भगवान म्हणतात. 'हे अर्जुना, बलवंतांचे वासना व आसक्तिरहित बळ मी आहे, तसेच सर्व प्राणिमात्रांमध्ये धर्माच्या विरुद्ध नसणारा काम मीच आहे, आपल्या गरजेपुरते माणसाने आपल्याकडेच ठेवावे. अकारण आवश्यक गोष्टींचा साठा करत जाऊ नये. याला 'अपरिग्रह' म्हणतात. असा साठा केल्याने दुहेरी तिहेरी नुकसान संभवते. एक तर आपल्याकडे साठून राहिलेली गोष्ट ज्याला त्याची गरज आत्ताच आहे, त्याला मिळत नाही. दुसरी गोष्ट म्हणजे धनधान्याचा कालांतराने नाश होतो, पैशांचे अवमूल्यन होत जाते, शिवाय माणसाला कष्ट करायची प्रेरणा जाते. ही सुखासीन वृत्ती पुढच्या पिढ्यांत उतरते व त्यांना कर्तृत्वशून्य बनवते. यामुळे नजीकच्या भवितव्यात वापरता येईल एवढाच धनसंचय अथवा वस्तूची साठवण करावी, असे हे अपरिग्रह तत्त्व सांगते. व्यक्तिगत आयुष्यात माणसाने स्वच्छता पाळावी, मनात संतोष ठेवावा. जीवनातील सुखदु:खाच्या, उन्नती-अधोगतीच्या, स्वास्थ्य-विकृतीच्या जोड्या अटळ असतात, त्यांना स्वीकारावे. आपल्या विषयाचा अभ्यास करत राहावे व आपल्या आतील परमेश्वराचे सान्निध्य सदैव ध्यानात ठेवावे (आपल्या विचारांनादेखील तो पाहतो. आचार तर त्याला दिसतीलच याची जाणीव ठेवणे). अशा एकूण दहा धर्माज्ञा- *अहिंसा, सत्यम्, अस्तेय, ब्रह्मचर्य, अपरिग्रह: यमा:, शुचिता, संतोष, तप: स्वाध्याय, ईश्वरप्रणिधान नियमा:-* यम-नियम या अगर इतर नावाने सर्व धर्मांत कमीअधिक महत्त्वाने ही तत्त्वे सांगितलेली आहेत.

सर्व धर्मांचे व सर्व कायद्यांचे मूळ या यम-नियमातच आहे, हे पाळणे म्हणजे नीतीने वागणे असे धर्म सांगतो; तर हे कायदे मोडले तर शासन होईल असे न्यायसंस्था सांगते. जेथे नीती संपते तेथे कायदा सुरू होतो. आपल्या सद्- असद्- विवेकाला स्मरून नीतिमत्ता पाळणाऱ्या व्यक्तीला आणि अशा व्यक्तींच्या समूहाला कायद्यांची आवश्यकता नाही. तथापि, माणसाचे मन क्षणिक मोहाला बळी पडू शकते हे सत्य नजरेआड करून चालत नाही. नीतिवान आणि चारित्र्यसंपन्न व्यक्तींच्या आयुष्यातदेखील तात्पुरत्या मोहाला बळी पडून त्यांच्या हातून अपराध घडू शकतो याची उदाहरणे वाङ्मयात आणि व्यवहारात दिसतात. अशा घटना म्हणजे अनैतिकता आणि अराजकता होय. ज्या समाजात चोरीमारी, खून-दरोडे, विनयभंग आणि बलात्कार, नैतिक आर्थिक पिळवणूक

चालते, त्या समाजाची प्रकृती ढासळली आहे असे म्हटले जाते.

उलटपक्षी सुदृढ समाजात स्थैर्याची भावना असते, भवितव्याची विवंचना नसते, अस्तित्वाला धोका नसतो, पिळवणूक होत नाही. बालक, वृद्ध, अपंग किंवा आजारी व्यक्तींची देखभाल आत्मीयतेने केली जाते, वाङ्मय व इतर कला जोपासल्या जातात. ज्ञान आणि अनुभव यांना वाव मिळतो. समाजासाठी सतत काही तरी करावे, ते करण्यात आनंद मानावा, ते करण्यात स्वत:च्या फायद्याचे काही मिळण्याची अपेक्षा नसावी, अशी वृत्ती जोपासली जाते. ही सामाजिक सुस्थिती आहे. अशी सुस्थिती ठेवण्याची जबाबदारी प्रत्येकाची आहे. त्या सुस्थितीचा लाभ प्रत्येकाला होणारच आहे. अशा सुस्थितीतील समाज एकसंध राहतो, प्रगत होतो, उन्नत होतो, समाजघटकांना– त्यांच्या सर्व गुणांना– वाव मिळत राहतो. त्याउलट सामाजिक विकृतीतून अस्थैर्याची व अनिश्चिततेची भावना निर्माण होते. संघर्ष व तडजोड सतत करावी लागते. आपल्याला कोण केव्हा धोका देईल याची भीती सतत वाटत राहते. यातून मन:स्वास्थ्य ढळते. अस्वस्थ मनाचा व मेंदूचा परिणाम शरीरावर होतो. याला मनोकायिक विकार असे म्हटले जाते. विसाव्या आणि आता एकविसाव्या शतकात बहुतेक आजारांचे स्वरूप मनोकायिक आहे. वाढलेला रक्तदाब, हृदयविकार, दमा, जठरातील आम्लपित्ताचा अतिरेक, अल्सर्स, अतिसार, संधिवात, अनेक प्रकारचे त्वचारोग, काही प्रकारचे कर्करोग, आपल्या प्रतिकारशक्तीतील दोष या साऱ्यांच्या मुळाशी सामाजिक विकृती असते, यावरून या विषयाचे महत्त्व ध्यानात येईलच.

प्रेम–नीती–कायदा

मानवी अस्तित्व सामाजिक आहे. माणूस नेहमी समूहात राहतो. कोणत्याही समूहात आपण आणि इतर अशा दोन व्यक्तींचे संबंध महत्त्वाचे ठरतात. कोणत्याही दोन व्यक्तींमधील सर्वोच्च पातळीवरचा संबंध म्हणजे आत्मीयता. ही आत्मीयता विविध रूपे घेते; परंतु आत्मीयतेचा गाभा दुसऱ्याच्या अस्तित्वाची जाणीव घेण्यापासून होतो. दुसऱ्या व्यक्तीचे भले व्हावे. दुसरी व्यक्ती सुखी रहावी असे मनापासून वाटणे म्हणजे आत्मीयता. अशी आत्मीयता असणारे संबंध एकमेकांना पूरक असतात. एकमेकांच्या जीवनाला अर्थ देतात. जीवनाचे

सार्थक करतात. अशा संबंधात कोणी कोणाचे नुकसान करण्याचा प्रश्न उद्‌भवतच नाही. आत्मीयतेचा पाया त्यागात आहे, दुसऱ्याच्या अस्तित्वाला प्राधान्य देण्यात आहे.

असे असले तरी प्रत्येक व्यक्तीला अहंकार असतो. आपला अहंकार सुखावणारी व्यक्ती प्रिय होते, परंतु आपला अहंकार न सुखावणारी अथवा प्रत्यक्ष दुखावणारी व्यक्ती अप्रिय होते. प्रिय असली तर आत्मीयता निर्माण होते, प्रिय नसली तरी कौटुंबिक अथवा सामाजिक सुस्थिती टिकवण्यासाठी काही नियम पाळले जाणे आवश्यक आहे. जी व्यक्ती अधिक शक्तिमान आहे त्या व्यक्तीने अशक्त व्यक्तीचे संरक्षण केले तर दोघेही राहू शकतील. कालांतराने परिस्थिती बदलू शकते. आज सशक्त असणारी व्यक्ती उद्या कमजोर बनू शकते आणि आज निर्धन असणारी व्यक्ती उद्या श्रीमंत होऊ शकते. अधिक शक्ती अथवा धन असणाऱ्यांनी अशक्त किंवा निर्धनाचा सांभाळ करण्याचे तत्त्व समाजाने पाळले तर सर्वांचे सर्वकाळ भले होईल. म्हणून या तत्त्वांना नीतीची मूल्ये मानली गेली आहेत. या मूल्यांचे पालन करणे म्हणजे नीतीने वागणे.

ही मूल्ये सर्व धर्मांत सांगितलेली आहेतच. खरे बोलावे, इतरांना अपाय करू नये, चोरी करू नये, सामाजिक नीतिनियम पाळावेत, अकारण वस्तूंचा साठा करू नये, स्वच्छता पाळावी, राक्षसी महत्त्वाकांक्षा जोपासू नयेत, जीवनातील द्वंद्वे स्वीकारावीत, आपापल्या विषयात ज्ञानार्जन करत राहावे आणि श्रद्धा जोपासावी, या प्रकारे ही नीतीची मूल्ये असतात. आत्मीयता असणाऱ्या व्यक्तीला या मूल्यांबद्दल कोणी सांगावे लागत नाही; परंतु जेथे आत्मीयता नसते तेथे नीतीने वागावे असे धर्म सांगतो. जेव्हा आपला अहंकार स्पर्धेकडे नेतो तेव्हा सामाजिक स्थैर्यासाठी कायदेकानू केलेले असतात. जेथे प्रेम संपते तेथे नीती सुरू होते व जेथे नीती संपते तेथे कायदा सुरू होतो. कायदा पाळला गेला नाही तर शासन होण्याची यंत्रणा उभारावी लागते. पोलीस, कोर्ट, वकील, न्यायाधीश, तुरुंग, दंड इत्यादींचा वापर करून समाजातील अपप्रवृत्ती रोखण्याचा प्रयत्न चालू आहे. 'कायद्याचे पालन करणारी प्रजा' जेथे असते तेथे सामाजिक प्रकृती सुदृढ आहे असे मानण्याचा प्रघात आहे. 'चेंगीझखानच्या राज्यात सोन्याच्या नाण्यांची थैली बरोबर घेऊन एकटी कुमारिका त्याच्या राज्यात एका टोकापासून दुसरीकडे निर्धोक जाऊ शकत

होती.' असे त्याच्या सुव्यवस्थेबद्दल बोलले जाते. अशी सुव्यवस्था राखणे, राज्यकर्त्यांची जबाबदारी असते.

जेव्हा कायदे पाळले जात नाहीत तेव्हा अराजक माजू लागते. लोक आपापल्या मनासारखे वागू लागतात. समाजात 'बळी तो कान पिळी' हे तत्त्व मानले जाऊ लागते. त्यामुळे प्रत्येक व्यक्ती आपल्यापेक्षा बलवान कोण आहे त्याला भिऊन राहू लागते; सर्वत्र भय, अनिश्चितता पसरते व अस्वास्थ्य निर्माण होते. हे अस्वास्थ्य म्हणजेच युद्ध अथवा पलायनाला निमंत्रण. याचे परिणाम म्हणजे उच्च रक्तदाब, मधुमेह, हृदयविकार, पक्षाघात, दमा, आम्लपित्त, पोटातील अल्सर्स, अविचार इत्यादी मनोकायिक विकारांना आमंत्रण. हे विकार समाजात वाढू द्यायचे नसल्यास सामाजिक स्वास्थ्य आवश्यक आहे.

सामाजिक स्वास्थ्याचा पाया स्वत:च्या जबाबदाऱ्या ओळखण्यात आहे. याचाच एक भाग कायदे पाळणे यात आहे. आपणच आपल्या सामाजिक हितासाठी कायदे करतो; पण आपणच ते मोडतो, ही सामाजिक विकृती आहे. व्यक्तिगत क्षुल्लक फायद्यांसाठी सगळ्यांचाच तोटा होईल असे वागणे म्हणजे सामंजस्याचा अभाव होय. अशी असमंजस माणसे फक्त शासकीय बडगाच जाणतात. वास्तविक नीतिमत्ता असणाऱ्या व्यक्तीला कायद्याची गरज नाही. त्याहून महत्त्वाचे म्हणजे आत्मीयता असणाऱ्या व्यक्तीला नीतीचीही गरज नाही. आत्मीयतेचा आविष्कार केवळ अहंकाराच्या मुक्तीनेच होणे शक्य आहे. सुदैवाने काही वयात काही जैविक घटनाही आत्मीयता निर्माण होण्यास योग्य भावनात्मक वातावरण निर्माण करतात, त्यांचा उपयोग आपल्या उन्नतीसाठी व्हावा.

■■■

सामाजिक प्रकृतीही ठणठणीत हवी

जन्माला आलेल्या व्यक्तीला स्वत:च्या अस्तित्वाची आणि ते अस्तित्व टिकवण्यासाठी असणाऱ्या तहानभूक अशा गरजांची जाणीव असते. आपल्या गरजा पुऱ्या होणे आवश्यक आहे, एवढाच विचार असू शकतो. आपल्या गरजा आणि गरजांतून निर्माण झालेल्या इच्छा आताच्या आता आणि इथल्या इथेच पुऱ्या झाल्या पाहिजेत, अशी भावना असते. ही आत्मकेंद्रित विचारसरणी मूलभूत असते, अस्तित्वासाठी आवश्यकही असते. जसजसे बालक वाढू लागते, तसतसा या विचारात फरक पडणे जरुरीचे असते. आपली गरज जरी आईला कळली, तरी ती आपल्याकडे लक्ष देण्यास मोकळी असावी लागते. आपल्या खाण्यापिण्याच्या वेळा आईने ठरवल्याप्रमाणेच होतील. मलमूत्र विसर्जनाचे नियम शिकले पाहिजेत, ते पाळले पाहिजेत. आई केवळ माझ्यासाठी नसून तिला इतर काही कामे असतात व माझ्याव्यतिरिक्त इतरांचेही काम तिला करावे लागते. घरात वडिलांचा अधिकार चालतो. मोठ्या व्यक्तींचे ऐकावे लागते. तसे न ऐकले, तर ती माणसे आपल्याला शासन करू शकतात. आपल्या वस्तू आपल्या भावंडांना द्याव्या लागतात. त्या वस्तू मिळाल्यावर भावंडांना आनंद होतो. आनंद पाहणे हादेखील एक आल्हाददायक अनुभव असतो. आपण आई, वडील, वडील भावंडे यांचे ऐकले तर ती मंडळी आनंदी होतात. अशा खुशीत ते आपण मागू ते देतात. हे सारे अनुभव बालकाला येतात. आपल्याशिवाय इतर माणसे असतात. त्यांनाही गरजा असतात (उदाहरणार्थ, आईचा वेळ), त्याकरिता इतरांबरोबर काही गोष्टी (आईचा वेळ) वाटून घेणे आवश्यक आहे.

आपल्या गरजा आणि इच्छा पुरवणाऱ्या व्यक्तीच्या मानसिकतेवर आणि त्या व्यक्तीला केव्हा जमते यावर आपल्या इच्छा व गरजा पुऱ्या होऊ शकतात, हा समज मुलाच्या मनाच्या प्रगतीचा एक महत्त्वाचा टप्पा असतो. ज्यांना हे समजते, ती मुले समजूतदार असतात. ज्यांना हे समजत नाही, ती हट्टी असतात. हट्ट किती प्रमाणात आणि कोणाकडे केला तर चालतो, हे ओळखण्यात हट्टी मुले पटाईत बनतात. आईवडिलांपैकी सहसा आई आपल्या हट्टाला दाद देते किंवा आईवडिलांपेक्षा आजी–आजोबांकडे हट्ट लगेच पुरवला जातो, अशा गोष्टी या हट्टी मुलांना लगेच कळतात. हे सारे गुण पुढच्या आयुष्यात चालू राहतात.

कुटुंब ही एका समाजाचीच छोटी आवृत्ती असते. कुटुंबात आलेले अनुभव समाजात येत राहतात. समाजातदेखील शिस्त लावणारे (सरकार) असतात आणि कुटुंबातही असतात (वडील). वडिलांच्या सूचना, सल्ले असले ऐकण्याचे मुलाच्या स्वभावात असले तर पुढे कायदे पाळण्याची शक्यता असते. वडिलांचे न ऐकता आईकडून हट्ट पुरवावा, अशी धारणा असलेली मुले कायद्यातून पळवाटा शोधत राहतात. भावंडांत आपल्या गोष्टी वाटून घेणारी मुले समाजातदेखील इतरांच्या गरजा जाणतात. आपल्या कुटुंबाबद्दल आत्मीयता आणि अभिमान बाळगणारी मुले आपल्या समाजाबद्दल आणि राष्ट्राबद्दल आत्मीयता आणि अभिमान बाळगू लागतात. आपल्या मातृभाषेत चांगले व्यवहार करणारी मुले नंतर कोणत्याही भाषेचे कलम करून घेऊ शकतात; पण आपली संस्कृती जपतात. भाषा हा संस्कृतीचाच एक भाग असतो. एक भाषा सोडून दुसरी भाषा स्वीकारणे म्हणजे एक संस्कृती सोडून दुसरी स्वीकारणे असा प्रकार असतो. धड मातृभाषा नाही आणि धड परकीय संस्कृतीही नाही, अशा स्थितीत वैचारिक भावनात्मक आणि श्रद्धास्थानांसंबंधी गोंधळ उडू शकतो. घरात एक भाषा आणि संस्कृती व शाळेत दुसरी भाषा आणि वेगळी संस्कृती यात गोंधळ माजतो. अशा गोंधळलेल्या मनात गणितासारखे अमूर्त विचार आणि संकल्पना रुजणे कठीण होते. याचा विचार आपल्या मुलांना शाळेत घालताना पालकांनी करणे आवश्यक आहे. विशिष्ट मर्यादेपर्यंत (साधारण एसएससी) सर्व शिक्षण मातृभाषेत व्हावे व इंग्लिशसारखी भाषा शिकण्यास सुरुवात करावी. कालांतराने पदव्युत्तर काळात सगळे शिक्षण इंग्लिशमधून झाले तरी काहीच बिघडणार नाही.

कारण, तोपर्यंत सर्व संकल्पना रुजलेल्या असतात. शब्दांचे अर्थात रूपांतर करण्याची मेंदूची शक्ती वापरण्यात मेंदूला कौशल्य प्राप्त झालेले असते. आता फक्त एका विशिष्ट ध्वनिरूप संकेताऐवजी (एखाद्या भाषेतील एक शब्द जसे, आंबा) दुसऱ्या भाषेतील वेगळा ध्वनिरूप संकेत (जसे, मँगो) वापरणे एवढेच करायचे असते. आपल्या सांस्कृतिक मूल्यांमध्ये बदल आवश्यक नसतो, मनाचे स्थैर्य टिकून राहते.

कुटुंबातील इतर घटकांबद्दल आत्मीयता निर्माण होणे अत्यंत आवश्यक आहे. भावंडांतील प्रेम, आईवडिलांबद्दलचे आदरयुक्त प्रेम या बंधनांमुळे कुटुंब एकत्र राहते. भावनांनी बांधलेले ते बांधव. आपल्या आईवडिलांत काही उणिवा असल्या, ते धनवान नसले, विद्वान नसले, सुस्वरूप नसले, मोठ्या अधिकारपदावर नसले, तरीही ते माझे आईवडील आहेत, म्हणून ते मला प्रिय आहेत, ही भावना कुटुंबाला एकत्र ठेवेल. हीच भावना समाजाला एकत्र ठेवेल. माझ्या व्यक्तिगत फायद्यापेक्षा कुटुंब एकत्र राहणे अधिक महत्त्वाचे आहे, हा विचार समाजाला एकसंध बनवेल. असा एकसंध समाज बलवान होतो. अशा बलशाली समाजातच सर्व प्रकारची सांस्कृतिक उन्नती होणे संभवते. एकसंध बलशाली समाजातच स्थैर्य असते. हे स्थैर्यच मानवी मनाला प्रगतिपथावर नेते.

आपल्या निकटवर्तीयांबद्दल आत्मीयतेची भावना निर्माण होणे, हा एकसंध कुटुंबाचा गाभा आणि संघटित समाजाचा पाया आहे. कोणत्याही दोन व्यक्तींमधील आत्मीयता हा एकच बंध त्या व्यक्तींना एकत्र ठेवतो. या बंधाचे स्वरूप थोडे थोडे वेगळे असते. माता आणि बालक यांतील ऋजुता आणि पिता आणि पुत्र यांतील आदराधिष्ठित प्रेम यांत फरक करता येईल. प्रियकर आणि प्रेयसी यांतील उत्कट प्रेमसंबंध आणि पतिपत्नी यांतील गाढ एकरूपता यातही फरक असणे स्वाभाविक आहे. कोणत्याही दोन व्यक्तींमधील आत्मीयतेला प्रेम असे नाव देता येते; पण प्रेमातल्या वेगवेगळ्या छटा जाणून घेणे इष्ट आहे. या मानवी प्रेमभावनेची उन्नती ईश्वरी भक्तीत होऊ शकते. मानवी प्रेमात काही प्रमाणात मालकीहक्काची, असूयेची छटा असणे स्वाभाविक आहे. त्यांचा अतिरेक ही विकृती आहे. भक्तीच्या भावविश्वात मालकीच्या आणि असूयेच्या भावनांना जागा नाही. उलटपक्षी मी ज्याला देव मानतो आणि त्याची भक्ती करतो, तोच सर्वांचा देव असावा आणि सगळ्यांनीच त्याची भक्ती करावी असे वाटत

राहते. मानवी प्रेमात आपल्या प्रिय व्यक्तीकरिता त्याग करण्याची इच्छा व तयारी असते, ती भावना भक्तीमध्ये अधिकच उत्कट बनते. ज्या व्यक्तीवर आपले प्रेम आहे, ती व्यक्ती आपल्या निकट असावी, प्रसंगी संभाषण व्हावे व शक्य असल्यास शारीरिक स्पर्शादी जवळीक करता यावी, अशी तीव्र इच्छा होते. भक्तीमध्ये फक्त प्रतीक जवळ असू शकते आणि केवळ स्मरणानेसुद्धा देह पुलकित होतो. प्रेम आणि भक्ती त्यांच्या उच्च स्थितीत व्यक्तीला इतर कोणत्याही विचाराला थारा देत नाहीत. जीवनातील समस्यांकडे दुर्लक्ष होण्याचा धोका निर्माण होतो. सुसूत्र विचारांची जागा उत्कट भावना घेते, ही स्थिती उन्मनी असते, इतरांच्या दृष्टीने हे वेडच असते. कोणत्याही गोष्टीचा अतिरेक चांगला नसतो, याचेच हे उदाहरण म्हणता येईल.

प्रेमभावनेचे भक्तीत रूपांतर होण्यात आत्मभावनेचा त्याग आहे. मालकीऐवजी दास्यत्वाची अपेक्षा आहे. या भक्तिभावनेतदेखील स्वतःच्या आनंदाची अपेक्षा आहे. ही भावना सुटते तेव्हा समर्पणाची भावना येते. भक्ताचा संत होतो. आता स्वतःच्या आनंदासाठी काहीच करायचे नसते. दुसऱ्यांच्या हिताचे करण्यातच आनंद होतो. असे संत इतरांच्या प्रतिसादाकडे लक्ष देत नाहीत. या संतांना समाजाने अयोग्य वागणूक दिली तरी त्यांची समाजाविषयीची आत्मीयता जात नाही. समाजाने संतांना क्रुसावर चढवले, विषाचे प्याले पाजले, गोळ्या घालून मारले, तरी समाजाचे भले होवो अशीच भावना संतांची होती. असे संत व भक्त मानवतेचे भूषण असतात. त्यांचे विचार त्रिकालाबाधित राहतात. त्यांचे स्मरण मानवाला स्फूर्ती देते. या समर्पणाचीही उन्नत स्थिती म्हणजे करुणा. परमेश्वराला आपण 'करुणानिधी' म्हणजे 'करुणेचा सागर' म्हणतो. मानवी भावविश्वाचे ते अत्युच्च शिखर आहे. मैत्री–प्रेम–भक्ती–समर्पण–करुणा या भावबंधाने बांधलेला समाज एकसंध राहतो. या समाजातील घटकांमधील आप–परभाव नष्ट झालेला असतो. एकमेकांना मदत करण्यात आनंद असतो. बालक–वृद्ध–अपंग–आजारी व्यक्तींची देखभाल होते. परस्परांवर विश्वास असतो. परस्परांबद्दल आदर असतो. दुसऱ्याचे चोरण्याचे विचार येण्याचे कारणच राहत नाही. हा समाज सुदृढ असतो. याला सकारात्मक सामाजिक प्रकृती म्हणायचे.

भाषा आणि संस्कृती

भाषा आणि संस्कृती यांचे अतूट नाते असते. मातृभाषा ही केवळ वैचारिक देवाणघेवाणीचे माध्यम नसते. आपल्या अस्तित्वाच्या, आपल्या श्रद्धांच्या, आपल्या मूल्यांच्या, आपल्या जीवनविषयक तत्त्वज्ञानाच्या छटा या भाषेवर पडतात. मातृभाषेतील व्यवहार आपुलकीचे वाटतात. मातृभाषेतील विचार लगेच समजतात. भाषेतून व्यक्त होणारी संस्कृती भाषांतरात होणे दुरापास्त असते. 'तू तुझ्या आईवडिलांचा कितवा मुलगा आहेस?' या प्रश्नाचे इंग्लिश भाषांतर 'What is your number amongst your parents children?' असे करण्याने बोजड वाटेल. 'मी सोवळ्यात आहे, मला शिवू नकोस' अशा वाक्याचे भाषांतर करण्याकरिता सोवळेओवळ्याची कल्पना, शिवाशिव म्हणजे काय इत्यादी सारे सांगण्यात एक परिच्छेद लिहावा लागेल, तरीही या सांस्कृतिक कल्पना इंग्लिश भाषेत आणणे कठीणच होईल. मातृभाषेतून पहिले शिक्षण झाल्यावर मग भाषा बदलली तरी सांस्कृतिक जडणघडण कायम राहील. दोन वेगवेगळ्या भाषा एकाच वेळी कानांवर पडू लागल्या तर भाषांचाच नव्हे; तर सांस्कृतिकही गोंधळ उडेल. अशा वैचारिक आणि सांस्कृतिक गोंधळासंबंधीचा पुढील श्लोक मार्मिक आहे :

न संध्या संधत्तें नियमित नमाजं न कुरुते
न वा मौजीबन्धं कलयति न वा सुंवतविधिम्।
न रोजां जातीते व्रतमपि हरेनैव कुरुते
न काशी मका वा शिव शिव न हिन्दुर्न यवनः।।

याचा अर्थ असा, रोज संध्या करत नाही आणि नियमाने नमाजही पढत नाही. मुंजीचा संस्कार नाही किंवा सुंताही केली नाही. रोजा पाळण्याचे ठाऊक नाही किंवा शिवरात्रीचे व्रतही करत नाही. काशीयात्रा करत नाही किंवा मक्केलाही जात नाही. हर हर! याला हिंदूही म्हणता येत नाही आणि मुसलमानही म्हणता येत नाही.

असा सांस्कृतिक गोंधळ टाळण्याकरिता एकदा एखाद्या भाषेतून प्राथमिक शिक्षण सुरू झाले की किमान माध्यमिक शिक्षण पुढे व्हावे. आजच्या युगात इंग्लिश भाषेचे महत्त्व कमी लेखणे सुज्ञपणाचे होणार नाही. सर्व प्रकारच्या तांत्रिक अथवा विश्वविद्यालयीन उच्च शिक्षणाकरिता इंग्लिश भाषा चांगली येणे

आवश्यक आहे, ती शिकण्याला पर्याय नाही; परंतु दुसरी कोणतीही भाषा आपल्या मातृभाषेची जागा घेऊ शकत नाही.

भाषेचा वापर करणे हा उत्क्रांतीमधील एक मोठा टप्पा आहे. भाषेचा वापर याचा अर्थ आपल्या मेंदूत विचारांचे रूपांतर खुणांत करता येते आणि या खुणा दुसऱ्या माणसाला समजतील अशा निवडणे. शब्द ही अशीच एक खूण आहे, जे एका विशिष्ट अर्थाचे ध्वनिरूप प्रतीक आहे. शब्द हे जरी भाषेचे एकक (युनिट) असले तरी वाक्य हे अर्थाचे एकक आहे. विचार हा आपल्या जाणिवेवर आलेला एक अर्थपूर्ण तरंग असतो. पूर्ण वाक्य हे स्थलकालाने बांधलेले असते, तसे नसले तर अर्थबोध होणार नाही. लिपीचे एकक मूळाक्षर आहे, अक्षरांना अर्थ नसतो. अर्थ नसणाऱ्या अक्षरांच्या एकत्र येण्याने अर्थ प्राप्त होतो. अशा निरर्थक मूळाक्षरांतून अर्थ असणारा शब्द निर्माण होतो तेव्हा त्या अर्थ निर्माण करणाऱ्या शक्तीला 'मातृका' शक्ती असे म्हणतात. ही शक्ती मानवी मेंदूत विकसित झाली आहे. शब्दांचे अर्थ हे समाजमान्य संकेत असतात. ते स्थलकालानुसार बदलू शकतात; परंतु मुळाक्षरे तशीच राहतात म्हणून त्यांना 'अ-क्षर' म्हणजे न बदलणारी अथवा न झिजणारी असे म्हटले जाते. देहबोली हीदेखील एक भाषाच आहे. त्यातील काही खुणा वैश्विक आहेत. त्यावरून बोली आणि लेखी भाषेचा उगम या देहबोलीतून झाला असावा असे भाषाशास्त्रज्ञ मानतात. शब्दांचे स्पष्ट उच्चार आणि लिखाणातील शुद्धलेखन व स्पेलिंग्स हेदेखील समाजमान्य संकेत आहेत. या संकेतांना पाळण्याने वैचारिक देवाणघेवाण सुकर होते.

■■■

देवाणघेवाण आणि आत्मीयता

माणूस हा समूहात राहणारा प्राणी आहे; तो समूहप्रिय आहे. कोणत्याही दोन किंवा अधिक व्यक्ती एकत्र किंवा जवळ आल्या आणि जवळ राहिल्या, की समाजाची बांधणी सुरू होते. कुटुंब हे समाजाचेच एक छोटे रूप असते. ज्या घटना, संस्कृती, भाषा, भावना, राग, लोभ, द्वेष, मत्सर कुटुंबात घडतात; त्याच मोठ्या प्रमाणात समाजात घडतात. ज्या प्रमाणात व्यक्तींमध्ये प्रेम, सहकार्य आणि साहचर्य, विश्वास, आदर, गुणग्राहकता, शिस्त, कुटुंबात असेल, त्याचप्रमाणे समाजात दिसू शकते. कोणत्याही समाजात अथवा दोन व्यक्तींमध्ये असणारे संबंध वैचारिक देवाणघेवाण या स्वरूपाचे असतात. त्याचे माध्यम भाषा असते. तोंडी अथवा लेखी भाषेचे एकक शब्द असतो. स्थलकालानुसार या प्रतीकांचा योग्य उपयोग कसा करावा, हे भाषाशास्त्रज्ञ आणि वैय्याकरणी ठरवतात; परंतु बोलणाऱ्या अगर लिहिणाऱ्या व्यक्तीच्या मनातील अर्थ ऐकणाऱ्या अगर वाचणाऱ्या व्यक्तीला जसाच्या तसा समजेलच असे नाही. अर्थ समजेनासा झाला तर ती देवाणघेवाण असून नसल्याप्रमाणे आहे. अर्थ माहीत असूनही त्या बोलण्या किंवा लिहिण्यातील अर्थ समजून घेण्यात रस नसेल, तर ते बोलणे ऐकण्यात अथवा लिहिलेले वाचण्यात लक्ष राहणार नाही. अशा वेळी तेथून निघून जाणे हा स्वाभाविक प्रतिसाद असतो.

काही सामाजिक परिस्थितीमध्ये हा निघून जाण्याचा मार्ग उपलब्ध नसतो. उदाहरणार्थ, शिक्षक वर्गात शिकवत असताना त्यांच्या बोलण्यात रस नसला तरी तेथेच थांबणे याला पर्याय नाही. अशा वेळी विद्यार्थी आपल्या वैचारिक

कोषात (withdrawl) जातो. मानसिक ताण वाढू नये यासाठी असे कोषात जाणे ही मनाची एक प्रतिक्रिया आहे. ही देवाणघेवाण फक्त देखाव्यापुरती आहे. कंटाळवाणे व्याख्यान ऐकताना, नीरस नाटक–सिनेमे पाहताना, ज्यांचे ऐकून घेणे भाग आहे अशा सांसारिक जोडीदाराचे बोलणे चालू असते अशा वेळी दुसरी व्यक्ती कोषात जाते. स्वतःच्या विचारांच्या आणि भावनांच्या विश्वात डुंबत राहते.

त्यापेक्षा थोडा अधिक रस सामाजिक उत्सवातील कर्मकांडात (रिच्युअल्स) असतो. लोकांना घरी जेवायला बोलवायचे असले, व्याख्यानांचे नियोजन करायचे असले, तर अशा सर्व कार्यक्रमांकरिता काही कर्मकांडांतून जाणे आवश्यक असते. लोकांच्या याद्या करावयाच्या, प्रमुख पाहुण्यांना विचारायचे, निमंत्रणे पाठवायची, पाहुण्यांच्या जाण्यायेण्याची व्यवस्था करायची, स्टेजवर कोणी कोठे बसायचे, कोणी किती वेळ केव्हा बोलायचे हे ठरवायचे. आभार प्रदर्शन, पाहुण्यांची ओळख इत्यादी सर्व कर्मकांडांतून जावे लागते. यात कोणाला फारसा आल्हाद असतो असे नसते; पण एक कार्यक्रम घडवून आणला, असा सुस्कारा टाकता येतो. अशा कर्मकांडांतून लोकांच्या ओळखीपाळखी होतात. परिचय निर्माण झालेल्या थोडक्या आणि मोजक्या लोकांशी अधिक जवळीक साधता येते. त्यांना पत्ते खेळायला, चहाला, सहलीला बोलावता येते. नाटक–सिनेमा बरोबरीने पाहता येतो. गप्पागोष्टींत वेळ घालवता येतो. जीवनाला आवश्यक असे काही घडवायचे नसते आणि कोणाचीही उन्नती व्हावी, असा प्रयत्नही अपेक्षित नसतो; पण जवळीक साधता येते. या प्रकारच्या देवाणघेवाणीला 'मजेत वेळ घालवणे' (पास टाइम) असे म्हणतात.

चौथ्या प्रकारची देवाणघेवाण ही जीवनाला आवश्यक असे कार्य (ॲक्टिव्हिटी) करणे. कार्यशाळेत जाऊन ९ ते ५ काम करणे, उद्योगधंदे चालवणे, कारखाने काढणे, राज्य चालवणे इत्यादी. याचा मुख्य उद्देश अर्थोत्पादन असतो. येथे प्रामाणिकपणा हा मोठा गुण समजला जातो. कामातील कौशल्यावर किती धन मिळते हे ठरते. केलेल्या कामाचा योग्य मोबदला मिळणे अपेक्षित असते. काम करणाऱ्या सहकाऱ्यांमध्ये सौहार्दपूर्ण आणि परिचयाच्या स्वरूपाचे संबंध असतात. कामाबाहेरचा वेळ ज्याचा–त्याचा असतो. या वेळेत ढवळाढवळ किंवा आगंतुक लुडबूड अपेक्षित नसते. स्वागतार्ह नसते. कार्य

जीवनाला आवश्यक असते. आपल्यातील गुण इतरांना दाखवण्याची संधी असते. काही लोकांशी जवळीक शक्य असते. कार्यातील कौशल्य शिकण्याची आणि प्राप्त करण्याची संधी असते. बहुतेक वेळा सतत कार्य करत राहिल्यास त्यातून बदल हवासा वाटतो, आवश्यक असतो. सुट्ट्या घ्याव्यात, परगावी किंवा परदेशी जावे, आपल्या तोलामोलाच्या माणसांबरोबर वेळ घालवावा, क्लबमध्ये जावे हे या कार्य करणाऱ्यांत सामान्यपणे घडावे, असे गृहीत धरलेले असते.

एक महत्त्वाची देवाणघेवाण म्हणजे खेळी. या पाचव्या देवाणघेवाणीच्या पद्धतीत दोन व्यक्ती (अथवा दोन व्यक्तिसमूह) काही नियम घालतात. त्या नियमांच्या चौकटीत बसून दुसऱ्या पक्षावर कुरघोडी करणे म्हणजे विजयी होणे. सर्व खेळांत हेच सूत्र असते. खेळात दोन बाजू असतात : एक मनोरंजनाची आणि दुसरी विजयाचा आनंद मिळण्याची. या दोन्ही गोष्टींवर लक्ष हवे. केवळ मनोरंजन म्हणून खेळ खेळल्यास विजयाचा आनंद चुकेल आणि केवळ विजयासाठी खेळ खेळले तर त्यातला मनोरंजनाचा आनंद जाईल. आयुष्यात अनेक प्रकारच्या देवाणघेवाणीच्या प्रसंगांत असे मनोरंजन आणि विजय मिळण्याचा प्रकार चालू राहतो. हे संबंध पतिपत्नीचे, मालक–नोकराचे किंवा कोणाचेही असले तरी त्यात प्रतिपक्षाला नामोहरम करण्याचे डाव रचले जात असतात. तुल्यबळ बाजूंमध्ये झालेली खेळी आनंदमयी व जवळीक निर्माण करणारी होऊ शकते. एकच बाजू सतत जिंकत राहिली तर दुसऱ्या बाजूला रस राहणार नाही. ज्यांच्याबरोबर आपल्याला जीवन कंठायचे आहे, त्यांना हार व जीत दोन्ही सम प्रमाणात मिळावी, अशी योजना अखेर फलदायी ठरते. संसारातसुद्धा काही बाबतीत पत्नीच्या मताला मान्यता मिळावी, हा सुखी संसाराचा मंत्र आहे. सतत नवऱ्याने आपला अधिकार गाजवणे किंवा पत्नीने कावेबाजपणे आपलेच म्हणणे दर वेळी खरे केले तर दुसऱ्या व्यक्तीचा संसारातील रस उडून जाईल. जीवनात खेळी महत्त्वाच्या आहेत. त्यातील मनोरंजन, विजयाचा आनंद, दुसऱ्याला विजय मिळवू देण्याचा आनंद आणि या सगळ्यातून निर्माण होणारी आत्मीयता महत्त्वाची असते.

आत्मीयता (intimacy) ही सहावी देवाणघेवाणीची स्थिती आहे. ही सर्वात उच्च प्रकारची आहे. हिचे रूप संबंधितांच्या संबंधांप्रमाणे बदलू शकते. एखाद्या कलेबद्दल वाटणारी आत्मीयता माणसाला त्या कलेसाठीच जिवंत असल्याची

भावना देते. संगीत, नृत्य, चित्र, वाङ्मय, नाट्य किंवा कोणत्याही कलेसाठी जीवन वाहून टाकणारी माणसे जीवनाचे सार्थक करतात. एखाद्या विषयाचा अभ्यास करणारी माणसे त्या ज्ञानोपासनेत गर्क होतात. गणित, भाषा, इतिहास, शास्त्र, रसायनशास्त्र किंवा कोणत्याही विषयातील सूक्ष्मतम भागाच्या अभ्यासात रममाण होताना माणसे तहानभूक विसरू शकतात. समाजकार्य, देशभक्ती, अपंगांची सेवा अशा कार्यांसाठी माणसे तन-मन-धनाने कार्यरत राहतात. प्रसंगी प्राणही देतात. भक्तिमार्गात गढून जाऊन उन्मनी स्थितीत पोहोचलेले भक्त जीवनाच्या सर्व समस्यांमधून मुक्त होतात. ध्यानादी विषयांचा अभ्यास आणि सराव करून माणसे स्वत:ची उन्नती करून महंत बनू शकतात.

या साऱ्यांच्या मागे आत्मीयता असणे महत्त्वाचे आहे. कोणाबद्दल किंवा कशात आत्मीयता निर्माण होईल किंवा परिपक्व होईल हे मुद्दे गौण असतात. मानवी जीवनाचे सार्थक आत्मीयता प्राप्त होण्यात आहे. अशी व्यक्ती सामान्य संसारी असू शकते किंवा विलक्षण बुद्धिमत्ता असणारी शास्त्रज्ञ असू शकते. एकदा या आत्मीयतेने व्यक्ती झपाटली गेली की त्या व्यक्तीला स्वत:चे वेगळे आयुष्य राहत नाही. मन सदैव प्रफुल्ल व प्रसन्न राहते. कामाचा थकवा जाणवत नाही. आपल्या कार्याच्या मोबदल्याची किंवा आपल्यातील गुणग्राहकतेची अपेक्षा राहत नाही. खऱ्या अर्थाने स्थितप्रज्ञता फक्त आत्मीयतेतूनच प्राप्त होणे संभवते. आत्मीयतेने देवाणघेवाण ही मानवी अस्तित्वाची परमोच्च स्थिती आहे.

खेळी, विजय आणि आनंद

कोषात जाणे, कर्मकांड बनवणे, केवळ अनुरंजन करणे, जीवनावश्यक कार्य करणे, खेळी आणि आत्मीयता या सहा प्रकारे देवाणघेवाण वैचारिक आणि भावनात्मक पातळीवर होणे शक्य असते. यापैकी खेळी हा प्रकार मानवी जीवनात फार महत्त्वाची कामगिरी बजावत असतो. खेळी याचा अर्थ कोणत्याही दोन व्यक्ती (अगर व्यक्तिसमूह) परस्परांनी ठरवलेल्या नियमांनुसार वागून त्यातील एकाने प्रतिस्पर्ध्यावर कुरघोडी करणे. या कुरघोडीला विजय म्हणायचे. कोणताही विजय हा आनंदाचा स्रोत असतो. सामान्य मानवी जीवन कंटाळवाणे असते, त्यात काही रस निर्माण करण्याकरिता या खेळाची योजना केलेली असते. सर्व खेळांची रचना एकाच प्रकारे होते. खेळ खेळण्यासाठी आपण

दोघेही तयार आहोत असे दोन्ही बाजूंनी मान्य केले तरच खेळ खेळता येतो. अशी तयारी झालेली असणे याचा अर्थ या दोन व्यक्ती एकमेकांच्या जवळ येऊ इच्छित आहेत. तशी इच्छा नसली तर खेळ होऊ शकत नाही. उलटपक्षी खेळी करायला आलेल्या व्यक्तीचे वागणे चमत्कारिक (आणि असंस्कृतपणाचे) आहे असे वाटेल. हातात बॅट घेऊन उभ्या राहिलेल्या फलंदाजाकडेच चेंडू टाकला जावा लागतो. रस्त्यावरून चाललेल्या कोणत्याही माणसाकडे चेंडू टाकून चालत नाही, त्याचप्रमाणे वैचारिक आणि भावनात्मक खेळीसुद्धा त्या खेळात भाग घेण्यास तयार असलेल्या व्यक्तीबरोबरच शक्य आहे. इतर सर्व खेळांप्रमाणे या खेळातसुद्धा नियम ठरवूनच वागावे लागते. नियम ठरवून वागून जेव्हा प्रतिस्पर्धी निरुत्तर होतो तेव्हा आपण जिंकलो असा आनंद खेळाडूला मिळतो. अशा खेळींपैकी एका खेळाचे उदाहरण पाहू या. या खेळाला 'मान्य आहे, पण...' असे नाव दिलेले आहे. या खेळाचे स्वरूप असे राहील : समजा 'अ' आणि 'ब' हा खेळ खेळत आहेत. 'अ' आपली काहीतरी अडचण सांगतो. 'ब' त्या अडचणीतून बाहेर पडण्याचा मार्ग सुचवतो. 'अ' म्हणतो, तुमचे म्हणणे बरोबर आहे; परंतु त्यात आणखी एक अडचण अशी आहे. त्यावर मार्ग सुचवला की नवीन एक अडचण पुढे केली जाते. अखेर दोघांपैकी एक निरुत्तर होतो. उदाहरणार्थ,

अ : काय करावे बुवा! सध्या माझे वजन वाढत चालले आहे.

ब : मग तुम्ही पायी चालत का नाही? पायी चालल्याने उष्मांक वापरले जातात व वजन घटते.

अ : मान्य आहे; परंतु चालायला जायला वेळच मिळत नाही.

ब : मग तुम्ही सकाळी लवकर का उठत नाही? सकाळची वेळ फिरायला चांगली असते.

अ : मान्य आहे; पण माझी झोप ८ वाजेपर्यंत पुरीच होत नाही. मग सकाळी लवकर उठणार कसा?

ब : मग तुम्ही संध्याकाळी का फिरायला जात नाही? चांगली उद्याने आहेतच की!

अ : मान्य आहे; पण मला धुळीची व फुलांच्या परागांची ॲलर्जी आहे. त्यामुळे मी पार्कमध्ये कसा जाणार?

ब : मग तुम्ही व्यायामशाळेत जाऊन तेथे व्यायाम का करत नाही?

अ : मान्य आहे; पण त्यांची फी फार जास्त वाटते आणि न गेल्यास ते परतही देत नाहीत.

ब : मग टेकडीवर फिरायला का जात नाही? तेथे हवा स्वच्छ असते.

अ : मान्य आहे; पण टेकडी चढल्याने माझे गुडघे दुखतात. मग काय करावे?

ब : मग तुम्ही वाहनाने टेकडीवर जाऊन माथ्यावर का चालत नाही?

अ : मान्य आहे; पण सध्या तेथे इतकी गर्दी असते की भरभर चालतासुद्धा येत नाही.

'ब' आता निरुत्तर होतो, म्हणजे 'अ' जिंकला किंवा 'तुम्हाला काही सांगायची सोय नाही. तुम्ही नुसते एकामागून एक सबबी काढता.' असे म्हणून रागावतो आणि 'त्याला कसे चिडवले' या आनंदात 'अ' जिंकतो. याप्रमाणे खेळी जीवनात चालू राहते, त्यामुळे संभाषण चालू राहते. एका माणसाला सहानुभूती मिळते किंवा 'आम्ही कसे अडचणीतच असतो' हे सिद्ध करता येते. अर्थात, ही खेळी मालक–नोकर, अधिकारी–जनता, नवरा–बायको, शिक्षक–विद्यार्थी यांत कोणत्या ना कोणत्या स्वरूपात चालू राहते. अशा खेळीत प्रतिस्पर्ध्यावर विजय मिळवून आनंद मिळवावा, असे बालक मनाला वाटत असते. चालक मन अशा बालिश खेळांपासून दूर राहू इच्छिते व जीवनाचा अधिक सखोल अर्थ शोधण्याच्या प्रयत्नात असते.

■■■

आत्मीयतेची विविध रूपे

विचारांची व वस्तूंची देवाणघेवाण हा सामाजिक अस्तित्वाचा गाभा असतो. अशा देवाणघेवाणीचे स्वरूप सहा प्रकारचे असू शकते : (१) एका व्यक्तीने कोषात जाणे (विड्रॉवल), (२) कर्मकांड करणे (रिच्युअल्स), (३) सुखात वेळ दवडणे (पास टाइम), (४) जीवनावश्यक कार्य करणे (ॲक्टिव्हिटी), (५) खेळी करून कुरघोडी करणे (गेम्स) आणि (६) आत्मीयता (इन्टिमसी). आत्मीयता निर्माण होणे, आत्मीयतेची अनुभूती घेत राहणे ही भावना आपल्या अस्तित्वाचे सार्थक करते. ही भावना अनेक प्रकारांनी जाणवू शकते. या आत्मीयतेच्या विविध प्रकारांत अनुभवाचे रूप तेच असते; परंतु त्यातून होणारा फायदा आणि तो अनुभव किती वेळ टिकेल यात फरक असतो.

अगदी प्राथमिक स्वरूप शारीरिक असते. अशा आत्मीयतेच्या अनुभवाला 'सुख' ही संज्ञा वापरली जाते. अशा शारीरिक सुखांकडे आकर्षित होणे हा मानवाचाच काय, पण सर्व जिवंत पशुपक्षी, कीटक, वनस्पतींचा स्वभाव असतो. डोळ्यांनी मनोहारी रंग पाहावेत, कानांनी सुमधुर ध्वनी ऐकावा, चविष्ट भोजन घ्यावे, विविध सुगंधांचा आस्वाद घ्यावा, मुलायम वस्तूंच्या स्पर्शातून सुख मिळवावे, अशा प्रकारे या शारीरिक सुखाचे प्रकार असू शकतात. विविध ज्ञानेंद्रियांमार्फत ही सुखे मिळवत जावे, याकडे प्रत्येक प्राणिमात्राचा कल जन्मत:च असतो. असे सुख मिळण्याकरिता ज्ञानेंद्रिये व मेंदूचे व्यवहार (आणि म्हणून शारीरिक प्रकृती) सक्षम असावी लागते. जोपर्यंत हे सुख मिळत राहील, तोपर्यंत ही आत्मीयता टिकते. ज्ञानेंद्रियांची व मेंदूतील पेशींची

क्षमता मर्यादित आहे. या क्षमता ओलांडल्या की आता हा अनुभव सुखकारक राहणार नाही. अगदी आवडीची असली तरी कोणत्याही वस्तूचा उपभोग आपण काही मर्यादेपर्यंतच घेऊ शकतो. या अनुभवाचा अतिरेक कंटाळवाणा आणि शरीरप्रकृतीला अपायकारक ठरू लागतो. एखाद्या अमली पदार्थाचे सेवन किंवा तंबाखूसारख्या पदार्थांच्या सेवनाची सवय तात्कालिक सुखाचा अनुभव देते, परंतु कालांतराने अपाय होऊ लागतो. शारीरिक सुख जवाएवढे असले तरी पर्वताएवढे दु:ख सहन करताना आगामी आयुष्यातील सुखाची आशा माणसाला जगण्याची प्रेरणा देऊ शकते.

आत्मीयतेची वरची पायरी म्हणजे प्रेम. प्रेम ही वासनेपेक्षा किती तरी उदात्त भावना आहे. प्रेम या संकल्पनेचा पाया त्यागावर आहे. पतीचे पत्नीवर प्रेम असते तेव्हा पत्नीला ज्या गोष्टींनी आनंद होईल, त्या करण्यातच पतीला आनंद होईल. या आनंदाचा जनक प्रेम आहे. ही मानसिक आत्मीयता व्यक्तिनिरपेक्षदेखील होऊ शकते. एखादी कला यावीशी वाटणे किंवा तिचा आस्वाद घेण्यात रममाण होणे हादेखील मानसिक आत्मीयतेचाच भाग आहे. वाङ्मय वाचणे, नाट्यसंगीत, नृत्य अशा कलांच्या आस्वादात आणि त्या कलांत पारंगत होण्यात मन रममाण होणे म्हणजे मानसिक आत्मीयता निर्माण होणे आहे. अशा व्यक्तीचे अस्तित्व उत्तम भावनेने भरलेले राहते. व्यक्तिगत शारीरिक सुख अथवा सामजिक प्रतिष्ठेची पर्वा राहणार नाही. जीवनाला आवश्यक अशा कार्यात (ॲक्टिव्हिटी)देखील रस राहणार नाही. तहानभूकदेखील विसरली जाईल. या उन्मनी स्थितीत अस्तित्वाला धोका असला तरी त्याची भीती वाटत नाही. किंबहुना, असा अनुराग ही भावना भीतीचा पूर्ण नाश करू शकते. आपले वागणे योग्य किंवा अयोग्य आहे असादेखील विचार कामातुर व्यक्तीला पडत नाही. *'कामातुराणाम् न भयम् न लज्जा'*, त्यामुळे जबाबदाऱ्यांकडे दुर्लक्ष होणे संभवते. व्यक्तिगत भावविश्वात सुख, शांती, तृप्ती मिळेलही; परंतु जीवनातील यश, समृद्धी, पराक्रम, ज्ञानप्राप्ती, वैभव इकडे लक्षच नसेल. 'का जगावे' या प्रश्नाचे उत्तर मिळते; पण 'कसे जगावे' या प्रश्नाचे उत्तर मिळत नाही.

आत्मीयतेची तिसरी पायरी बौद्धिक असते. एखाद्या विषयाच्या अभ्यासाची, तो विषय जाणून घेण्याची गोडी लागते. त्या विषयात पारंगत होण्याचा ध्यास लागतो. या ध्यासानेही माणसाचे मन शारीरिक गरजादेखील जाणू शकत नाही.

'विद्यातुराणाम् न सुखम् न निद्रा' असे विद्या मिळवण्यास आतुर झालेले लोक त्यांच्या प्रयोगशाळेत इतके गढून जातात, की तहानभुकेची, घरादाराची आठवणसुद्धा राहत नाही. या तन्मयतेतून एकाग्रता प्राप्त होते. ही एकाग्रता प्रज्ञा विकसित करते. समजशक्ती वाढते. समस्यांची उकल होते. उत्तरे सुचतात. कोणत्याही विषयात प्रावीण्य मिळवण्यासाठी ही एकाग्रता आवश्यक आहे. ज्ञान मिळणे, अधिकार प्राप्त होणे, धनसंचय करणे, प्रतिष्ठा मिळवणे किंवा लोकप्रियता मिळवणे या सर्वांसाठी एकाग्रता आवश्यक आहे. यातूनच ऐहिक यश व समृद्धी मिळू शकेल. बौद्धिक आत्मीयता आणि भावनाविवशता परस्परविरोधी आहेत. बुद्धिमान व्यक्ती क्वचितच भावनेला महत्त्व देईल. बुद्धी माणसाला 'कसे जगावे' या प्रश्नाचे उत्तर अवश्य देईल; परंतु 'का जगावे' या प्रश्नाचे उत्तर बुद्धी देऊ शकत नाही. अत्यंत बुद्धिमान व्यक्तीसुद्धा आत्मघात करू शकते. आपल्या जीवनाचे सार्थक झाले आहे, अशी भावना बुद्धी देऊ शकत नाही.

आपल्या जीवनाचे सार्थक झाले आहे, त्यातून मन शांत झाले आहे, ही भावना येण्याकरिता भक्तीने आत्मीयता येणे आवश्यक आहे. भक्तीचा गाभा श्रद्धा आहे. श्रद्धेची व्याख्या करताना शब्दकल्पद्रुमकर्ते म्हणतात, *शास्त्र-आचार्य-उपदिष्टे-अर्थे-अन्-अनुभूते अपि एवं एव इति विश्वास: इति श्रद्धा।।* याचा अर्थ आपल्याला स्वत:ला अनुभव नसतानासुद्धा केवळ शास्त्रातील पुस्तके अथवा शिक्षक यांनी जे सांगितले आहे ते तसेच आहे असा विश्वास म्हणजे श्रद्धा. उदाहरणार्थ, एखाद्या गावी जायचे असल्यास आपण नकाशात त्याचा मार्ग पाहतो. हा मार्ग बरोबरच आहे याला आपल्याकडे काही उत्तर नसते. नकाशा तयार करणाऱ्याचे व प्रकाशकाचे नाव यावरून आपण विश्वासार्हता आजमावतो व मार्ग आक्रमतो. हा विश्वास म्हणजे पुस्तकांवर, पुस्तके लिहिणाऱ्यांवर आणि त्या पुस्तकांतील ज्ञान शिकवणाऱ्यांवर श्रद्धा होय. श्रद्धा ही मोठी शक्ती आहे. श्रद्धावान माणसालाच ज्ञान मिळू शकते. भगवत्‌गीता म्हणते, *श्रद्धावान् लभते ज्ञानम्.* आपल्याला एखाद्या गोष्टीचे ज्ञान तरी असावे लागते किंवा असे ज्ञान असणाऱ्या व्यक्तीवर श्रद्धा तरी असावी लागते. ज्ञानही आणि आणि श्रद्धाही नसेल तर विनाश अटळ आहे असे भगवत्‌गीता म्हणते. *अज्ञश्च अश्रद्धधानश्च संशयात्मा विनश्यति.* श्रद्धेच्या बळावर माणसे अनेक संकटे तरून जातात. तुमचे श्रद्धास्थान काय आहे हा मुद्दा महत्त्वाचा नाही. भूकंप, महापूर, वादळे,

अवर्षण, दुष्काळ अशा अस्मानी किंवा युद्ध, महागाई, जुलमी राज्यकारभार अशा सुलतानी संकटांतून श्रद्धाच वाचवू शकते. आपल्यावर उपचार करणाऱ्या डॉक्टरवर आणि तो वापरत असणाऱ्या उपचारपद्धतीवर ज्यांची श्रद्धा आहे ते लवकर बरे होतात, हा तर नित्याचाच अनुभव असतो. श्रद्धास्थान निवडताना स्वत:च्या सुसूत्र विचारांनी किंवा स्वत:च्या अनुभवांनी निवड करणे ही डोळस श्रद्धा होय. केवळ इतरजन मानतात म्हणून स्वीकारलेले श्रद्धास्थान माणसाला अंधश्रद्धेप्रत नेते. अंधश्रद्धा घातक ठरू शकते याची जाणीव असावी.

आत्मीयतेची सर्वोच्च स्थिती आध्यात्मिक आत्मीयतेची आहे. 'स्व'मध्ये गुरफटून न राहता आपल्या अस्तित्वाचा परीघ मोठा करणे, आपल्या अस्तित्वातच सर्व अनुभवांचा समावेश करून घेणे, असे या आध्यात्मिक आत्मीयतेचे स्वरूप असते. आता 'आप' व 'पर' हा भेद जातो. सर्वत्र समत्व अनुभवास येते. हा योगच आहे. *'समत्वम् योग उच्यते'* – भगवत्गीता. आध्यात्मिक प्रगतीचा मार्ग ध्यानातून आहे. ध्यान ही आपल्या जाणिवेची स्थिती आहे. विचाररहित जाणिवेची स्थिती म्हणजे ध्यान. भूतकाळ आणि भविष्यकाळ यांत मनाला गुंतू न देता आत्ता व येथे लक्ष केंद्रित करणे म्हणजे ध्यान. ही स्थिती आपल्या सर्वांगीण उन्नतीला पोषक आहे. आपली प्रज्ञा वाढते. पातंजल सूत्रांनुसार यामार्गे आपली प्रज्ञा ऋतंभरा होते. अशा माणसाला कोणतीही गोष्ट, कोणताही विचार समजणे कठीण नसते. समस्यांची उकल लगेच होते. उत्तरे ताबडतोब सुचतात. मानवी जीवनाचे सार्थक होण्याचा हा मार्ग आहे.

व्यसनाधीनता म्हणजे आत्मीयतेचा अभाव

आत्मीयता नसण्याचा एक गंभीर परिणाम व्यसनाधीनता आहे. अनेक प्रकारची व्यसने माणसाला लागत आलेली आहेत. 'मानवी जीवन जेव्हा त्यातल्या त्यात स्थिर आणि निरुपद्रवी असते, तेव्हा ते इतके कंटाळवाणे होते, आणि जेव्हा त्यात अडचणी येतात तेव्हा इतके वेदनामय होते की मानव या जीवनापासून कोठेतरी पळून जाण्याच्या सतत प्रयत्नात राहतो.' असे ॲल्डस हक्सले हा तत्त्ववेत्ता म्हणतो. पुरातन काळापासून माणसाला व्यसने लागत आल्याचे पुरावे सापडले आहेत. इसवी सन पूर्व १०००० वर्षांपूर्वीची स्वित्झर्लंडच्या तळ्याच्या बाजूने मानववंशाची वसतिस्थाने तेथील डोंगरकपारीत सापडली आहेत. तो

काळ शेती करून धान्य पिकवण्याची संस्कृती येण्याच्या कित्येक हजार वर्षे पूर्वीचा होता. तेथील मडक्यांत अफूची बोंडे सापडली आहेत. याचा अर्थ कशात तरी आपले चित्त बुडवून परिस्थितीपासून पळून जाण्याची आवश्यकता या आदिमानवांनासुद्धा भासत होती.

व्यसनी व्यक्ती आपले दैनंदिन व्यवहार करण्याऐवजी दुसरे काहीतरी करण्यात अधिकाधिक रममाण होते, अखेर जीवनाला आवश्यक असे कोणतेही कार्य करण्याची तिची क्षमता नष्ट होते. सामान्यपणे चहा–कॉफीसारख्या पेयांची चटक लागली म्हणजे व्यसनाधीनता म्हणत नाहीत; पण जेव्हा चहापाण्याशिवाय काही सुचतच नाही अशी पाळी येते तेव्हा ते व्यसनच म्हटले पाहिजे. पानसुपारी यांचे व्यसन अनेकांना लागते, ते निश्चितच अपायकारक असते. कारण सुपारीच्या सेवनाने गालातील अस्तराला जखमा होतात, त्यातून व्रण निर्माण होतो, त्यातून जबडा आकसू (submucous fibrosis) लागतो. शेवटी तोंड उघडताच येत नाही. तंबाखूच्या सेवनाचे दुष्परिणाम सुपरिचित आहेतच. तंबाखूचे कोणत्याही प्रकारचे सेवन घातकच ठरते. तंबाखू गालफडात ठेवून चघळणे, मिश्री लावणे, पानात तंबाखू किंवा किमाम घालून विडा खाणे, विडी–सिगारेट, पाइप, चिरुट, हुक्का या प्रकारे धूम्रपान करणे हे सारे अपाय करतात. या अपायांच्या मागे तंबाखूतील दोन महत्त्वाचे रेणू आहेत. पहिला निकोटीन. या निकोटीनमुळे व्यसन जडते. निकोटीनचा प्रमुख परिणाम रक्तवाहिन्या अरुंद करणे हा होय. हृदयविकार होण्याचे तंबाखूचे सेवन हे महत्त्वाचे कारण आहे. पक्षाघात, अंधत्व, पायाचे गँगरीन (पाय सडणे) झाल्यामुळे पाय काढावा लागणे या साऱ्यांमागे निकोटीन आहे. तंबाखूतील दुसरा अपायकारक रेणू बेन्झोपायरिन आहे. बेन्झोपायरिन किंवा टारमुळे कॅन्सर होतो. ओठाचा, जिभेचा, गालाचा, हिरडीचा, घशाचा, स्वरयंत्राचा, श्वासनलिकेचा व फुप्फुसांचा कॅन्सर धूम्रपानाने तर होतोच, शिवाय अन्ननलिकेचा, जठराचा, यकृताचा, स्वादुपिंडाचा, मूत्राशयाचा व शरीराच्या कोणत्याही भागाचा (उदाहरणार्थ, स्त्रियांमध्ये स्तनाचा कर्करोग) कॅन्सर होण्यामागे बेन्झोपायरिन असू शकतो. समाजात मोठ्या प्रमाणात मद्याचे सेवन केले जाते. साधारण दर १३ मध्ये घेणाऱ्यांपैकी एक जण मद्यपी होऊ शकतो, त्याला दारूचे व्यसन लागते. मद्यामुळे शारीरिक, मानसिक, सामाजिक, धार्मिक, आध्यात्मिक सर्व प्रकारच्या

प्रकृतीवर अनिष्ट परिणाम होतो हे सर्वविद् आहे. अधिक घातक पदार्थांचे व्यसन समाजात पसरत चालले असावे असे मानावयास जागा आहे. भांग, चरस, एलएसडी ब्राऊन शुगर यांचे व्यसन तरुणांत पसरणे हा सामाजिक आरोग्य ढळल्याचाच पुरावा आहे.

व्यसनाची सुरुवात अनेक कारणांनी होऊ शकते; पण एकदा लागले की सोडण्यास खूप प्रयत्न करावे लागतात. बऱ्याच वेळा ते सुटत नाही. कै. गोपाळ गणेश गडकरी यांनी त्यांच्या 'एकच प्याला' या नाटकात म्हटल्याप्रमाणे 'दारू सुटण्याची एकच वेळ : पहिला प्याला घेण्यापूर्वीची'. दारूमुळे कुटुंबे उद्ध्वस्त होतात. भांडणे होतात. खून, मारामाऱ्या होतात, बलात्कार केले जातात, अनेक समाजविरोधी कृत्ये घडतात. रस्त्यावर वाहनचालकांच्या हातून अपघात घडतात, त्यात पूर्णपणे निरपराध व्यक्ती मृत्युमुखी पडतात. मद्यपान हा समाजाला मिळालेला मोठा शाप आहे. समाजाचे मोठ्या प्रमाणात प्रबोधन आवश्यक आहे. दारू पिण्यात कोणतीही प्रतिष्ठा नाही. कितीही अल्प प्रमाणात घेतली तरी त्याचे पर्यवसान सवय लागण्यात व तेथून चटक लागण्यात व शेवटी व्यसन लागण्यात होऊ शकते, याचे ज्ञान शाळकरी विद्यार्थ्यांपासून सर्वांना हवे.

कोणत्याही व्यसनातून सुटण्याकरिता आत्मीयतेची आवश्यकता आहे. एखाद्या व्यक्तीवरील श्रद्धा किंवा प्रेम हा या आत्मीयतेचा गाभा असतो. जी व्यक्ती फक्त स्वतःच्या सुखाचाच विचार करते, त्या व्यक्तीला व्यसन मोडणे अशक्य होते. स्वतःच्या सुखाचा त्याग करण्याइतकी प्रेरणा फक्त आत्मीयतेने, प्रेमाने, भक्तीनेच येणे शक्य आहे. धर्म व नीती यांच्या प्रभावानेच माणसे सुधारू शकतात. कायद्याने सुधारणा होणे कठीण जाते.

■■■

शतदा प्रेम करावे

कोणत्याही दोन व्यक्तींमधील संबंध आत्मीयतेचे असणे इष्ट आहे. या आत्मीयतेचे स्वरूप थोडेफार वेगळे असणे स्वाभाविक आहे. पतिपत्नीमधील आत्मीयता आणि भावंडांमधील आत्मीयता यात फरक असणारच. शेजाऱ्यांचे आत्मीयतेचे संबंध मैत्री या स्वरूपाचे असतील. गुरु-शिष्यातील आत्मीयता कणव आणि आदर या भावनांवर अवलंबून असे. डॉक्टर आणि रुग्ण यातील संबंध करुणा आणि श्रद्धा असे असू शकतात. असे फरक असले तरीही दुसऱ्या व्यक्तीबद्दल आत्मीयतेची भावना माणसाला दुसऱ्याचे शरीर व मन यांची कदर करायला लावते. दुसऱ्या व्यक्तीचे सुख आणि हित दोन्ही सांभाळणे हा आत्मीयतेतून निर्माण होणारा गुणधर्म आहे. या आत्मीयतेलाच प्रेम असे नाव आहे. प्रेमापोटी माणूस दुसऱ्याचे नुकसान होईल असे जाणूनबुजून कधीही करणार नाही. प्रेमभावना क्रोधाला स्थान देत नाही. प्रेमभावना अहिंसेवरच अधिष्ठित आहे. ज्या व्यक्तीवर आपले प्रेम आहे त्या व्यक्तीची 'कायेन वाचेन मनसा' हिंसा करावी असे आपल्याला वाटणार नाही. शासन करावे लागले तर ती व्यक्ती सुधारावी या हेतूनेच करण्याची प्रवृत्ती होईल. कोणत्याही प्रकारे अपाय होईल असा मनात विचार येणार नाही. ज्या व्यक्तीवर प्रेम आहे त्या व्यक्तीशी खोटे बोलून फसवावे असेही वाटणार नाही. त्या व्यक्तीची चीजवस्तू चोरून न्यावी, त्या व्यक्तीला लुबाडावे असे वाटणार नाही. थोडक्यात, सर्व धर्माज्ञा आपोआपच पाळल्या गेल्या की आत्मीयता व प्रेम आहे हे जाणावे.

अशी आत्मीयता किंवा प्रेम सर्वांविषयी असणे हा जीवनाचा आदर्श आहे.

अशा परिस्थितीत आप-परभाव नष्ट होतो. *'अयम् निज: परोवेती गणना लघुचेतसाम्। उदाचरिनाम् तु वसुधैव कुटुंबकम'* असे म्हटले गेले आहे. याचा अर्थ, कोत्या मनाच्या व्यक्तीच्या मनात ही व्यक्ती आपली, ती परकी असे विचार येतात. ज्यांची मने मोठी आहेत, त्यांच्या दृष्टीने ही सारी पृथ्वीवरची माणसे त्यांच्या कुटुंबातीलच असतात. हा आदर्श अनेक कारणांनी पाळला जात नाही. त्यातील सर्वात महत्त्वाचे कारण व्यक्तिगत अहंकार आणि स्वार्थ साधण्याची वृत्ती हे होय.

प्रेम नाहीसे झाले की नीती सुरू होते. ज्या पतीचे आपल्या पत्नीवर प्रेम आहे, त्या पतीला परदारा मातृवत मानाव्यात असे कोणा धर्ममार्तण्डाने सांगण्याची आवश्यकता नाही. दोन भावांत प्रेम असले तर भावाची संपत्ती लुबाडण्याचा विचारही त्यांच्यात येणार नाही. आपल्या अपंग भावाला जिन्यावरून चढता येणार नाही, त्याला उचलून न्यावे, ही प्रेरणा बंधुप्रेम देईल; पण प्रेमाची भावना नसेल तर किमान नीतीच्या कल्पना माणसांना एकत्र ठेवतील. ही नीतीची मूल्ये आपल्या चारित्र्याचा एक भाग बनतात. चारित्र्याचा दुसरा भाग म्हणजे मानलेल्या मूल्यांना सर्व काळ चिकटून राहण्याइतके मनोधैर्य असणे. मूल्ये मानणे आणि ती पाळणे दोन्ही मिळून चारित्र्यसंवर्धन होते. नीतीची मूल्ये मानण्याकरिता श्रद्धा लागते. श्रद्धा धार्मिकतेतून निर्माण होते. नीतिमत्ता आणि चारित्र्य यांची जडणघडण लहान वयात कुटुंबात होत राहते. कुटुंबसंस्थेचे हे सर्वात महत्त्वाचे कार्य आहे. नीतिमान आणि चारित्र्यसंपन्न व्यक्तीला ज्या समाजात मान्यता मिळते, मान मिळतो, तो समाज अधिक उन्नत समजला पाहिजे.

नीतीची बंधने आतूनच आलेली असतात. त्यात प्रमाद झाला तर त्याचे शासन स्वत:लाच वाटणारा पश्चात्ताप हे आहे. नवविधा भक्तीमध्ये आत्मनिवेदन हा एक भक्तीचा मार्ग आहे. *'श्रवणम् कीर्तनम् विष्णो: स्मरणम् पादसेवनम्। वंदनम् अर्चनम् दास्यम् सख्यम् आत्मनिवेदनम्'* परमेश्वराचे गुणगान ऐकावे, आपल्या तोंडाने परमेश्वराची महती सांगावी, परमेश्वराची सतत आठवण ठेवावी, परमेश्वराच्या पाया पडावे, परमेश्वराला नमस्कार करावा, परमेश्वराची (१) आसन (२) स्वागत (३) पाद्य (पाय स्वच्छ करण्यासाठी पाणी वाहणे (४) अर्घ्य (देणे) (५) आचमन (६) पुन्हा एकदा आचमनासाठी (पाणी देणे)

(७) मधुपर्क (मध, तूप, दही, व दूध देणे) (८) स्नान (९) वासन (वस्त्रे) (१०) आभरण (दागिने) (११) गंध (१२) पुष्प (१३) धूप (१४) दीप (१५) नैवेद्य (१६) वदन (प्रार्थनापूर्वक आदरांजली) अशी षोडशोपचारे पूजा करावी, परमेश्वराचे दास्य करावे (मंदिर स्वच्छ करणे इत्यादी), परमेश्वराला आपला सखा मानावा आणि आत्मनिवेदन म्हणजे आपल्या आयुष्यातील चुका प्रामाणिकपणे कबूल करून भावनेच्या उद्रेकात रडू यावे या भक्तीच्या नऊ पायऱ्या आहेत. आत्मनिवेदनात वाईट वाटून रडू कोसळणे हा पश्चात्तापाचा भाग अंत:करण शुद्ध करतो.

नीतीची बंधने धर्म जाणणाऱ्या व धर्म पाळणाऱ्या व्यक्तींसाठी असतात. जेव्हा नीती संपते, तेथे कायदा सुरू होतो. कायद्याची बंधने बाह्य जगतातून आलेली असतात. कायदा मोडला तर शासन होईल ही भीती अनेकांना वाममार्गाला जाण्यापासून प्रवृत्त करते. पोलीस, वकील, कोर्ट, न्यायाधीश, दंड, तुरुंगवास इत्यादी सामाजिक यंत्रणा कायदे पाळले जावेत यासाठी समाजाला आवश्यक वाटतात. याचा अर्थ नीतिमत्तेने वागणारी माणसे या समाजात नाहीत, हे कटू सत्य स्वीकारण्यावाचून गत्यंतर नाही.

समाज सुव्यवस्थित राहावा या दृष्टीने कायदे केले जातात. कायदे मोडणाऱ्या व्यक्तीला शासन व्हावे असा त्यामागे उद्देश असतो. न्यायसंस्थेच्या अस्तित्वासंबंधी असे म्हटले जाते की, घोडा चोरला याबद्दल शिक्षा करून उपयोग नाही, तर घोडे चोरले जाऊ नयेत याकरिता चोराला शिक्षा करायची असते. अशा शिक्षांनी चोराच्या मनात किती परिवर्तन होते, याचा विचार करण्याजोगी परिस्थिती आहे. न्यायसंस्थांतून खरा न्याय मिळेल असा विश्वास समाजात असणे आवश्यक आहे. केवळ कायदे करण्याने सामाजिक सुव्यवस्था राहणे कठीणच आहे. ते पाळले जात आहेत हे पाहण्याची यंत्रणा पुरेशी परिणामकारक नसेल, तर 'चांगले' कायदे करण्याचा फायदा होत नाही. कायदे जेवढे जास्त तेवढी त्यातून पळवाटा काढण्याची वृत्ती, अधिक असा काहीसा आत्मघाती विचार समाजात पसरू लागतो. सविनय कायदेभंग ही संकल्पना उदात्त होती. जुलमी राजवटीला हे उत्तर होते. आपणच कायदे करायचे आणि आपणच ते मोडण्यात फुशारकी मानायची ही विकृती आहे.

कायदे पाळले जात नाहीत अशी स्थिती म्हणजे अराजक होय. असे

अराजक थोड्याफार प्रमाणात अस्तित्वात असले तर कायदे पाळणाऱ्या व्यक्तींनाच त्रास होण्याची शक्यता निर्माण होते. वाहतुकीचे नियम पाळले गेले नाहीत, तर त्यामुळे अपघात होतात. अशा अपघातात दोषी व निरपराध दोघांनाही त्रास होतो. अनिश्चितता वाढते. घराबाहेर पडलेले मूल अथवा कुटुंबातील कोणीही व्यक्ती सुखरूपपणे परत येईल ना, ही चिंता जाणवू लागते. ही चिंताच मन अस्वस्थ करते. घरात राहून वाट पाहणाऱ्या व्यक्तीला अशा अस्वास्थ्याला तोंड द्यावे लागते. मानसिक अस्वास्थ्याचे परिणाम काय होतात हे सर्वविद् आहेच. केवळ मानसिक त्रासच नव्हे, तर अनेक शारीरिक व्याधींचे मूळ त्या मानसिक अस्वास्थ्यात आहे हे आता सिद्ध झाले आहे. वाहतुकीचे नियम हे एक उदाहरण झाले. जीवनातील सर्व देवाणघेवाणीत हाच मुद्दा महत्त्वाचा आहे.

कायद्याने बांधलेल्या सर्व देवाणघेवाणी पारदर्शक असल्या पाहिजेत. आपल्या प्रत्येक गोष्टीचे योग्य मूल्यमापन होत आहे अशी भावना माणसाला श्रमाकडे प्रवृत्त करते. आपण अभ्यास केला तर परीक्षेत नक्की यश मिळेल अशी भावना विद्यार्थिवर्गात असेल तर ज्ञानार्जन होईल. कितीही अभ्यास केला तरी परीक्षेतील यश इतर काही मार्गांनीच मिळवावे लागते, असा समज विद्यार्थ्यांच्या अभ्यास करण्याच्या वृत्तीला जोपासणार नाही. सरळ मार्गाने जाऊन कायदे पाळून धन मिळवावे अशी प्रवृत्ती केवळ कायदे पाळणाऱ्या समाजातच वाढीस लागेल. परस्परांवर विश्वास हा समाजाच्या एकत्र राहण्याला व एकत्र असण्याला अत्यंत आवश्यक घटक आहे. जेथे आवश्यक तेथे कायदा हवाच, कायद्याची गरज पडू नये अशी नीतिमत्ता असणे अधिकच चांगले. सर्वात चांगले म्हणजे प्रेमच असावे. अशा अभ्यासाकरिता मनाची स्वार्थकेंद्रित वृत्तीपासून सुटका होणे आवश्यक आहे. आपला स्वार्थ सोडू शकणारी व्यक्तीच त्याग करू शकते आणि त्यागाशिवाय प्रेम असूच शकत नाही. सहवास आणि नैसर्गिक जन्मजात प्रवृत्ती (इन्स्टिंक्ट्स) महत्त्वाच्या आहेत; परंतु मनाची उन्नती फक्त आत्मपरीक्षणाने आणि ध्यानावस्थेतच होणे शक्य आहे.

धर्म आणि उपासना

नीती हा जसा धर्मशास्त्राच्या मुखत्यारीतील विषय आहे, त्याचप्रमाणे उपासना

हादेखील धर्माचाच एक भाग आहे. उपासना हा शब्द उप म्हणजे जवळ आणि आस् म्हणजे बसणे. उपासना म्हणजे जवळ बसणे, परमेश्वराच्या जवळ बसणे. परमेश्वराच्या जवळ बसण्यासाठी नामस्मरण, उपवास आणि प्रार्थना या तीन गोष्टींचा उपासनेमध्ये अंतर्भाव असतो. परमेश्वराचे स्मरण करावे, कारण स्मरण हा नवविधा भक्तिमार्गातील भक्तीचा पहिला प्रकार आहे. त्यासाठी सूर्यनमस्कार घालताना सूर्याच्या बारा नावांचे स्मरण करून नमस्कार घालण्याची प्रथा आहे. विष्णुसहस्रनामामध्ये विष्णूची एक हजार नावे आहेत. विविध नावांनी स्मरण करण्याने परमेश्वराचा विचार मनात पक्का होतो. भक्ती म्हणजे केवळ स्मरणानेदेखील आनंद व्हावा, अंग पुलकित व्हावे, संपूर्ण शरीरात प्रसन्नता पसरावी. उपवास या शब्दातदेखील उप म्हणजे जवळ आणि वास म्हणजे राहणे. परमेश्वराच्या जवळ राहणे. परमेश्वराच्या जवळ राहताना शरीरापेक्षा मनाचा विचार जास्त आहे. परमेश्वराजवळ मन नेणे, तेथे ते ठेवणे, तसे करताना मनाला जडत्व, मांद्य येऊ नये यासाठी आपल्या आहारावर नियंत्रण असावे, किमान खाण्यापिण्यात मन गुंतून राहू नये. हलका आहार चालेल, या संकल्पनेचा विस्तार 'उपवासाचे म्हणजे विशेष फराळाचे पदार्थ' असा झाला. त्यामुळे मूळ हेतू बाजूला पडून परत खाण्यापिण्याच्या पदार्थातच मन अडकू लागले; हा उपवास या संकल्पनेचा विपर्यास झाला.

उपासनेमध्ये प्रार्थना ही महत्त्वाची आहे. या प्रार्थनेचे स्वरूप परमेश्वराचे नामचिंतन, परमेश्वराचे गुणवर्णन आणि क्षमायाचना या स्वरूपाचे असावे. परमेश्वराकडे ही क्षमायाचना आपल्या स्वतःच्या दोषांकडे लक्ष देण्यापासून करावी. हे दोष लक्षात आणावेत. त्यामुळे अहंकार दूर होण्यास मदत होईल. आपल्या दोषांची जाणीव होणे हा आपल्या मानसिक प्रगतीचा पहिला टप्पा आहे. हे दोष आपणच दूर करायचे असतात; पण परमेश्वर हे दोष दूर करण्यास मदत करू शकेल अशीही कल्पना या प्रार्थनेत आहे. वास्तविक हा परमेश्वरदेखील आपलीच एक आंतरिक शक्ती आहे. *'सर्वस्य चाहम् हृदि संविविष्टो मत्र; स्मृतिः ज्ञानम् अपोहनम् च'* असे भगवान म्हणतात (भगवत्‌गीता १५/१५) या अंतःस्थ परमेश्वराचे स्मरण करून स्वतःच स्वतःचे दोष जाणायचे आणि स्वतःच स्वतःचे दोष दुरुस्त करायचे. परमेश्वराकडे ऐहिक सुबत्ता मागणे, धनधान्य मागणे, पुत्रपौत्र प्रपौत्र यांच्यासाठी समृद्धी मागणे हा प्रार्थनेचा हेतू नसावा. असे मागून

परमेश्वराकडून काही मिळेल ही कल्पना वास्तवात बसण्याजोगी नाही. सर्व धर्मांत उपासनेला महत्त्व आहे. यासाठी काही दिवस किंवा जास्त काळ नेमून देण्याची प्रथाही बहुतेक सर्व धर्मांत असावी. उपासना हे एक कर्मकांड नसावे, त्यातील सहभाग मनापासून व्हावा. उपासनेचा हेतू परमेश्वराच्या जवळ जाण्याचा आहे. परमेश्वराबरोबर आत्मीयता व्हावी हा आहे. केवळ बाह्य उपचार म्हणून केलेल्या कर्मकांडाने उपासनेचा हेतू फलदायी होणार नाही. उपासना करून श्रद्धा वाढेल व श्रद्धा ही एक मोठी शक्ती आहे. उपासनेतील नामस्मरण, प्रार्थना व उपवास यांमुळे आपली आंतरिक शक्ती वाढेल. स्वत:वर विशिष्ट काळाचे, वेळेचे, वागण्याचे, खाण्यापिण्याचे बंधन घालून घेणे व त्या बंधनाप्रमाणे वागणे याला आंतरिक शिस्तीची आवश्यकता असते.

नियमाने केलेली उपासना ही शिस्त जोपासते. उपासनेमुळे मन शांत होते. अस्वस्थ मनाला शांत करण्यासाठी या परमेश्वर चिंतनाचा, प्रार्थनेचा आणि उपवासाचा फायदा होतो, हा फायदा दुहेरी असतो. पहिला श्रद्धा जोपासल्यामुळे होणारा व दुसरा जेवढा वेळ परमेश्वराचे मनात चिंतन चालू आहे तेवढा वेळ मनात दुसरा विचार न येण्याचा. या वेळांत मानसिक संघर्ष, चिंता, मरगळ, तडजोड, अपेक्षाभंग या विचारांपासून दूर राहिल्याने तेवढा वेळ मन शांत होते. विचाररहित होणे ही अंतिम स्थिती आहे; पण एकच विचार ठेवणे ही त्याच्या जवळची स्थिती आहे. या स्थितीतदेखील ध्यानाचे फायदे मनावर व शरीरावर होऊ लागतात. कारण आता संघर्ष नाही, त्यामुळे युद्ध अथवा पलायनाचा प्रकार नाही, त्यामुळे मनोकायिक विश्रांती मिळेल.

■■■

अस्तित्वाचा मूलगामी विचार

मानवाची प्रकृती (१) शरीररचनात्मक (२) शरीरक्रियात्मक (३) मानसिक (४) बौद्धिक (५) धार्मिक व (६) आध्यात्मिक अशा सहा अंगांनी पाहता येते. ही सहाही अंगे एकमेकांशी संबंधित आहेत, किंबहुना हे सहा पैलू केवळ प्रकृतीच्या अभ्यासाच्या दृष्टीने वेगवेगळे पाहिले जातात, अन्यथा सर्व प्रवृत्ती एकच आहे. या सहापैकी प्रामुख्याने एखादी बिघडते; परंतु कोणतीही एक निरामयेतून ढळली, तर इतर बाजूंवर परिणाम झाल्याखेरीज राहत नाही. शरीरातील विकारांचा मनावर परिणाम होतोच. अस्वस्थ मन आपल्या सामाजिक जबाबदाऱ्या पेलू शकत नाही. जीवनाचा खोलवर जाऊन विचार करण्याकरितासुद्धा मन शांत असावे लागते आणि बुद्धी कार्यक्षम असावी लागते. मन जसे शारीरिक वेदनेने अस्वस्थ होते तसे विचारानेही होते. काही विचार कसे जगावे या प्रश्नातून, तर बरेचसे विचार का जगावे, या प्रश्नातून निर्माण होतात. या जीवनाला काही अर्थ आहे का? जन्म आणि मृत्यू म्हणजे नेमके काय होते? विश्वाच्या सूर्य, चंद्र, तारे आदींपासून ते पशुपक्षी, झाडेझुडपे इथपर्यंत परिसराचा आणि माझ्या अस्तित्वाचा काय संबंध आहे, या जीवनाला काहीच अर्थ नसेल तर का जगावे, यांसारखे प्रश्न प्रत्येक विचारी माणसाला केव्हा ना केव्हा तरी पडतात.

या प्रश्नांची उत्तरे शोधण्याच्या प्रयत्नामुळे मन अस्वस्थ होऊ लागते. अस्वस्थ मन अनेक विकारांचा स्रोत बनते, हे आपण पाहिले आहेच. अशा जीवनविषयक प्रश्नांची उकल करण्याचा प्रयत्न हे आपल्या आध्यात्मिक

प्रकृतीचे स्वरूप आहे. आध्यात्मिक प्रकृती बिघडली याचा अर्थ या मूलभूत प्रश्नांची उत्तरे न मिळाल्यामुळे जीवनात कोणताही रस राहत नाही आणि व्यक्ती आत्मघात तरी करते किंवा दुसऱ्या कोणाचा जीव नष्ट करू पाहते. जीवन म्हणजे काय आणि त्या अस्तित्वाशी असणारा आपला संबंध समजणारी व्यक्ती स्वत: आत्मघात करणार नाही व अहिंसक बनेल. सारे जीवन एकच आहे, अशी अनुभूती झाल्यावर माझा जीव व तुझा जीव, असा फरक उरायचे कारणच राहत नाही. एखादी महावीरांसारखी उन्नत व्यक्ती मुंगीलासुद्धा मारण्यापासून परावृत्त होते याचा अर्थ त्या व्यक्तीची जीवनाची जाण उत्तम होती. त्याउलट हजारो ज्यू लोकांना मारण्यास कारणीभूत ठरलेली नाझी विचारयंत्रणा आध्यात्मिक विकृतीतूनच निर्माण होते. जीव आपला असो की दुसऱ्याचा, वेदना मला होतात की इतरांना, सारे अस्तित्व एकच आहे याची अनुभूती ज्यांना आली, त्यांची आध्यात्मिक प्रकृती उत्तम आहे.

आपले अस्तित्व गुणदोषविरहित असते. अस्तित्व केवळ 'असते'. ते काळे किंवा गोरे नसते, उंच किंवा ठेंगू नसते, नकट्या किंवा तजेलदार नाकाचे नसते, गरीब किंवा श्रीमंत नसते, विद्वान किंवा निरक्षर नसते, बुद्धिमान किंवा जड बुद्धीचे नसते. ही अस्तित्वात प्रकट झालेल्या गुणदोषांची नावे आपण जेव्हा लावतो, तेव्हा अस्तित्वात भेद करू लागतो. अस्तित्वाच्या एका भागाला ही विशेषणे लागली की अस्मिता सुरू होते. अस्मिता अनेक गुणदोषांनी ओळखली जाते. आपल्या सर्व दैनंदिन व्यवहाराचा पाया व्यक्तिव्यक्तींमधील हा फरक जाणण्यावर अवलंबून असतो. हे वेगळे दिसणे वेगळे 'असण्यापेक्षा' भिन्न आहे. अस्तित्व एकच आहे. अस्मिता प्रत्येक व्यक्तीची, पशुपक्ष्याची, झाडाझुडपाची, निर्जीव वस्तूंची, दगडधोंड्याची, ग्रहताऱ्यांची वेगवेगळी आहे. जेव्हा या अस्मिता ठरवणाऱ्या स्वत:च्या काही गुणांची आठवण आपल्याला आल्हाद देते, तेव्हा अभिमान निर्माण होतो. 'मी भारतीय आहे याचा मला अभिमान आहे', 'मी मराठी भाषा बोलतो, ती माझी मातृभाषा आहे याचा मला अभिमान आहे' इथपासून ते 'मला काही ज्ञान आहे, अधिकार आहे, माझ्याकडे काही धनसंचय आहे, मला समाज मानतो, मी अनेकांना आवडतो, ...' यांपैकी कशाचा अथवा सर्वांचा अभिमान असू शकेल. असा अभिमान असणे हा एक स्तुत्य गुण आहे. आपला अभिमान चेतवला गेल्याने संकटकाळी आपले सुप्तगुण प्रकट होऊ

शकतात. अभिमानी व्यक्ती स्वत:चा अकारण झालेला अपमान सहन करणार नाही; उलटपक्षी इतर कोणाचा सहसा अपमान करणारही नाही. अभिमानाची विकृती अहंकारात झाली, तर ती त्या व्यक्तीच्या अधोगतीस कारणीभूत होऊ शकते. अहंकारी व्यक्ती आपले दोष लपवण्यासाठी इतरांचा अकारण अपमान करण्यात आनंद मानू लागते. इतरांनी आपली सदैव स्तुतीच करावी अशी अपेक्षा ठेवते. ही अपेक्षा पुरी न झाल्यास अस्वस्थ होते. या अस्वास्थ्यातून अहंकारी व्यक्ती आपल्याकडे लक्ष वेधून घेण्याच्या प्रयत्नात इतरांच्या मनाला अथवा शरीराला इजा पोहोचवते, स्वत:चीदेखील प्रकृती बिघडवून घेते. अहंकार सतत जोपासणे व अहंकाराला कवटाळून बसणे ही विकृती होय. स्वाभिमानी असणे आणि आपली अस्मिता जाणणे आवश्यक आहे, अनुकरणीय आहे, स्तुत्य आहे.

अहंकारातून अभिमानाकडे, अभिमानातून अस्मितेकडे आणि अस्मितेतून अस्तित्वाकडे जाणे म्हणजे आध्यात्मिक प्रकृतीची देखभाल करणे, आध्यात्मिक प्रकृती निरामय ठेवणे. ही अशी उन्नती स्वत:च्या प्रयत्नानेच होणे शक्य असते. या प्रयत्नांचे स्वरूप आपल्या मनाचे व्यवहार पाहणे या पद्धतीचे असते. व्यवहारात माणसाचे कार्य दिसते. या कार्याने जीवनात सफलता मिळते.

उद्यमेन हि सिध्यन्ति कार्याणि न मनोरथैः। नहि सुप्तस्य सिंहस्य प्रविशन्ति, मुखे मृगः। असे म्हटलेले आहे. याचा अर्थ आपल्या आयुष्यातील सर्व कामे केवळ प्रयत्न आणि कष्ट करूनच प्राप्त होतात. केवळ मनोराज्ये करत बसण्याने कोणतेही काम होत नाही. सिंह मृगेन्द्र असतो. मृगांवर त्याचे अधिपत्य असते. तरीही तो पडून तोंड वासून बसला तर हरणे त्याच्या तोंडात येऊन पडणार नाहीत, त्याला स्वत:ला जाऊन त्यांची शिकार करावी लागते.

जीवनातील सर्व यश कार्य करण्यावरच आहे; परंतु प्रत्येक कार्याच्या मागे विचार असतो. या विचाराचा विचार न करता आलेले आचार म्हणजे अविचारी कार्ये ठरतात. या अविचाराची मोठी किंमत द्यावी लागते. काही क्षणिक चुकासुद्धा जीवावर उठू शकतात. निमिषार्धातील दुर्लक्ष मोठ्या अपघाताचे कारण असू शकते. क्षणिक मोह जीवघेण्या विकाराला आमंत्रित करू शकतो. *सहया विदधीन न क्रियाम् अविवेकः परमापदांम् पदम्। वृणुते ही विमृष्यकारिणम् स्वयमेव गुणलुब्ध संपदाः।। कीरातार्जुनीय* या महाकाव्यात कविश्रेष्ठ भारवि यांनी हे काव्य धर्मराजाच्या तोंडी घातलेले आहे. त्याचा अर्थ,

माणसाने विचार न करता कोणतेही कार्य करू नये. असे अविवेकाने केलेले कार्य म्हणजे अनेक संकटांना आमंत्रणच ठरते. जी माणसे आपल्या मनाचे व्यवहार पाहून मगच निर्णय घेतात किंवा कार्य करतात, त्यांनाच यश किंवा संपदा आपणहून वरते, मिळते.

आपण जे कार्य करण्याचा निर्णय घेत आहोत, हा निर्णय आपल्या हिताचा आहे, का केवळ तो आपल्याला आवडतो आहे? तो श्रेयस आहे का प्रेयस आहे? मानवी मन आपल्या सुसूत्र विचार आणि बुद्धी यांचा आधार न घेता आपल्या भावनांवर निर्णय घेणे चटकन करते. आपल्या आवडीची गोष्ट करावयास आपण लगेच प्रवृत्त होतो. ही गोष्ट आवडते किंवा आवडत नाही यापेक्षा ती आपल्या हिताची आहे की विनाशाप्रत नेणारी आहे हा विचार करणे निश्चितच महत्त्वाचे ठरेल.

आपल्या आवडीनिवडी आपल्या भावना ठरवतात. या भावनांचा उगम आपल्या अहंकारातून होत असतो. हा अहंकार सुखावला की आपल्या मनात सकारात्मक भावना निर्माण होतात, आपण कार्य करण्यास उद्युक्त होतो. अहंकार दुखावला की नकारात्मक भावना येऊ लागतात. आपण त्या कामाला टाळतो. आपला अहंकार आपला प्रत्येक निर्णय आणि प्रत्येक कार्य ठरवू लागला, तर आपला मार्ग प्रेयसकडे जाणारा आहे. तो आपल्या हिताचा नाही. आपण आपल्या अहंकाराला जाणणे महत्त्वाचे आहे; तो आपल्या नकळत आपल्या मनाचा ताबा घेतो आणि आपल्या आवडीचे निर्णय घेण्यास भाग पाडतो. प्रत्येक निर्णयामागचा विचार तपासून पाहणे ही आध्यात्मिक मार्गातील महत्त्वाची पायरी आहे. याला सतत प्रयत्न लागतात. थोडाही काळ बेसावध राहिले तरी मन चटकन आपल्या अहंकाराच्या ताब्यात जाते व प्रेयसचा मार्ग निवडते, याची जाणीव म्हणजे उत्तम आध्यात्मिक प्रकृती होय.

अहंकारातून मुक्त होणे

अहंकार प्रत्येक जिवाचा एक भाग बनलेला असतो. माणसात असतो आणि प्राणिमात्रांतही असतो. जन्माला येण्यापूर्वीपासूनच तो असावा, झाडाझुडपांनादेखील तो असावा. त्याचे प्राथमिक स्वरूप अस्तित्वाच्या गरजांची जाणीव एवढेच मर्यादित असते. 'मी इतरांपेक्षा वेगळा आहे', ही

भावना अहंकाराच्या मुळाशी असते. माझे वेगळेपण माझ्या शारीरिक गुणांत आहे, मानसिक गुणांतही आहे, याचे रूपांतर माझ्याकडे काय आहे या भावनेत होऊ लागते. माझ्याकडे असणारी बुद्धिमत्ता, विद्वत्ता, धनदौलत, अधिकार, प्रतिष्ठा, लौकिक स्वरूप, कौशल्य म्हणजे मी असे समीकरण होऊ लागते. वास्तविक मी आणि उपरिनिर्दिष्ट गोष्टी वेगळ्या आहेत. या जमवलेल्या गोष्टींमध्ये तुलना शक्य आहे, अस्तित्वामध्ये तुलना नाही. पैसे कमी किंवा जास्त असू शकतात, त्याचप्रमाणे बाकीच्या गोष्टीही कमी किंवा जास्त असू शकतात. त्या कमी असल्याने मला कमीपणा वाटू लागतो, तर त्यातील काही तुलनेने जास्त असतील तर त्यांचे मोठेपण मला जाणवू लागते. हे मोठेपण आपल्या अहंकाराचे स्वरूप बनते. या मोठेपणाची दखल इतरांनी घ्यावी अशी इच्छा मनात येते. या मोठेपणाबद्दल सर्वांनी आपली स्तुती करावी अशीही धारणा होऊ लागते. जी व्यक्ती अशी आपली स्तुती करते ती आपल्याला आवडू लागते, जी व्यक्ती अशी स्तुती करत नाही किंवा निंदा करते ती आपला शत्रू बनते.

या एकाच मुद्द्यावरून आपण सर्व लोकांची 'आप' किंवा 'पर' या दोन प्रकारांत विभागणी करतो. जी व्यक्ती आपली स्तुती करते ती 'आप' होते. या 'आप' गटातील व्यक्ती जे काही करेल ते आपल्याला आवडते, ते आपल्याला चांगले वाटू लागते. 'पर' गटातील व्यक्तीचे सगळेच वागणे आपल्याला वाईट दिसू लागते. एक गोष्ट 'आप' गटातील व्यक्तीने केली तर ती आपण चांगली मानतो व तीच गोष्ट 'पर' गटातील व्यक्तीने केली की आपल्याला ती चुकीची आहे असे वाटू लागते. उदाहरणार्थ, युद्धात शत्रूचे सैनिक मारले जाणे क्रमप्राप्त असते. 'आप'ल्या सेनापतीने शत्रुपक्षातील सैनिक मोठ्या प्रमाणात मारले की तो शूर, वीर लढवय्या होतो; तीच गोष्ट आपल्या शत्रूच्या सेनापतीने केल्यास तो क्रूर, दुष्ट आणि निर्दय होतो. 'आप'ल्याला धन देणारा दानशूर होतो. 'पर'क्यांना धन वाटणारा उधळ्या होतो.

कोणतीही क्रिया स्वभावत: चांगली किंवा वाईट नसते, ती कोणी केली यावर त्या घटनेला चांगले किंवा वाईट असे विशेषण लावले जाते. आपण कोणत्या गोष्टी चांगल्या म्हणतो, कोणती माणसे आपली म्हणतो याचे आपल्या मनात विश्लेषण केल्यास हे सारे आपला अहंकार ठरवतो, हे आपल्याला समजून येईल. ज्या माणसाला आपल्या अहंकारामुळे गोष्टी चांगल्या किंवा वाईट ठरत

आहेत हे कळते, त्याच्या मनातून ही चांगल्या-वाइटाची कल्पना जाईल. गोष्टी घडतात, त्यांना चांगले किंवा वाईट हे पाहणारी किंवा अनुभवणारी व्यक्ती त्या व्यक्तीला होणाऱ्या फायद्यातोट्यावरून ठरवते. या फायद्यातोट्यावरून आनंद वा खेद होतो. परीक्षेत कोणीतरी पहिले येणार असतेच. 'मी' आलो तर आनंदाने पेढे वाटेन. उलट माझा प्रतिस्पर्धी आला तर मी असूयेने जळू लागेन. परीक्षेत पहिले येणे महत्त्वाचे नाही, परीक्षेत 'मी' पहिले येणे महत्त्वाचे असते. क्रिकेटची मॅच जिंकणे महत्त्वाचे नसते, 'आपली' टीम जिंकणे महत्त्वाचे असते. आपला सारा आनंद या 'मी', 'माझ्या' या कल्पनांभोवती गुरफटून राहिलेला असतो. 'माझी' स्तुती मला प्रिय असते; तर 'माझी' निंदा मला दु:ख देते. ही कोणाची स्तुती अथवा निंदा असते? ही माझ्या अहंकाराची स्तुती अथवा निंदा असते.

अहंकाराची याचा अर्थ ज्याला मी अहम् म्हणतो त्याची ही स्तुती वा निंदा असते. आपला अहंकार जी व्यक्ती ओळखू लागते, त्या व्यक्तीला या स्तुती वा निंदेतील पोरकटपणा ध्यानात येतो. ज्याला आपण मान किंवा अपमान म्हणतो, यश किंवा अपयश म्हणतो, ज्या घटनांवर आपले सुख किंवा दु:ख होणे अवलंबून राहते, त्यांचा विचार केल्यास हे सारे आपल्या अहंकाराचे खेळ असल्याचे ध्यानात येईल. ज्याला हे समजले, त्याचे चित्त मान-अपमानाने, यश-अपयशाने, सुख-दु:खाने विचलित होत नाही. त्या व्यक्तीलाच स्थितप्रज्ञ म्हणायचे. असे असणे ही मानवी मनाची परमोच्च स्थिती आहे. येथे अहंकार नाही, केवळ अस्तित्व आहे. येथे सुख-दु:ख, मान-अपमान, यश-अपयश नाही, फक्त शांती आहे.

■■■

आध्यात्मिक प्रकृतीचे स्वरूप

'आरोग्य म्हणजे केवळ आजार अथवा अपंगत्व यांचा अभाव एवढेच नसून शारीरिक, मानसिक, सामाजिक आणि आध्यात्मिक सुस्थिती म्हणजे आरोग्य', अशी आरोग्याची व्याख्या जागतिक आरोग्य संघटनेने केलेली आहे. यापैकी शारीरिक आरोग्याची कल्पना समजणे सोपे आहे. मानसिक आरोग्याबद्दल माहिती मिळाल्यावर ती ग्रहण करणे सुलभ जाते. सामाजिक स्वास्थ्य आणि विकृती या कल्पनादेखील अभ्यासाने पटण्याजोग्या आहेत. आध्यात्मिक स्वास्थ्य ही संकल्पना वैद्यकशास्त्राने नव्याने स्वीकारलेली असल्यामुळे आध्यात्मिक प्रकृती म्हणजे नेमके काय, असा प्रश्न अनेकांना (आणि काही वैद्यकीय व्यावसायिकांनासुद्धा) पडत असेल. आध्यत्मिक प्रकृती याचा अर्थ आपल्या अस्तित्वासंबंधीची जाणीव वास्तव असणे.

मी आहे, ही जाणीव जागृतावस्थेमध्ये प्रत्येकाला असते; पण हा मी म्हणजे नेमके काय? माझे शरीर, मन की आणखी काही? माझा व माझ्या सभोवतालच्या विश्वाचा काय संबंध आहे? मी जन्माला येण्यापूर्वी आणि मृत झाल्यावर माझे काय होते? जीवनाचा काही हेतू आहे का? मी माझ्या आयुष्यात काही मूल्ये का पाळावीत? जीवनात सुखदु:खे का येतात? यांसारखे प्रश्न प्रत्येक विचारी मनात केव्हा ना केव्हा तरी येतात. प्रश्नाचे उत्तर मिळाले तर मन स्वस्थ होते, उत्तर मिळाले नाही तर उत्तर काढण्याचा प्रयत्न सुरू होतो. या प्रयत्नाने मन अस्वस्थ होते. मानसिक अस्वास्थ्य हे अनेक प्रकारच्या विकारांचे मूळ आहे. आपल्याला पडलेल्या प्रश्नांची उत्तरे न मिळाल्याने अथवा

चुकीचे उत्तर हेच बरोबर आहे असे समजण्याने, आयुष्यातील अनेक प्रश्नांची उत्तरे चुकीची काढली जातात. त्यामुळे अयोग्य निर्णयाची कार्यवाही होते. अशा चुकीच्या वागण्याचे दुष्परिणाम भोगावे लागतात. उदाहरणार्थ, मानवी जीवनाला काही हेतू आहे का, या प्रश्नाला चुकीचे उत्तर 'काहीही हेतू नाही' असे आहे. मग पुढचा विचार येतो, की ज्या आयुष्याला काहीच हेतू नाही, त्यातील संकटे, दुःखे, मानहानी, वेदना, आजार, दारिद्र्य का सहन करावे? त्यापेक्षा जीवन संपलेलेच बरे आणि या विचाराने माणसे आत्महत्येला प्रवृत्त होतात. अशी व्यक्ती एखाद्या संकटाने अथवा संकटाच्या सूचनेने खचून जाते.

ज्या व्यक्तीला जीवनाचे ध्येय कळलेले आहे, ती व्यक्ती त्या ध्येयाच्या पूर्ततेसाठी आपल्या जीवनाचा मार्ग ठरवून त्या मार्गाने जात राहते आणि येणारी संकटे दूर करून परत ध्येयपूर्तीच्या वाटेला लागणे महत्त्वाचे मानते. आध्यात्मिक प्रकृती सुस्थितीत नसणाऱ्या व्यक्तीला मूल्ये का मानायची हे उमगत नाही. असत्य वागण्याने, इतरांचे लुबाडण्याने काहींचा उत्कर्ष होत असतो असे त्या व्यक्तीला भासते. मग खरे का बोलावे? आपला स्वार्थ का साधू नये? एखाद्या वस्तूची प्राप्ती किती महत्त्वाची आहे, हे न जाणल्यास येनकेनप्रकारेण माणूस पैसा, अधिकार अथवा प्रतिष्ठा मिळवण्यास उद्युक्त होतो, त्याला तत्कालिक सुखाचा मोह पडू लागतो.

आध्यात्मिक प्रकृती चांगली असणे म्हणजे आपल्या निर्णयांची कारणे स्पष्ट समजणे. कसे वागावे, हे धर्म किंवा कायदा सांगतो; पण ते तसे का वागावे, याचे उत्तर अध्यात्म होते. ज्यांना ही कारणे समजतात त्यांच्या विचारात सुसूत्रता येते. मी जे काही निर्णय घेईन ते सर्वांच्या (आणि त्या सर्वात मीही असल्याने माझ्यासुद्धा) हिताचेच असतील, अशी भावना निर्माण होते. जे सर्वांच्या हिताचे असेल ते स्वीकारताना मनाची प्रगल्भता आवश्यक असते. व्यक्तिगत आयुष्यातदेखील हिताचे काय आहे ते स्वीकारण्यापेक्षा तात्कालिक सुखाचे काय आहे, ते मिळवण्याचा मोह होतो. हा मोह आपल्या विचारांच्या आधाराने दूर करणे म्हणजे आध्यात्मिक सुस्थिती, यालाच इमोशनल कोशंट (ईक्यू) म्हणतात. जी व्यक्ती तात्कालिक सुखाचा मोह टाळून दीर्घकाळ हिताचा स्वीकार करते, त्या व्यक्तीचा हा भावनांक अधिक चांगला असतो. आता अभ्यास करून, परीक्षेत सुयश मिळवून मग तो आनंद साजरा करावा,

की आताच सिनेमाला जाण्याचे सुख उपभोगावे, अशा प्रश्नाला कोणता विद्यार्थी आता अभ्यास करण्याचा निर्णय घेईल, ज्याचा भावनांक अधिक चांगला आहे. माझ्याजवळचा पैसा मी माझ्या सुखासाठी वापरू, की माझ्या बरोबरीच्या व्यक्तींच्या गरजेसाठी वापरू, या प्रश्नाचे उत्तर 'दुसऱ्याला समाधानी ठेवण्याने मला सुख मिळेल' असे पाहणाऱ्या व्यक्तीची आध्यात्मिक प्रकृती चांगली आहे. आपल्याजवळ आहे ते फक्त आपल्या गरजांना पुरण्याएवढेच आहे; परंतु अशा प्रसंगीसुद्धा इतरांच्या गरजेची जाणीव ठेवणे ही अधिक उन्नत मनाची स्थिती आहे. आपल्या गरजाच कमी ठेवून इतरांना मदत करणारे संत असतात. त्यातूनही काही व्यक्ती समाजाच्या हितासाठी स्वत:चा प्राणसुद्धा अर्पण करावयास कचरत नाहीत. ते खरे महात्मा पदावर आरूढ होतात. ही प्रगती त्यांच्या सुदृढ आध्यात्मिक प्रकृतीमुळेच शक्य होते.

अशा निकोप आध्यात्मिक प्रकृतीच्या व्यक्तीला आपले अस्तित्व समजलेले असते. अस्तित्व हे केवळ असते. त्या अस्तित्वात काही गुण प्रकट झाले की अस्मिता निर्माण होते. मी म्हणजे माझी अस्मिता, असे मानणे सोपे असते. मी माझ्या गुणांनीच इतरांमध्ये ओळखला जातो, हे निर्विवाद आहे; पण मी म्हणजे माझ्या गुणांच्या पलीकडचे अस्तित्व आहे, असे समजणे म्हणजेच आध्यात्मिक सुस्थिती. माझ्या अस्तित्वाला कोणतेही गुण नाहीत. अस्तित्व काळे अगर गोरे नाही. स्त्री अथवा पुरुष नाही. झाड अथवा प्राणी नाही. वस्तू अथवा विचार नाही. श्रीमंत अथवा गरीब नाही. हे आणि यासारखे गुण जेव्हा अस्तित्वात प्रकट होऊन त्यांचा एक समुच्चय होतो, तेव्हा अस्मिता निर्माण होते. सर्वसाधारण संसारातील सर्व व्यवहार अस्मितेच्या आधारानेच होतात. अस्मितेची जाणीवच अभिमानाप्रत नेते. दुराभिमान म्हणजेच अहंकार. आपल्या अहंकाराला जन्मभर कवटाळून बसणे हे आपल्या जीवनाचे ध्येय नाही; तर आपल्या अभिमानाचा पाया आपली अस्मिता आहे, हे जाणणे व अस्मितेच्याही पलीकडच्या अस्तित्वाची जाण करून घेणे, हे माझ्या जीवनाचे ध्येय आहे, असे मानणारी व्यक्ती हारजीत सारख्याच मनोधारणेने स्वीकारते.

सर्वांचे अस्तित्व सारखेच आहे; फक्त अस्मितेत फरक आहे. जी व्यक्ती विविध व्यक्तींमध्ये असणारे समान अस्तित्व जाणू शकते, त्या व्यक्तीला आप-परभाव राहत नाही. अशा व्यक्तीला जय आणि पराजय सारखाच वाटतो,

कारण एकाचा जय तोच दुसऱ्याचा पराजय असतो; पण जेथे एक आणि दुसरा असा भेदभावच नाही, तेथे कोणाचा जय आणि कोणाचा पराजय? उजव्या खिशातले पैसे काढून डाव्या खिशात ठेवले तर कोण श्रीमंत झाले आणि कोण गरीब झाले? स्वत:लाच उद्देशून स्तुती केली, तर कोण कोणाची स्तुती करतो आहे? स्वत:ला नावे ठेवली, तर कोण कोणाची निंदा करतो आहे? मग निंदा करणाऱ्या व्यक्तीचा राग कसा येईल? ज्याला आपण दुसरी व्यक्ती असे मानले आणि म्हणून त्याने केलेल्या निंदेमुळे आपल्याला राग आला, त्या व्यक्तीचे आणि आपले अस्तित्व एकच आहे; मग राग कसा येईल? अस्तित्वाची स्तुती किंवा निंदा करणे शक्य आहे का? अस्तित्वाला गुणच नाहीत. मग अमुक एक गुण आहेत किंवा नाहीत, असे म्हणण्याने स्तुती किंवा निंदा होईल का? अस्तित्वाकडे काहीच नाही; मग जय कोणाचा आणि पराजय कोणाचा? अस्तित्वाला मान देता येईल का? अस्तित्वाचा अपमान होतो का? अस्तित्व जाणल्यावर मान-अपमान, स्तुती-निंदा, जय-पराजय हे समान पातळीवर आले. अशी व्यक्ती स्तुतीने भाळून जाणार नाही किंवा निंदेने खचून जाणार नाही. जय मिळाल्याने जल्लोष करणार नाही किंवा पराभवाने निराशेच्या गर्तेत जाणार नाही. त्या व्यक्तीचे चित्त सर्वकाळ समतोल राहील.

अशा समतोल वृत्तीच्या माणसाची जाणीव शुद्ध असते, त्या जाणिवेवर भावना आणि विचार यांची आवरणे नसतात. अशा व्यक्तीला काहीही समजणे सहजशक्य होते. योग्य समजानंतर योग्य निर्णय घेता येतात. योग्य निर्णयाची कार्यवाही म्हणजेच हिताचा मार्ग फलद्रूप होणे. निर्णय घेतानासुद्धा सर्व बाजूंचा विचार फक्त शांत मनच करू शकते. फक्त शांत मनातच नवनिर्मितीचे स्फुल्लिंग निर्माण होऊ शकतात. अशा शांत मनातच भीतीला स्थान नसते, तेथे प्रेम असते, औदार्य असते, कणव असते, समर्पणाची भावना असते. स्वार्थ नसतो, इतरांना लुबाडण्याची इच्छा नसते. ज्याला जीवन समजले, त्यालाच मृत्यू समजला. ज्याला मृत्यू समजला, त्याच्या मनात मृत्यूची भीती राहत नाही. मृत्यूची भीती गेल्यावर 'युद्ध अथवा पलायन' ही यंत्रणा वारंवार कार्यान्वित होत नाही. आवश्यक असेल तेव्हाच शरीर सज्ज होते. शक्तीचा अकारण क्षय थांबतो. व्यक्तीला योग्य-अयोग्य समजते, निर्णय बरोबर येतात. साऱ्या आयुष्याचे ध्येय आपली आध्यात्मिक प्रकृती उत्कृष्ट ठेवावी, असेच असावे.

आध्यात्म आणि भावनांक

सुख आणि आनंद हवासा वाटणे ही नैसर्गिक प्रेरणा आहे. ही प्रेरणा मेंदूच्या अतिप्राचीन भागातून (लिंबिक सिस्टिम) येते. कोट्यवधी वर्षांच्या उत्क्रांतीमध्ये या मेंदूने प्राणिमात्रांना जिवंत राहण्यासाठी या प्रेरणा दिल्या. उदाहरणार्थ, रक्तात साखरेचे प्रमाण कमी झाले की खावे असे वाटणे, या मेंदूच्या प्रेरणेमुळे अशी इच्छा झाल्यावर त्या इच्छेची पूर्तता तिथल्या तिथे व लगेच (here and now) व्हावी अशा सूचना मेंदू शरीराला देतो व भक्ष्याचा फडशा पाडला जातो. कोट्यवधी वर्षांच्या उत्क्रांतीनंतर नवा मेंदू (neocortex) तयार होऊ लागला. या मेंदूला आपले अस्तित्व आणि सामाजिक अस्तित्व यांची जाणीव होते आणि हिताचे काय व प्रिय काय हे समजण्याची पात्रता निर्माण होऊ लागते.

आपले अस्तित्व टिकायचे असेल तर समाज म्हणून सर्वांनीच टिकणे आवश्यक आहे, हे या नव्या मेंदूला कळले. कळले तरी वळले नाही. समाजाच्या हिताचे तेच आपल्या हिताचे हे जरी नव्या मेंदूला कळले, तरी आपल्या आवडीचे तेच करावे अशी प्रेरणा जुन्या मेंदूतून कोट्यवधी वर्षांच्या सवयीमुळे लगेच येते. मनुष्य गाफील असला तर एखाद्या प्रतिक्षिप्त क्रियेप्रमाणे (रिफ्लेक्स ॲक्शन) आपल्या आवडीची, तत्काळ सुख देणारी क्रिया पटकन करून टाकतो. असे करताना इतरांना दुखावले जाण्याची शक्यता आहे, हे जुन्या मेंदूला समजत नाही. नवा मेंदू त्यामानाने कमजोर पडतो व गाफील राहिला तर त्याच्या विचारांना काही पूर्ण स्वरूप येण्यापूर्वीच जुन्या मेंदूने शरीराचा ताबा घेतलेला असतो. लहान वयात नवा मेंदू अपरिपक्व असणे स्वाभाविकच आहे; परंतु वय मोठे झाले तरी ही अपरिपक्वता कायम टिकू शकते. जुन्या मेंदूतील या प्रेरणा भावना या स्वरूपाच्या असतात. राग, लोभ, प्रेम, आपुलकी, मालकीहक्क, असूया, द्वेष अशा प्रकारे जुना मेंदू प्रेरणा देतो. नवा मेंदू विचार, ऊहापोह व निर्णय या पायऱ्यांनी आपले कार्य करतो. भावना मेंदूचा व व्यक्तीचा चटकन ताबा घेतात. विचार करणे, सर्व बाजू पाहणे, योग्य-अयोग्य ठरवणे व निर्णय घेणे याला वेळ लागतो. भावनांना मेंदूचा ताबडतोब ताबा घेऊ द्यायचा, का त्यांना थोपटून विचारांना चालना द्यायची, यापैकी काय करायचे हे आपण मेंदूला कशी सवय लावतो यावर ठरते. या सवयी म्हणजे माणसाचे स्वभाव. ज्या व्यक्ती भावनांना रोखण्याची सवय लावत नाहीत, ती माणसे उतावळी

होतात, रागीट होतात, संशयी होतात, चिंतातुर होतात, भयग्रस्त होतात. उलटपक्षी भावनांना रोखून विचारांना जोपासण्याची सवय ज्यांनी आपल्या मेंदूला लावली ती माणसे विचारी होतात, हित व अहित पाहून निर्णय घेऊ शकतात. अशी हित–अहित पाहून निर्णय घेणारी व्यक्ती या जगात अखेर यशस्वी होते व भावनेच्या आहारी जाऊन तात्कालिक सुखाच्या मागे जाणारी व्यक्ती त्या सुखाच्या लाभाबरोबरीने येणाऱ्या दुर्घटनेची बळी पडू शकते. एखाद्या मधुमेही व्यक्तीसमोर पक्वान्न आले तर जुना मेंदू नक्कीच गोड खाण्यास प्रवृत्त करेल; परंतु नवा मेंदू सारासार विचार करून असे मिष्टान्न सेवण्यापासून रुग्णाला परावृत्त करेल. परीक्षा जवळ आली असताना जुना मेंदू सिनेमाला जाण्याचा मोह टाळू शकणार नाही; पण नवा मेंदू आता अभ्यासाचे महत्त्व जाणून तात्कालिक सुखाच्या प्राप्तीपासून परावृत्त करेल.

आपल्याला मिळणाऱ्या सुखाचा क्षण पुढे ढकलून हिताचे करणे म्हणजेच श्रेयस व प्रेयस यांमधील श्रेयसचा स्वीकार करणे. कठोपनिषदात नचिकेताला यमधर्म हेच सांगतो. आपल्या भावनांवर ताबा मिळवून उपभोगाचा काळ भवितव्यात नेणे यालाच इमोशनल कोशंट (भावनांक) म्हणतात. पूर्वापारपासून इंटेलिजन्स कोशंट (बुद्ध्यंक) हा शब्दप्रयोग रूढ झालेला आहे. एखाद्या व्यक्तीच्या बुद्धिमत्तेची सर्वसाधारण मोजमाप करण्याची ती एक पद्धत आहे. माणूस बुद्धिमान असला तर त्याचा इंटेलिजन्स कोशंट बराच वर असतो; परंतु आयुष्यातील यश बुद्धीपेक्षाही आपल्या भावनांवर आपण किती मात करू शकतो यावर अवलंबून असते, असे आढळून आले आहे. ज्यांचा इमोशनल कोशंट वरचा असतो अशी माणसे इतरांशी चांगले जमवून घेतात, हिताचे निर्णय घेतात म्हणून यशस्वी होतात. अर्थात, सुखाचे काय आणि हिताचे काय याचा विचार करण्याची आणि हिताचे असेल ते स्वीकारण्याची सवय मेंदूला लावणे आवश्यक आहे.

■■■

ज्ञानातून अस्तित्वाची अनुभूती

सकारात्मक आध्यात्मिक प्रकृती म्हणजे आपल्या अस्तित्वाचे स्वरूप जाणणे. असे स्वरूप जाणणाऱ्या व्यक्तीला जीवनाचा अर्थ समजू लागतो, मृत्यूची अकारण भीती वाटेनाशी होते, मन शांत होते, प्रश्नाचा अर्थ लवकर समजतो, उत्तरे सुचतात आणि एकूणच जीवनाचे सार्थक होते.

आपल्या अस्तित्वाचे स्वरूप कसे जाणायचे? भारतीय परंपरेनुसार असे जाणण्याचे चार मार्ग आहेत : ज्यांची बुद्धी आणि आकलनशक्ती मूलत:च विकसित आहे त्यांच्याकरिता ज्ञानमार्ग. ज्यांची निष्ठा आणि आपल्या मूल्यांना दीर्घकाळ टिकून राहण्याची श्रद्धा मोठ्या प्रमाणात आहे त्यांच्यासाठी योगमार्ग. ज्यांच्या भावना उचंबळून येतात व ज्यांची परमेश्वरावर श्रद्धा आहे त्यांच्यासाठी भक्तिमार्ग आणि इतरांसाठी कर्ममार्ग हे चार प्रमुख मार्ग सर्वविद् आहेत. आपण कोणत्या मार्गाने जाण्यास योग्य आहोत याबद्दलचे मार्गदर्शन करणारी व्यक्ती आपली गुरू असते. गुरू आपल्याला कोणत्या मार्गाने जावे आणि कसे जावे यासंबंधात मार्गदर्शन करू शकतो. मार्गाने जाणे हे ज्याचे त्यानेच करायचे असते. प्रत्येक मार्ग आपापल्या परीने अखेर आत्मज्ञान मिळण्यासाठी योग्य ती तयारी करून घेईलच; परंतु एका मार्गाने जात असताना मध्येच मार्ग बदलत राहण्याने वैचारिक गोंधळ उडेल व फलप्राप्ती होणार नाही.

प्रथमत: असे स्पष्ट समजले पाहिजे की, आपली भौतिक प्रगती ही केवळ ज्ञान मिळवण्यातूनच मिळणार असते, तर मनाची शांती ही धार्मिक आणि आध्यात्मिक प्रयत्नाने मिळू शकेल. अभ्यास, एकाग्रता आणि बुद्धिमत्ता ही शास्त्र

जाणण्याची आयुधे आहेत, त्यांच्या जोडीला श्रद्धाही धर्माला आवश्यक आहे. धर्म आणि अध्यात्माची कास धरून भौतिक यश मिळणार नाही आणि शास्त्रांचा पाठपुरावा करण्याने मन शांत होणार नाही. परमेश्वराची प्रार्थना करण्याने मन शांत होईल; पण परमेश्वराच्या प्रार्थनेने धनदौलत मिळेल ही कल्पनाच अवास्तव आहे. जेथे शास्त्राचा अभ्यास आणि पाठपुरावा करणे जरूर आहे, तेथे प्रार्थनेचा आणि ध्यानाचा उपयोग होणार नाही. उलटपक्षी जेव्हा मन शांत राहण्याची गरज असते, तेव्हा बुद्धीच्या वापराचा अथवा शास्त्रीय ज्ञानाचा फारसा फायदा नाही. त्याचप्रमाणे आपली कुवत ओळखून स्वीकारलेला मार्ग (ज्ञान, योग, भक्ती, कर्म) हाच चालू ठेवणे हिताचे असते. कोणता मार्ग निवडावा हे स्वत:चे स्वत:ला कळत नाही. स्वत:ची शक्ती आणि कुवत न ओळखता घेतलेला मार्ग फलदायी होणार नाही. गणिताचा पाया कच्चा असणाऱ्या विद्यार्थ्याने इंजिनिअरिंगचा कोर्स घेतल्यावर त्याचे जसे होईल, तसेच अश्रद्ध माणसाने भक्तिमार्ग स्वीकारण्याने अथवा ज्ञान समजून घेण्याची कुवत ज्याच्या बुद्धीत नाही अशाने ज्ञानमार्ग स्वीकारण्याने होईल. मूलत: मनोविकाराची बीजे ज्यात आहेत अशा व्यक्तीने ध्यानधारणेत जाण्याने स्किझोफ्रेनियासारखा आजार बळावू शकेल. मानेच्या मणक्यात दोष असणाऱ्या माणसाने शीर्षासनासारखे आसन करण्याचा प्रयत्न करताना मज्जारज्जूवर दाब येण्याचा धोका निर्माण होईल. हृदयविकार असणाऱ्या व्यक्तीने कुंभक करणे त्रासदायक ठरू शकेल. आपली शारीरिक, मानसिक व बौद्धिक कुवत नीट अजमावून मगच हा मार्ग आपल्या गुरूंच्या मार्गदर्शनाखाली निवडावा.

ज्ञानमार्ग हा आत्मज्ञान होण्याचा सर्वात प्रभावी मार्ग आहे. अखेरीला कोणत्याही मार्गाने गेले तरी ज्ञान होणे हेच महत्त्वाचे असते. ज्ञान हा एक अनुभव आहे. उच्च प्रकारच्या अनुभवाला अनुभूती असे म्हटले जाते. अनुभूतीचे परिणाम दीर्घकाळ अथवा कायम टिकतात. साधारण ज्ञानेंद्रियांतून आलेल्या संवेदना आणि दोन किंवा अधिक संवेदनांतून पटलेली ओळख हे अनुभव तात्कालिक स्वरूपाचे असतात. आपल्या ज्ञानेंद्रियांपलीकडे विचार आणि बुद्धी यांच्या वापरातून आलेले अनुभव दीर्घकाळ टिकतात. *'सुखम् आत्यंतिकम् नित्यम् वद् बुद्धिग्राह्यम् अतींद्रयम्।'* असे भगवत्गीता म्हणते. जे अतींद्रिय आहे म्हणजे केवळ इंद्रियावर अवलंबलेले नाही; परंतु बुद्धीने समजणे शक्य आहे, असेच सुख

खूप मोठ्या प्रमाणात आणि कायम टिकणारे असते. बुद्धीने मिळणारा आल्हाद हा 'समाधान' या स्वरूपाचा असतो व तो बराच काळ (किंवा आयुष्यभरही) टिकू शकतो. असा आनंद मिळण्याकरिता शब्दांचे योग्य अर्थ माहीत असणे आवश्यक आहे. आपण चार महावाक्ये मानतो, ज्ञानमार्गाचा तो पाया समजतो. या वाक्यांचा अर्थ समजणे म्हणजेच ज्ञानमार्गाने आत्मज्ञान होणे. ही चार वाक्ये सर्वविद् आहेतच. ती म्हणजे (१) यजुर्वेदातील बृहदारण्य उपनिषदातील *अहम् ब्रह्मास्मि* (मी ब्रह्म आहे) (२) सामवेदातील छांदोग्य उपनिषदातील *तत्त्वमसि* (ते तू आहेस) (३) अथर्ववेदातील चाण्डुक्य उपनिषदातील *अयमात्मा ब्रह्म* (हा आत्मा ब्रह्म आहे) आणि (४) ऋग्वेदातील ऐतरेय आरण्यकातील *प्रज्ञानाम् ब्रह्म* (जाणीव हेच ब्रह्म आहे). या वाक्यांचा वारंवार विचार करून त्यांचे मनन आणि चिंतन करून त्यांचा अर्थ समजणे म्हणजेच आत्मज्ञान होणे. या चार वाक्यांप्रमाणे श्रीमत् आद्य शंकराचार्यांनी म्हटलेले (५) *सर्वम् खलू इदम् ब्रह्म* आणि (६) *ब्रह्म सत्यम् जगत मिथ्या* यांनाही या चार महावाक्यांच्या बरोबरीचे मानले जाते. याचा अर्थ, हे सगळे जग ब्रह्मच आहे आणि जगात फक्त ब्रह्म हेच कायमचे सत्य असून आपल्याला दिसणारे आणि भासणारे जग तात्कालिक नाम–रूप धारण करणारे (म्हणून खरे नसणारे) आहे.

या ब्रह्माचे स्वरूप आपल्या आत्म्याच्या स्वरूपाप्रमाणेच आहे, ते सत् चित् आनंद स्वरूप आहे, असे ज्यांनी ब्रह्म जाणले, ते अनुभवले ते सांगतात. ते सत् आहे म्हणजे त्याला अस्तित्व आहे, ते चित् आहे म्हणजे ते चेतनेप्रमाणे (एनर्जी) आहे आणि त्याचा स्वभाव आनंद देणारा आणि आनंदाचा अनुभव घेण्यास उद्युक्त करणारा असा आहे. ध्यानाच्या स्थितीमध्ये ही अनुभूती येणे शक्य असते. आपल्या अस्तित्वाचे स्वरूप म्हणजे ही जाणीव आहे. ज्ञान होणे म्हणजे या जाणिवेतील अज्ञानाचा भाग क्रमश: जाणे. सभोवतालचे ज्ञान आपल्या पंचेद्रियांमार्फत होणे शक्य आहे. आपल्या अंतर्यामीचे ज्ञान केवळ ध्यानानेच होणे शक्य आहे. हा अनुभव दीर्घकाळ किंवा कायम टिकू शकतो. या स्थितीला भगवत्‌गीता स्थितप्रज्ञता म्हणते. ही स्थिती प्राप्त झाल्यावर माणसाचे मन स्थिर होते. सुखाच्या प्राप्तीची हाव सुटत नाही किंवा दु:खाची भीती वाटत नाही. कशाचीही अभिलाषा, कशाचेही भय अथवा कोणाचाही राग मनात येत नाही. अशी व्यक्ती आपल्या आपच संतुष्ट असते. बाहेरून

काही मिळून मग संतोष मिळेल ही भावना नसते. चांगली अथवा वाईट घटना घडली तरी त्याने त्याचे मन हर्षोत्फुल्लित होत नाही किंवा दु:खाच्या गर्तेत पडत नाही. जी माणसे मनोनिग्रह करून आवडीच्या गोष्टींपासून स्वत:ला दूर ठेवतात, त्यांच्या मनातील त्या त्या वस्तूंचे आकर्षण जात नसते. तथापि एकदा आत्मज्ञानाचा अनुभव घेतला की बाकीचे सुखोपभोग त्यामानाने तुच्छ वाटून त्यांच्याबद्दलची मानसिक गोडीच जाते. परमेश्वराचे चिंतन, मनन करून ध्यान करत राहण्याने इतर गोष्टींचा विचार करण्यास मन मोकळ राहत नाही; कारण अशा मोकळ्या मनाला अनेक सुखोपभोगांचे आकर्षण होत राहते. त्याउलट केवळ आत्मानंदाच्या अनुभवात असलेली व्यक्ती सदैव प्रसन्न राहते. या प्रसन्नतेत कोणतेही दु:ख राहत नाही व आपली बुद्धी स्थिर राहते. अशा स्थिर बुद्धीच्या माणसाचेच मन शांत राहू शकते.

अशी स्थिती एकदा प्राप्त झाली की ती कायम टिकते. याकरिता अशी स्थितप्रज्ञता प्राप्त करून घेणे हेच मानवी जीवनाचे ध्येय मानले गेलेले आहे. हा ज्ञानमार्ग पत्करण्यास सखोल विचार आणि कुशाग्र बुद्धीची आवश्यकता असते. विविध धर्मग्रंथांचा अभ्यास, मनन, चिंतन, निदिध्यासन करावे लागते. ही पात्रता नसणाऱ्यांसाठी हा मार्ग नव्हे. केवळ महावाक्यांचे पठन करण्याने, जाता–येता उद्धृत करण्याने ज्ञान होत नसते. सर्व ज्ञानी व्यक्ती आपले ज्ञान दाखवण्याचा प्रयास करत नाहीत, कारण ज्ञान हा एक अनुभव आहे. अनुभव व्यक्तिगत असतो, तो दाखवता येत नाही, दुसऱ्याला देता येत नाही. त्याचे वर्णन करण्याकरिता शब्दांचे सामर्थ्य अपुरे पडते. ज्ञान आणि अनुभव याचे प्रतिबिंब माणसाच्या विचार आणि आचारांवर पडलेले इतरांना जाणवते. हे विचार आणि आचार माणसाची संस्कृती ठरवतात. आत्मज्ञानी झालेली व्यक्तीच सुसंस्कृत असते.

इंद्रियजन्य अनुभव व ज्ञान

कोणतेही ज्ञान होणे हा अखेर एक अनुभव असतो. आपल्या स्वत:च्या अनुभवाला आपण प्रमाण मानतो. तथापि आपल्या अनुभवाच्यादेखील मर्यादा आपण ओळखल्या पाहिजेत. आपले अनुभव आपल्याला आपल्या ज्ञानेंद्रियांतून येणाऱ्या माहितीवरूनच होतात. या ज्ञानेंद्रियांच्या मर्यादा आहेत. *चक्षुर्वै सत्यम्।*

म्हणजे (आपण आपल्या) डोळ्यांनी पाहू तेच खरे असे मानण्याची प्रथा आहे. पण, डोळ्यांनी पाहिले आणि जे पाहिले त्याचा अर्थ मेंदूने लावला असे घडते. अर्थ लावताना सत्याचा विपर्यास होणे शक्य आहे. आपण समुद्र किनाऱ्यावर उभे राहून दूरवर असणारी एक बोट पाहतो. ती बोट कितीही वेगाने चाललेली असली, तरी ती आपल्याला स्थिर आहे असे दिसते. त्याचप्रमाणे खूप लांब असणारे विमान स्थिर किंवा फार संथ गतीने उडणारे आहे असे आपल्याला दिसते. आपण आगगाडीत बसलो असताना आपल्या शेजारची आगगाडी दुसऱ्या दिशेने जाण्यास हलते. आपल्याला आपलीच आगगाडी निघाली असे वाटते. एकाच चित्रात आपल्याला वेगवेगळी चित्रे दिसू शकतात. आपल्याला ऐकू येणारा आवाज नेमका कशाचा आहे याबद्दल गोंधळ होऊ शकतो. पाण्यात बुडवलेल्या गडूचा आवाज पाणी पिणाऱ्या श्वापदाचा आहे असे दशरथ राजाला वाटल्याने श्रावणबाळाचा मृत्यू झाला. वेलदोड्याचा वास असणारा इसेन्स वापरून वेलदोडा न घालताच पदार्थाला त्याचा वास येतो. साखर न घालताच 'अस्पार्टिम' नावाचा रेणू वापरल्याने चहा गोड लागतो. या उदाहरणांवरून आपल्याला वाटते तसे असतेच असे नाही हे लक्षात येईल.

दुसरी घटना म्हणजे भास होणे. दोरी पडलेली असताना तेथे साप आहे असे वाटणे. जोपर्यंत आपण ही दोरीच आहे याची शहानिशा करत नाही, तोपर्यंत तेथे साप आहे हे आपले समजणे आपल्याला खरेच वाटते. अर्धवट उजेडात सावल्या हलताना पाहून तेथे माणसे किंवा जनावरे आहेत असे आपल्याला वाटते. हे भास आहेत, खरे नाही याची आपण शहानिशा करेपर्यंत ते अनुभव खरे वाटतात. स्वप्न पडताना हे स्वप्न आहे असे वाटत नसते. काहीतरी प्रत्यक्ष घटनाच घडत आहे असे वाटते. मद्यपी व्यक्तीला अनेक प्रकारचे त्रास होत राहतात. एलएसडी घेणाऱ्या व्यक्तीलादेखील तऱ्हेतऱ्हेचे भास होणे शक्य आहे. अनुभव घेताना तो भास आहे हे कळत नसते.

तिसरी एक घटना म्हणजे आपण जेव्हा नाटक किंवा सिनेमा पाहतो, तेव्हा आपण पाहतो आहोत ते सत्य नसून त्याचा एक देखावा आहे, हे आपल्याला माहीत असते, तरीदेखील नाटकातील खलनायकाच्या दुष्टपणाचा येणारा संताप खराखुराच असतो. नायक किंवा नायिकेवर आलेल्या संकटाने आपल्या मनात खरीच करुणा आणि सहानुभूती निर्माण होते. कोणतेही वाङ्मय वाचताना

होणारा हर्ष, क्रोध, अभिलाषा, आश्चर्य, सहानुभूती, अपेक्षाभंग, चुटपूट हे सारे अनुभव येतात, ते खरे आहेत असे आपल्याला जाणवते. आपले अनुभव खरे असतात; परंतु आपले मन त्याचे जे विश्लेषण करते ते वास्तव असेलच असे नाही, हे ज्ञान प्राप्त करताना लक्षात ठेवलेले बरे.

शिवाय, सगळ्या गोष्टींचा अनुभव घेणेही कठीणच नव्हे; तर अशक्यच आहे. आपल्या अपरोक्ष घडलेल्या (घडून गेलेल्या) गोष्टींबद्दलचे ज्ञान हे दुसऱ्या कोणाच्या तरी अनुभवाच्या वर्णनावरूनच आपण मिळवू शकतो. ज्या व्यक्तीच्या अनुभवावरून आपण हे ज्ञान मिळवू इच्छितो त्या व्यक्तीच्या ज्ञानेंद्रियांच्या मर्यादा लक्षात ठेवणे आता आवश्यक आहे. एकच घटना पाच-सहा लोक पाहतात. प्रत्यक्ष पाहिल्याचे शपथेवर कोर्टात सांगतात. तरीही त्यात मोठी विसंगती असणे शक्य असते, नव्हे असतेच, हे कोर्टात रोज घडताना दिसते. याचेही कारण काय पाहिले हे लक्षात न राहता आपण जे पाहिले किंवा ऐकले त्याचा अर्थ साक्षीदाराच्या लक्षात राहिलेला असतो. हा अर्थ पाहणाऱ्याच्या आणि ऐकणाऱ्याच्या मनावर अवलंबून असतो. शिवाय आज जी गोष्ट 'ज्ञात' आहे, तीच उद्या अज्ञात होऊ शकते. ५००० वर्षांपूर्वी पिरॅमिड्स कसे बांधायचे हे माहीत होते, आज ते माहीत नाही. जे आज अज्ञात आहे, त्याचे उद्या ज्ञातात रूपांतर होऊ शकते. दोनशे वर्षांपूर्वी चंद्रावर माणूस जाऊ शकेल ही कल्पनाच असंभवनीय वाटत असणार, तेव्हा नसलेले ज्ञात आता उपलब्ध झाले आहे. तिसरा प्रकार अज्ञेय आहे, त्याचे ज्ञान होऊ शकत नाही. उदाहरणार्थ, साखरेची गोडी म्हणजे काय हे सांगता येत नाही, तो केवळ अनुभवच असू शकतो.

■■■

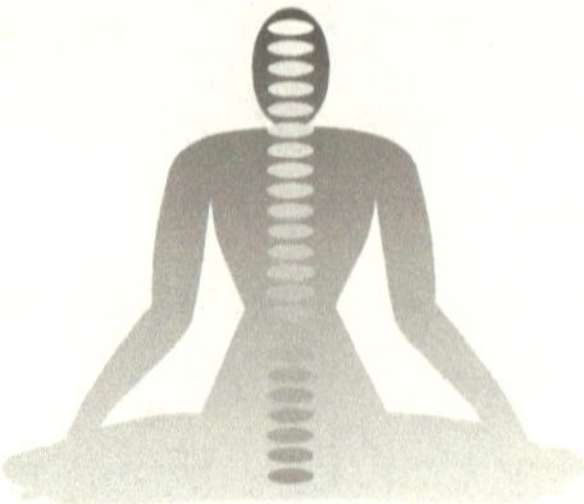

योगमार्ग आणि प्राणायाम

आपल्या अस्तित्वाचे स्वरूप जाणणे हे उत्तम आध्यात्मिक प्रकृतीचे लक्षण असल्याचे आपण पाहिले आहे. हे जाणण्याकरिता आपली प्रज्ञा विकसित असावी लागते. अशी ऋतंभरा प्रज्ञा प्राप्त होण्याकरिता ध्यानाची अवस्था उपयुक्त असते. ध्यान ही क्रिया नसते; ती आपल्या जाणिवेची स्थिती असते. विचाररहित जाणिवेची स्थिती म्हणजे ध्यान, हेदेखील आपण पाहिले आहे. ध्यानाप्रमाणेच प्राणायाम हादेखील योगशास्त्राचा एक महत्त्वाचा पैलू आहे. हठयोग अथवा राजयोग या दोन्ही प्रकारांत प्राणायाम केंद्रस्थानी आहे.

प्राण ही शक्ती आहे. कोणतीही हालचाल करण्यास शक्ती लागते. शक्तीचे स्वरूप प्राण आहे. या शक्तीचे नियमन म्हणजे प्राणायाम. सामान्यपणे प्राणायाम हा श्वसनसंस्थेशी जोडला जाणारा एक योगाचा भाग आहे, अशी कल्पना असते. प्राण या शब्दाचा प्राणवायू, ऑक्सिजन याच्याशी काही तरी संबंध असावा, असा तर्कही केला जातो. श्वसन ही एक हालचाल आहे. या हालचालीच्या मागची शक्ती म्हणजे प्राण आहे. या शक्तीचे नियमन अपेक्षित आहे. श्वसनाच्या क्रियेच्या नियमनाने आपण सुरुवात करतो. कारण श्वसन ही क्रिया ऐच्छिक आणि अनैच्छिक क्रियांच्या सीमेवर आहे. झोपेत किंवा बेशुद्धावस्थेतही श्वसन चालू राहते, त्यामुळे ते अनैच्छिक आहे. जागेपणी आपण काही प्रमाणात त्याची खोली किंवा गती बदलू शकतो, तेव्हा ते काही प्रमाणात ऐच्छिकही आहे.

आपल्या प्राणशक्तीची ओळख व्हावी आणि त्यातून त्यावर नियंत्रण करता यावे याकरिता श्वसनापासून सुरुवात केली जाते. स्वामी मुक्तानंद यांचे गुरू

भगवान नित्यानंद हे यासंबंधात एक रूपक सांगत असत – एक राजकन्या अतिशय लावण्यवती होती. देशोदेशीचे राजकुमार तिचे पाणिग्रहण करण्यास उत्सुक होते. तिच्या पित्याला– राजाला या सगळ्यात बुद्धिमान आणि लायक व्यक्तीलाच आपली कन्या द्यायची होती. राजाने सात मजली मनोरा बांधला. त्या मनोऱ्याला आत प्रवेश करण्यासाठी एकही दरवाजा नव्हता. सातव्या मजल्यावर राजकन्येला ठेवले. तिची प्राप्ती कशी करावी, हे कोणालाही सुचेना. एक धाडसी व बुद्धिमान राजकुमार आला. त्याने एक कीटक पकडला. त्या कीटकाच्या मिशांना मध लावला आणि पायाला एक रेशमी धागा बांधला. तो कीटक मनोऱ्याच्या बाहेरच्या भिंतीवर सोडला. आपल्याच मिशीला लागलेल्या मधाच्या आकर्षणाने तो कीटक सात मजले चढून वर आला. राजकन्येने रेशमी धागा पकडला. या धाग्याच्या खालच्या टोकाला सुती दोरा, मग सुतळी, मग अधिकाधिक जाडीचे दोर बांधले. ते सगळे राजकन्येने वर ओढले. तो दोर आपल्या खिडकीच्या गजाला पक्का बांधला. त्या दोराने राजकुमार वर चढून आला आणि राजकन्येने त्याला वरले. हे रूपक योगशास्त्रातील कुंडलिनी शक्ती व सात चक्रे यांचे आहे, असे भगवान नित्यानंद सांगत. आपल्या भौतिक शरीरावरील श्वसनाद्वारे आपण करत असणारी प्राणायामाची क्रिया ही एका रेशमी धाग्यासारखी आहे. कीटक ही आपली प्रेरणा आहे. मध ही आत्मज्ञान मिळण्याची इच्छा आहे. मूलाधार, स्वाधिष्ठान, मणिपूर, अनाहत, विशुद्ध, आज्ञा आणि सहस्रार ही सात चक्रे म्हणजे सात मजले. लावण्यवती राजकन्या म्हणजे आत्मज्ञान. आत्मज्ञान हे फक्त अशा बुद्धिमान आणि धाडसी व्यक्तीलाच होऊ शकते. आपल्या बुद्धीच्या जोरावर तो योगाचा मार्ग शोधतो आणि धाडस करून तो मिळवतो.

प्राण ही शक्ती आहे. तिच्या अस्तित्वाची जाणीव विविध प्रकारे होते. आपल्या अस्तित्वाच्या सात प्रकारच्या काया कल्पिलेल्या आहेत. या प्रत्येक कायेत प्राणशक्तीची रूपे समजणे ही प्राणायामाची पहिली पायरी मानली जाते. आपली सात शरीरे वेगवेगळ्या अवस्थांत वेगवेगळ्या सात नावांनी ओळखली जातात : (१) भौतिक काया (२) सूक्ष्म शरीर (३) अवकाश शरीर (४) मानसिक काया (५) आध्यात्मिक काया (६) वैश्विक काया (७) निर्वाण काया. या प्रत्येक शरीरात प्राणशक्ती वेगवेगळ्या रूपाने प्रकट होते, तिचे

स्वरूप समजणे म्हणजेच त्या शक्तीची जाणीव होणे.

आपले भौतिक शरीर आपल्याला परिचयाचे असते. आपण प्राणायामाची तेथून सुरुवात करतो. श्वसन हा आपल्या जीवनाचा पाया आहे. जीवनाची सुरुवात श्वास आत घेण्याने (पूरक) झाली, की जीवनाचा अंत अखेरचा श्वास बाहेर टाकण्याने (रेचक) होतो, हे आपण जाणतो. श्वास आत घेण्याची प्रेरणा मेंदूमधील मेड्युला ऑबलाँगाटा या भागातील काही पेशीसमुच्चयात निर्माण होते. ही प्रेरणा एखाद्या स्वयंस्फूर्त चक्राकार पुनरावृत्त घटनाचक्राप्रमाणे निर्माण होत राहते. सर्वसाधारणपणे ही प्रेरणा दर मिनिटास १४–१५ वेळा उत्पादते. ही गती काही प्रमाणात जलद किंवा संथ करण्याचा ताबा मानवाच्या मेंदूत आहे. त्याचा वापर करून प्राणायाम करताना संथ अथवा जलद गतीने श्वास घेता येतो. या श्वसन केंद्रात (रेस्पिरेटरी सेंटर) निर्माण झालेली चेतना श्वसनक्रियेच्या दुसऱ्या टप्प्यावर पोहोचते. आता छातीचा पिंजरा फुगवला जातो. असे करण्यासाठी छाती व पोट यांतील स्नायूंच्या पटलाचे– डायफ्रामचे महत्त्वपूर्ण काम असते.

असा पिंजरा फुगला, की फुप्फुसे आपोआप फुगवली जातात. मग नाकातून, घशातून, श्वासनलिकांतून हवा आत शिरते. ठरावीक प्रमाणात पिंजरा फुगवला गेला की श्वसन केंद्राकडून येणारी चेतना थांबते. आता फुप्फुसांच्या रचनेतील स्थितिस्थापकत्व (इलॅस्टिसिटी) आणि फुप्फुसांच्या प्रत्येक सूक्ष्म फुग्याच्या (अ‍ॅलव्हिहओलाय) आतल्या बाजूला असणाऱ्या पाण्याच्या रेणूंच्या गुणधर्मांमुळे (सरफेस टेन्शन) फुप्फुस आकुंचते आणि हवा बाहेर टाकली जाते. ही क्रियादेखील काही प्रमाणात ऐच्छिक मेंदूच्या ताब्यात आहे. आणि प्राणायाम करताना ही ऐच्छिक शक्ती वापरली जाते. या दुसऱ्या टप्प्यात हवेबरोबर घेतला जाणारा प्राणवायू फुप्फुसाच्या आतल्या भागांपर्यंत पोहोचतो. तिसऱ्या टप्प्यात रक्ताभिसरणाबरोबर आलेले फुप्फुसातील केशवाहिन्यांतील रक्त (हिमोग्लोबिन) आणलेले कार्बन डाय–ऑक्साईड हवेत सोडते आणि प्राणवायूचे ग्रहण करते. श्वसनाच्या शेवटच्या टप्प्यात प्राणवायू शरीराच्या सर्व भागांत रक्तपुरवठ्याबरोबर पोहोचवला जातो. प्राणवायूचे ग्रहण करण्याची क्रिया ०.८ सेकंदातच पुरी होते. त्यामुळे जलद श्वसन करण्याने रक्तात अधिकाधिक प्राणवायू जात नाही. शरीराला प्राणवायूचा पुरवठा वाढवायचा असेल तर रुधिराभिसरण जलद व्हावे लागते. चल पद्धतीच्या व्यायामात हे होते, हे आपण

पूर्वी पाहिलेले आहे. आपल्या मेंदूच्या क्रिया चांगल्या असणे, श्वसनाचे स्नायू व पोट आणि छातीमधला पडदा सशक्त असणे, पुरेसे हिमोग्लोबिन असणे, नाडीची गती सुयोग्य असणे व सर्व पेशींना रक्त पोहोचणे म्हणजे श्वसनक्रिया योग्य असणे. श्वसनाची गती व खोली यात बदल करून निरोगी व्यक्तीच्या पेशींना प्राणवायूचा पुरवठा वाढवता येत नाही. प्राणायामाचा मुख्य हेतू आपले लक्ष हवा घेणे व सोडणे या क्रियेवर केंद्रित करणे हा आहे. असे आपले मन केंद्रित करता येऊ लागले म्हणजे प्रथम विचार व नंतर संवेदना आपल्या शरीराच्या बाहेरच्या गोष्टीत गुंतून राहत नाही. योगशास्त्रातील पुढची पायरी 'प्रत्याहार' घेण्यासाठी आता साधक तयार होतो.

भौतिक शरीरानंतर दुसरे शरीर हे सूक्ष्म शरीर असते. यात आपला अहंकार आपल्या आवडीनिवडी ठरवतो. या शरीरातील पूरक आपली आवड असते; तर रेचक नावड असते. आपले तिसरे शरीर अवकाश शरीर (ॲस्ट्रल बॉडी) आहे. या शरीरात कुंडलिनी शक्ती वास करते. ही शक्ती आपला उत्साह आणि मरगळ ठरवते. कुंडलिनी शक्तीचा वापर करून अमाप शक्ती, स्फूर्ती, जोम, चैतन्य, उत्साह आपणास प्राप्त करून घेता येतो आणि सहस्रार चक्र उद्दीपित करून ऋतंभरा प्रज्ञा मिळू शकते असे पातंजल योगशास्त्र सांगते. चौथे शरीर मानसिक काया होय. आपल्या मनात बाहेरून विचार येतात, तो पूरक आणि विचारांचा निचरा हा रेचक होय. विचार आपल्या जीवनात फार महत्त्वाचे कार्य करत असतात. विचारांचा विचार करणे म्हणजे मानसिक कायेचा प्राणायाम करणे. पाचवे शरीर आध्यत्मिक शरीर आहे. जिवंत होणे हा पूरक आणि प्राण सोडणे म्हणजे रेचक होय. जी व्यक्ती या प्राणायामाने जीवन-मृत्यूचे रहस्य जाणते, ती जीवन-मरणाच्या परिक्रमांपलीकडे अस्तित्व जाणते. सहावे शरीर वैश्विक शरीर आहे. सृष्टीचा प्रारंभ व सृष्टीचा विलय हे पूरक आणि रेचक आहेत. सातवे शरीर निर्माण काया आहे. अस्तित्वाच्या पलीकडे काय आहे, याचा बोध या प्राणायामातून होतो. या सातही कायांचा प्राणायाम करणे हा योगशास्त्राचा केंद्रबिंदू होय.

श्वसन : अस्तित्वाचा पाया

श्वासोच्छ्वास हा जीवनाचा पाया आहे. आत येणारा श्वास (पूरक) आणि बाहेर

टाकला जाणारा उच्छ्वास (रेचक) हे एकमेकांविरुद्ध असतात; परंतु एकमेकांवर अवलंबून असतात. दोन्ही मिळून श्वसनाची क्रिया पूर्ण होते. अशा एकमेकांविरुद्ध आणि त्याच वेळी पूरक असणाऱ्या घटना ज्या शक्तीमुळे घडत राहतात, त्या शक्तीला प्राण असे संबोधले जाते. आपल्या योगशास्त्रानुसार आपले अस्तित्व सात वेगवेगळ्या शरीरांत असते अशी संकल्पना आहे. या प्रत्येक कायेचे स्वरूप व कार्य वेगळे आहे, त्यातील प्राणाचे स्वरूप वेगळे आहे. या विविध काया, त्यांचे कार्य, त्यातील प्राणाचे स्वरूप जाणून त्या शक्तीवर ताबा मिळवणे म्हणजे प्राणायाम. याचे स्वरूप म्हणजे ही शक्ती जाणणे, ती अनुभवणे.

आपले पहिले शरीर म्हणजे आपली भौतिक काया. या शरीराचा आणि आपला चांगला परिचय असतो. येथे श्वास आणि उच्छ्वास अहोरात्र चाललेला असल्याचे माहीत असते. प्राणायामाची सुरुवात याच शरीरापासून सामान्यपणे केली जाते. आत येणारा श्वास प्राणवायू असतो व बाहेर जाणारा उच्छ्वास आपल्या शरीराच्या चयापचयातून निर्माण झालेला कार्बन डाय-ऑक्साईड निर्माल्य म्हणून बाहेर टाकतो.

ही श्वसनाची क्रिया चार पायऱ्यांवर शरीरात चालत राहते. आपल्या मेंदूत काही मज्जापेशींचे पुंजके असतात, त्यांना रेस्पिरेटरी सेंटर म्हणतात. या भागात चेतना दर मिनिटाला १४ ते १६ वेळा (आणि गरजेप्रमाणे कमीजास्त वेळा) निर्माण होते. तेथून ही चेतना छातीच्या पिंजऱ्यावर परिणाम करणाऱ्या स्नायूंकडे जाते. पिंजरा उभारला जातो, त्यामुळे छाती फुगते. छातीत ऋण दबाव निर्माण केला जातो.

दुसरी पायरी म्हणजे सभोवतालच्या वातावरणातून (अपेक्षित शुद्ध हवा) नाकातून आत ओढली जाते. नाकातील काही यंत्रणेमुळे ती साफ केली जाते, गार असल्यास गरम केली जाते. कोरडी असल्यास त्यात आर्द्रता मिसळून श्वासनलिकेत जाते, श्वासनलिकांच्या विविध विभाजनांतून हवेतील प्राणवायूचे अणू फुप्फुसाच्या आतल्या भागापर्यंत पोहोचतात. हा पूरक (श्वास) झाला.

तिसऱ्या पायरीत हृदयातून फुप्फुसाकडे आलेले रक्तातील कार्बन डाय-ऑक्साईडचे रेणू बाहेर टाकले जातात व प्राणवायूचे अणू रक्तातील लाल रक्तगोलकांमधील हिमोग्लोबिनला चिकटतात. ही क्रिया ०.८ सेकंदात पुरी होते. आपण साधारण मिनिटात १५ वेळा श्वासोच्छ्वास करतो, म्हणजे प्रत्येक श्वास

घेणे व सोडणे या क्रियेला चार सेकंद लागतात. यापैकी प्रत्यक्ष रक्तातील कार्बन डाय–ऑक्साईड बाहेर पडून प्राणवायू आत येण्यास एका सेकंदाचाही वेळ लागत नाही. श्वास भरभर घेतला तरी त्याने रक्तात प्राणवायूचे प्रमाण वाढत नाही. दीर्घ श्वास घेणे किंवा जलद श्वास घेणे याने आपल्या धमनीतील रक्तातील प्राणवायूचे प्रमाण वाढत नाही. शरीरातील पेशींना प्राणवायूचा पुरवठा वाढवायचा असला तर नाडीची गती जलद करणे आवश्यक आहे. ही गती चल पद्धतीच्या व्यायामाने वाढवता येते व विविध पेशींना प्राणवायूचा पुरवठा वाढवता येतो.

चौथ्या पायरीवर प्राणवायूचा पुरवठा पेशींना झाल्यावर प्राणवायूतील एक इलेक्ट्रॉन पेशी घेतात व अन्नातून आलेल्या ग्लुकोज, मेदाम्ले व अमायनो आम्ले यांचा वापर करून ऊर्जेची निर्मिती करतात. श्वसनसंस्था कार्यक्षम ठेवण्याकरिता या चारही पायऱ्या नीट ठेवाव्या लागतात. मेंदूचे कार्य नीट व्हावे याकरिता मेंदूला ग्लुकोज, जीवनसत्त्वे व प्राणवायू पुरवला गेला पाहिजे. मेंदूला मार लागणे, आजार होणे, मादक पदार्थांचे सेवन करणे इत्यादींमुळे श्वसनकेंद्राचे कार्य नीट होत नाही. छातीचा पिंजरा, पाठीचा कणा, श्वसनाचे स्नायू सक्षम असावेत, त्याकरिता त्यांनाही पुरेसे अन्नघटक व प्राणवायू मिळाला पाहिजे व नियमाने व्यायाम करून त्यांना कार्यक्षम बनवले पाहिजे. नाक व श्वासनलिका स्वच्छ ठेवल्या पाहिजेत. वातावरणातील प्रदूषणाचा फार मोठा अपाय या भागावर सतत होत राहतो. स्वच्छ, प्रदूषणमुक्त परिसर असणे हा निरोगी जीवनाचा पायाच आहे.

फुप्फुसांचे आजार वेळेवर ओळखून त्यांवर उपचार झाले पाहिजेत. भारतात क्षयरोगाचे प्रमाण मोठे आहे. त्याला प्रतिबंधन करताना लसीचा वापर करणे व प्रतिकारशक्ती जागृत ठेवणे महत्त्वाचे ठरते. रक्तातील हिमोग्लोबिनचे प्रमाण व रुधिराभिसरण या गोष्टींकडे कसोशीने लक्ष हवे. स्नायूंची प्राणवायू वापरण्याची क्षमता नियमाने केलेल्या व्यायामामुळे वाढते, उलटपक्षी व्यायामाच्या अभावाने ही क्षमता कमी होऊ लागते. प्राणवायूचा वापर करता आला नाही तर स्नायू लवकर थकतात व दुखतात. पाठ दुखणे, अंग दुखणे अशा तक्रारींचे मूळ अकार्यक्षम श्वसनात असते. भौतिक शरीरातील श्वसनाचा अभ्यास व श्वसनक्रियेचे आरोग्य राखणे इथून प्राणायामाला सुरुवात करणे आवश्यक आहे.

■■■

मन:शांतीचा भक्तिमार्ग

आपल्या जीवनाचे ध्येय 'कायम टिकणाऱ्या शांतीची स्थिती प्राप्त करून घेणे' हे आहे, हे समजणे हे आध्यात्मिक प्रकृतीचे महत्त्वाचे अंग आहे. सुखाच्या आणि वैभवाच्या मागे न लागता शांतीच्या आणि समाधानाच्या प्राप्तीचा प्रयत्न करणे श्रेयस्कर आहे, असे सकारात्मक आध्यात्मिक प्रकृती असणाऱ्या व्यक्तीच्या जीवनाचे मार्गदर्शक तत्त्व बनते. ही शांती माणसाला बाहेरून कोठून मिळणार नसते; तर ती एक आंतरिक जाणिवेची स्थिती असते. अशी स्थिती फक्त श्रद्धेने प्राप्त होते. केवळ बुद्धीने अगर ज्ञानाने, वैभवाने अथवा अधिकार, प्रतिष्ठा, लोकप्रियता यांतून शांती मिळू शकत नाही.

आपण आपले श्रद्धास्थान किती विचारपूर्वक निवडतो यावर ही श्रद्धा सत्श्रद्धा अथवा अंधश्रद्धा होणे ठरते. आपल्या श्रद्धास्थानापासून आपण कशाची प्राप्ती करण्याची इच्छा करतो, हे महत्त्वाचे असते. सायन्स या अर्थाने शास्त्रीय ज्ञानावरील श्रद्धा आपणास भौतिक प्रगतीकडे नेईल; पण मनाची शांती देणार नाही. उदाहरणार्थ, ज्या शास्त्रज्ञांनी अणुविभाजनातून प्रचंड ऊर्जा निर्माण होऊ शकते हे शोधले त्यांचे देश विजयी झाले, जगज्जेते झाले. तथापि त्यांना मानसिक शांती मिळू शकली नाही. उलटपक्षी धर्माची कास धरून जपजाप्य, पूजाअर्चा, कीर्तन, यात्रा करणाऱ्या व्यक्ती मनाने शांत असू शकतील, परंतु त्या समाजाला आजन्म दारिद्र्यात राहावे लागेल. विज्ञान भौतिक यशाकडे, तर धर्म आणि अध्यात्म मन:शांतीकडे नेणारे मार्ग आहेत. विज्ञानावर श्रद्धा ठेवून मन:शांतीची अपेक्षा करणे जितके अप्रस्तुत आहे, तेवढेच धर्मावर श्रद्धा

ठेवून भौतिक यश मिळण्याची अपेक्षा अव्यवहार्य आहे.

धर्माचरण मनाच्या स्थैर्यासाठी, मनाच्या शांतीसाठी करायचे असते. परमेश्वराची प्रार्थना मनाला मोह पडू नये अशी प्रवृत्ती व्हावी, मन शांत राहावे यासाठी करायची असते. अशा प्रार्थनेने बुद्धी वाढणे किंवा धान्य अधिक पिकणे अपेक्षित नाही. आपले श्रद्धास्थान ईश्वर असावे असे सर्व धर्म सांगतात. ईश्वर ही एक संकल्पना आहे. सूर्य, चंद्र, तारे यांच्या अस्तित्वापासून आपल्या दैनंदिन जीवनात घडत असणाऱ्या सर्व घटनांमागे काहीतरी एक शक्ती असावी, ती शक्ती म्हणजे ईश्वर. सारे विश्व या शक्तीतूनच निर्माण झाले, म्हणून ईश्वराने निर्माण केले, असे मांडण्याचा एक प्रघात आहे. या शक्तीतून सारे निर्माण झाले, याचा अर्थ या दृश्य विश्वाच्या आरंभाच्या आधी ही शक्ती असायला हवी. ही शक्ती सर्वांपेक्षा जुनी आहे. प्रगट झालेली सृष्टी अखेर याच शक्तीत विलीन होते. प्रगट होणे आणि विलीन होणे यात काही काळ जातो, त्यामुळे सृष्टी स्थलकालबद्ध आहे. शक्ती अनादी अनंत आहे, त्यामुळे काळाचा त्यावर परिणाम होत नाही. पातंजल योगसूत्रात *स एष पूर्वेषामपि गुरू: कालेन अनवच्छेदात्।* असे ईश्वराचे वर्णन केले आहे. याचा अर्थ – 'तो हा (परमेश्वर) सर्वांच्या (ब्रह्मदेव सृष्टीचा निर्माता आहे असे मानले तर ब्रह्मदेवाला कोणी निर्माण केले असा प्रश्न पडेलच) आधीपासून असणारा व काळाचा ज्यावर परिणाम होत नाही असा आहे.' अशा परमेश्वराचे मनन–चिंतन करण्याकरिता अधिक सूक्ष्म आणि अधिक समृद्ध विचार करण्याची बुद्धी लागेल. सामान्य माणसाला अशा नामरूप नसणाऱ्या शक्तीचा विचार करणे कठीण जाईल म्हणून सगुण परमेश्वराची कल्पना मांडली गेली.

आता ईश्वर या कल्पनेचे रूप मानले गेले. हे विविध देव त्या त्या नावांनी कमीजास्त प्रमाणात लोकप्रिय झाले. ज्या व्यक्तीला जे रूप आवडेल ती व्यक्ती त्या रूपाची भक्त बनू लागली. विविध नाम–रूपांत मानलेल्या देवदेवतांना विविध प्रकारचे गुण (आणि कधी कधी उणिवाही) आहेत अशी कल्पना केली. सर्वगुण संपन्न, सर्वशक्तिमान, करुणानिधी अशा परमेश्वरावर श्रद्धा ठेवली तर मन स्थिर होण्यास मदत होते, असा अनुभव येऊ लागला. काही मानवी गुणदोषही परमेश्वरात भक्तांना दिसू लागले. अधिकारी व्यक्तींना खूष ठेवले तर ते आपल्यावर मर्जी ठेवतात, आपले भले करतात, मग सर्वशक्तिमान ईश्वराला

खूष ठेवावे ही भावना रुळू लागली. माणसाची स्तुती माणसाला प्रिय असते. मग देवाची स्तुती केली तर देवही प्रसन्न होईल अशी कल्पना रुळली. देवांच्या स्तुतिपर कवनांना स्तोत्र म्हणतात. अशी प्रत्येक देवदेवतांची स्तुतिपर स्तोत्रे म्हणण्याचा परिपाठ पडला. आपल्या ऐहिक जीवनातील यशासाठीदेखील या प्रार्थनांचा उपयोग होईल असे वाटून मोठ्या प्रमाणात पूजाअर्चा व यज्ञ सुरू झाले. माणसांना भेटवस्तू देण्याने खूष ठेवता येते; मग देवांनासुद्धा नैवेद्य द्यावा व बदल्यात काहीतरी आपला फायदा करून घ्यावा असे वाटू लागले. स्वत: देवाची प्रार्थना करण्याऐवजी व्यावसायिक पुजारी ते काम अधिक कार्यक्षमतेने करू शकतात. याचा उपयोग जाणून सर्व सामाजिक कार्यक्रमांत आणि प्रसंगी घरातसुद्धा ही सुविधा वापरली जाऊ लागली.

प्रार्थनेचा मूळ हेतू ईश्वरचरणी विनम्र होणे आणि स्वत:च्या कर्तृत्वाचा अकारण अहंकार न जोपासणे हा थोडा बाजूला पडला व शक्तिमान परमेश्वराकडून काहीतरी मागून घेण्याची लालसा वाढली. खरा भक्त परमेश्वराच्या मनन–चिंतनात गढून जाऊन परमेश्वर या संकल्पनेत स्वत:चे अस्तित्व समाविष्ट करू इच्छितो. या जगातील समृद्धी, यश, धनधान्य, पुत्रपौत्र यांची मागणी करणे हे भक्ताचे ध्येय नसावे. अशा प्रकारे परमेश्वरी संकल्पनेत मिसळून जाणाऱ्या व्यक्तीचा अहंभाव नष्ट होईल. अहंभाव नष्ट झाल्यावर आप–परभाव नष्ट होईल. आप–परभाव हा सर्व स्वार्थाचा केंद्रबिंदू आहे, तो दूर झाल्याने सर्व विश्वच आपले आहे; मग संघर्ष कोणाशीही नाही अशी भावना यावी. आता खऱ्या अर्थाने वसुधैव कुटुंबकम् या नात्याने भक्त इतरांशी संबंध ठेवेल. अशी प्रगती व्हावी याकरिता माणसाचे मन संवेदनक्षम असणे जरुरीचे आहे.

ज्या व्यक्तींच्या भावना प्रबळ असतात त्यांनाच भक्तिमार्गाने आपले उद्दिष्ट साधता येते. सुसूत्र विचार आणि ऋतंभरा प्रज्ञा असणाऱ्या व्यक्तींसाठी ज्ञानमार्ग आहे आणि कर्मसिद्धान्तावर श्रद्धा ठेवणाऱ्यांकरिता कर्ममार्ग आहे. ज्या व्यक्तींच्या मानसिक जडणघडणीत भावनांचे प्राबल्य आहे आणि परमेश्वर या संकल्पनेवर विश्वास आहे, त्यांनाच भक्तिभाव स्वीकारण्याने शांती मिळेल. भक्तिमार्गाने जाऊन ऐहिक यश मिळण्याची इच्छा ठेवणे म्हणजे अपेक्षाभंगाला आमंत्रण देणे होय. असे यश धर्माचा अथवा अध्यात्माचा मार्ग घेण्याने मिळणार

नाही याची स्पष्ट कल्पना मनात रुजणे आवश्यक आहे. कसे जगावे या प्रश्नाचे उत्तर बुद्धिमत्ता आणि कष्ट करण्याची प्रवृत्ती देईल; तर का जगावे याचे उत्तर धर्म आणि अध्यात्म देईल. याबाबतीत गफलत झाली तर निराशा वाट्याला येण्याचा संभव आहे.

ज्यांना भक्तिमार्गाने मन:शांती मिळवायची आहे, त्यांच्यासाठी नवविधा भक्ती सांगितलेली आहे. *श्रवणम् कीर्तनम् विष्णो: स्मरणम् पादसेवनम्। अर्चनम् वंदनम् दास्यम् सख्यम् आत्मनिवेदनम्।* परमेश्वराचे (विष्णूचे) कीर्तन ऐकावे. स्वत: परमेश्वराचे गुणगान करावे. परमेश्वराची सतत आठवण करावी. परमेश्वराच्या चरणांच्या सान्निध्यात राहावे. परमेश्वराची पूजा करावी, त्यांना मनोभावे वंदन करावे. परमेश्वराची (देवळाची, मूर्तीची, परिसराची) स्वच्छता राखणे इत्यादी सेवा करावी. परमेश्वराला आपला सखा मानून त्याच्याशी वार्तालाप करावा व शेवटी परमेश्वराशी बोलून आपल्या मनातले सगळे सांगावे. मनातले याचा अर्थ घडलेले प्रसंग सांगावेत. मनातले विचार बोलून दाखवावेत व मनात अनुभवलेल्या भावना सांगाव्यात. आपल्या चुका कबूल कराव्यात. अशा मन मोकळे करण्याच्या प्रयत्नात भावना दाटून येतात. अश्रू वाहू लागतात. व्यक्ती पश्चात्तापाने सद्‌गदित होते. आपल्या भावनांचा निचरा होतो व मन हलके होते. या नऊ प्रकाराने केलेली भक्ती माणसाला शांतिप्रत नेते. धर्माचरणात अनेक कर्मकांडे सांगितली जातात. या कर्मकांडांनी ज्ञान मिळत नाही किंवा शांतीही मिळणार नाही. कर्मकांडे करत राहण्याने श्रद्धा बळावते. श्रद्धा ही मोठी शक्ती आहे. ती प्राप्त करण्यासाठी सामुदायिक आणि व्यक्तिगत कर्मकांडाचे महत्त्व फार आहे. षोडषोपचारे पूजा करताना सर्व विधी नीट होत आहेत ना, इकडे मन गुंतले की इतर विचार मनात येत नाहीत. हादेखील ध्यानाचाच एक प्रकार मानला जातो. आपापले श्रद्धास्थान निवडून नियमाने त्या श्रद्धास्थानाच्या भक्तीमध्ये काही काळ रममाण होणे, हा मन:शांती मिळवण्याचा एक सोपा मार्ग आहे.

भक्ती : कोणाची? कशासाठी?

भक्ती कोणाची करायची हा ज्याच्या त्याच्या आवडीचा प्रश्न आहे. शिकागो येथे १८९४ मध्ये सर्वधर्म परिषद भरली होती. त्यात स्वामी विवेकानंद यांचे छोटेसे

परंतु अत्यंत प्रभावी व्याख्यान झाले. त्यांच्या विचारांचा गाभा भक्तिमार्गाच्या भिन्नतेतून अखेर एकाच परमेश्वराकडे जातो हा आहे. त्याकरिता त्यांनी पुष्पदंत या शापित गंधर्वाने रचलेल्या शिवमहिम्न स्तोत्रातील श्लोकाच्या दोन ओळी उद्‌धृत केल्या होत्या. तो श्लोक असा –

त्रयी सांख्यं योगः पशुपतिमतं वैष्णवमिति।
प्रभिन्ने प्रस्थाने परमिदमदः पथ्यामितिच।
रुचीवां वैचित्र्यात् रुजुकुटिल नाना पथजुषाम्।
वृणाम् एको गम्यः त्वम् असि पयसाम् अर्णव इव।।

याचा अर्थ – भिन्न प्रकृतीची माणसे आपापल्या आवडीप्रमाणे सरळ किंवा वाकड्या मार्गाने तीन वेद, सांख्य तत्त्वज्ञान, योगशास्त्र, शैव, वैष्णव यापैकी (कोणत्या तरी) एका मार्गाचा स्वीकार करून तो मार्गच सर्वश्रेष्ठ आणि हितकर आहे असे सांगत असतात. तरीही जसे नद्यांचे पाणी अखेर समुद्रालाच जाऊन मिळते, तद्वत हे सारे मार्ग शेवटी तुझ्यातच एकरूप होतात.

या श्लोकाच्या शेवटच्या दोन चरणांचा उल्लेख स्वामी विवेकानंदांनी त्या परिषदेत केला. सनातन वैदिक धर्माची विशालता या श्लोकात स्पष्ट आहे. आजही या विचाराचे महत्त्व कमी नाही. अनेक धर्म, जाती-उपजाती, पंथ, समुदाय, संप्रदाय, उपासनांचे विविध प्रकार, भिन्न चालीरीती यांमुळे समाजाला तडे जातात की काय अशी भीती निर्माण होऊ लागली आहे. आपल्या सर्व समाजाला एकसंध करण्याचे सामर्थ्य या उक्तीत आहे. किंबहुना सारा मानव समाजच एकसंध करण्यासाठी या सूत्राचा वापर करता येईल.

आपापल्या सत्त्व-रज-तम या गुणांमुळे माणसात विविध प्रकारची श्रद्धा निर्माण होते, असे भगवत्‌गीता सांगते. *यजन्ते सात्विका देवान्, यक्षरसांति राजसाः प्रेतान् भूतगणान् च अन्ये यजन्ते तामसाः जनाः।।* (१७/४). 'सात्त्विक वृत्तीची माणसे देवांची पूजा करतात. राजस माणसे यक्ष आणि राक्षस यांचे पूजन करतात, इतर तामसी लोक प्रेते व कुलगण यांची पूजा करतात.' त्याप्रमाणात त्यांना तसे फळ मिळते. मनापासून केलेली पूजा व भक्ती ही गौण आहे. परमेश्वराची पूजा फलदायी होते, कारण ती अखेर परमेश्वरालाच मिळते. फलाच्या इच्छेने केलेली पूजा व प्रार्थना हा उपासनेचा एक भाग आहे. ही उपासना म्हणजे नामस्मरण, उपवास व प्रार्थना या तीन प्रकारे होते.

उपासना व प्रार्थना यांचे ध्येय आपले चित्त परमेश्वराच्या चिंतनात मग्न व्हावे हे आहे. बाकीचे सर्व विचार जाऊन फक्त परमेश्वराचाच विचार मनात राहणे व त्या स्मरणाने आनंद होणे हा भक्तीचा मार्ग आहे. भक्तीचे ध्येय चिंतनातून एकात्मता हे आहे. भक्तीचे ध्येय परमेश्वराकडे काही मागणे हे नाही याचा विसर पडताना दिसतो. भक्तिमार्ग हा आध्यात्मिक प्रगतीचा मार्ग आहे, भौतिक ज्ञान, अधिकार किंवा सुख मिळवण्याचा नव्हे, हे स्पष्ट जाणणे आवश्यक आहे. परमेश्वराची भक्ती करून परीक्षेत यश मिळण्याची आशा करणे किंवा देवाची यात्रा, पूजा, नवस करून आधिभौतिक प्राप्ती होईल अशी आशा ठेवणे हा चुकीचा विचार आहे. या विचारापासून समाजाला क्रियावान् होण्याऐवजी पूजाअर्चा, नामस्मरण, चिंतन, भजन यातच गुरफटण्याकडे प्रवृत्ती होण्याची शक्यता आहे. भक्ती करावी ती मन शांत होण्यासाठी, भक्ती करावी ती श्रद्धा जोपासण्यासाठी, भक्ती करावी ती परमेश्वरापुढे नम्र होण्यासाठी; देवाकडे काही धनदौलत, पुत्रपौत्र मागण्यासाठी भक्ती करायची नसते, हा विचार स्पष्ट झाला पाहिजे. आध्यात्मिक प्रगतीचे ध्येय मनाची शांती आहे, भक्ती हा आध्यात्मिक प्रगतीचा एक मार्ग आहे. भौतिक प्रगतीसाठी शास्त्राची कास धरली पाहिजे व भौतिक प्रगती करताना मनाची शांती ढळू नये म्हणून आध्यात्मिक प्रगती केली पाहजे. या दोन्ही बाजू स्पष्टपणे समजणे व त्यांचा योग्य वापर करत राहणे यातच पुरुषार्थ आहे. शास्त्राशिवाय अध्यात्म किंवा अध्यात्माशिवाय शास्त्र हे एकांगी होते. दुचाकी वाहनाच्या दोन्ही चाकांप्रमाणे मानवी जीवनाला दोघांची गरज आहे, समन्वयाची गरज आहे.

■■■

कर्मयोग आणि आपण

आपल्या जीवनात आपल्याला जे काही मिळवायचे असते, ते काही कार्य केल्यानेच मिळत असते. केवळ मनोराज्ये करून काही प्राप्त होत नाही. यासंबंधातील सुभाषित सुप्रसिद्ध आहे. *उद्यमेनहि सिद्ध्यन्ति कार्याणि न मनोरथैः। न ही सुप्तस्य सिंहस्य प्रविशन्ति मुखे मृगाः।* याचा अर्थ – कोणतेही फळ कष्ट केल्यानेच प्राप्त होते, केवळ मनोराज्यांनी नव्हे. सिंह (आपल्या गुहेत) झोपून राहिला तर हरणे त्याच्या तोंडात (आपणहून) येणार नाहीत. आपल्या जीवनाला आवश्यक अशी कर्मे तत्त्ववेत्तेसुद्धा करत असतात, असे भगवत्‌गीता म्हणते. कोणतेही कार्य करताना त्या कार्य करण्याचाच विचार मनात असावा, कार्यातून मिळणाऱ्या फायद्याचा विचार करू नये आणि काम न करण्याच्या मोहातही पडू नये, ही भगवत्‌गीतेची शिकवणूक सर्वविद् आहेच. यालाच कर्मयोग असे नाव दिले जाते. याला पूरक असा कर्मसिद्धान्त आहे.

कर्मसिद्धान्त असे सांगतो, की आपण केलेल्या अगर आपल्या हातून घडलेल्या प्रत्येक कर्माचे फळ हे आपल्याला मिळतेच. असे फळ मिळण्यातून कोणाचीही सुटका नाही, देवदेवतांची किंवा सत्पुरुषांचीही नाही. हे फळ केव्हा मिळेल याच्यावर कर्म करणाऱ्याचा ताबा नसतो. काही कर्मांची फळे लगेच मिळतात. अशा कर्मांना 'क्रियामान कर्मे' म्हणतात. उदाहरणार्थ, केळीच्या सालीवर पाय पडल्याचे निमित्त झाल्यास घसरून पडून लागण्याचे फळ लगेच मिळते, भूक लागल्यावर अन्न घेण्याच्या कर्माचे तृप्ती हे फळ लगेच मिळते; पण काही कर्मांची फळे लगेच मिळत नाहीत. अशा कर्मांना 'संचित कर्मे'

म्हणतात. उदाहरणार्थ, एखादा विद्यार्थी झटून अभ्यास करतो, त्याचे फळ परीक्षेला उत्तम यश मिळणे, हे कदाचित दोन–तीन महिन्यांनी मिळते. नियमाने व्यायाम करणाऱ्या व्यक्तीचे शरीर काही काळाने पीळदार व बलदंड होते. ते कर्म जेव्हा फळ देण्यास सज्ज होते, तेव्हा त्याला प्रारब्ध कर्म म्हणतात. संचित कर्माचे प्रारब्धात रूपांतर करणाऱ्या यंत्रणेला नियती म्हणतात. नियती आपल्याच संचित कर्माचे रूपांतर प्रारब्ध कर्मात करते, स्वेच्छेने काहीही करत नाही. कर्म चांगले असो अथवा वाईट, ते संचितात जमत राहते व त्याचे प्रारब्धात रूपांतर करण्याची वेळ झाली की फलदायी होते. चांगल्या फळांची व वाईट फळांची बेरीज किंवा वजाबाकी होत नाही. चांगल्या कर्माची सुखदायक आणि कुकर्माची त्रासदायक फळे ज्या त्या वेळी भोगावीच लागतात. संचिताचे रूपांतर प्रारब्धात होण्याकरिता नियती वाट पाहते व योग्य काळ आल्यावर प्रारब्ध आपले फळ देते.

काही फळांचा परिणाम याच जन्मी होतो; तर काही फळांचा परिणाम पुढच्या जन्मात मिळतो असे कर्मसिद्धान्त मानतो. उदाहरणार्थ, *शुचीताम् श्रीमताम् गेहे योगभ्रष्टोपिजायते।* असे भगवत्गीता म्हणते. म्हणजे 'या जन्मी जरी योगमार्गाने जाऊन मुक्ती प्राप्त झाली नाही, योगमार्ग पूर्णतया संक्रमिला गेला नाही, तरी अशा अपूर्ण योगी माणसाचा जन्म पुढच्या जन्मात श्रीमंत व सात्त्विक घराण्यातच होतो.' कर्मसिद्धान्त व पुनर्जन्म या दोन्ही एकाच नाण्याच्या दोन बाजू आहेत. आपल्या या जन्मातील सुख–दुःखांचे कारण जर गतजन्मातील चांगली–वाईट कर्मे हे आहे, तर पुढच्या जन्मात तरी दुःखे टाळण्यासाठी चांगली कर्मे करत राहावे असे कर्मसिद्धान्त सांगतो. चांगली कर्मे म्हणजे कोणती, यांनाच धर्माज्ञा म्हणतात. त्या आपण सामाजिक प्रकृतीचा विचार करताना पाहिलेल्याच आहेत. अहिंसा, खरे बोलणे, चोरी न करणे, ब्रह्माप्रमाणे शिस्तबद्ध आचार ठेवणे, वस्तूंचा गरजेपेक्षा जास्त साठा न करणे, शरीर स्वच्छ ठेवणे, मनात समाधानी वृत्ती जोपासणे, जीवनातील द्वंद्व स्वीकारणे, आपापला अभ्यास चालू ठेवणे आणि ईश्वराचा विचार सतत मनात ठेवणे, हेही नियम सर्व धर्मांत सांगितलेले आहेत. हे करत असताना कर्मातून मिळणाऱ्या फळांच्या इच्छेने करू नये; कारण कर्माचे परिणाम केवळ कर्म करणाऱ्यावर, कर्माच्या पद्धतीवर, कर्म करण्याकरिता वापरलेल्या आयुधावर अथवा आपल्या

शरीरावरच नव्हे; तर पाचवे दैव यांनी ठरते. (भगवत्‌गीता अ. १८/१४)

आपल्याकडून जे कार्य करणे अपेक्षित आहे ते करत राहणे, त्यातच आपला अभ्युदय आहे असे मानणे म्हणजे कर्मयोगाने जीवन कंठणे. आपली विविध वयांत वेगवेगळी कर्तव्ये आहेत. विद्यार्थी असताना अभ्यास करणे, गुरुजनांना मान देणे, सुखाच्या मागे न लागणे हे अपेक्षित आहे. संसार करताना आपल्या कौटुंबिक जबाबदाऱ्या मनापासून पार पाडणे, पतिपत्नीने नीतीचे पालन करणे, मुलांचे संगोपन करणे, व्यवसायातून निवृत्त झाल्यावर आत्मोन्नतीचे प्रयत्न करणे व जीवनाची अखेर समर्पणाने व्यतीत करणे अशी कर्तव्ये अपेक्षित आहेत. जीवनात एकाच वेळी परस्परविरोधी दोन प्रकारची कर्तव्ये येऊ शकतात. उदाहरणार्थ, एखादी व्यक्ती एकाच वेळी कोणाचा तरी मित्र असते व त्याच वेळी समाजात न्यायदानाचे कार्य करत असते. मित्राचे कर्तव्य व्यक्तीचे संरक्षण करणे व न्यायाधीशाचे कर्तव्य अपराध्याला शासन करणे. मित्रच अपराधी आहे, असा संघर्ष निर्माण झाल्यास समाजातील अनुभवी व ज्ञानी (महाजन) यांच्या सल्ल्याने जावे, असे धर्म सांगतो. नेहमीचा हिताचा मार्ग घ्यावा, आवडीच्या मार्गाने जाण्याचा मोह पडतो तो टाळावा, असे कठोपनिषदात यमधर्म नचिकेताला सांगतो. पण हिताचे नेमके काय, हे कळेनासे झाल्यावर अशा आत्मज्ञानी व्यक्तीच्या सल्ल्याने जावे, असाही सल्ला भगवत्‌गीता देते.

कर्म अटळ आहे. ते केल्यावाचून सुटकाच नाही. चांगले कर्म तरी करावे म्हणजे त्याची चांगली फळे केव्हा ना केव्हा मिळतील. यासाठी २६ प्रकारची दैवी संपत्ती (गुण) कमवावी आणि अशी संपत्ती असणाऱ्या व्यक्तीचा सल्ला मानावा. हे २६ गुण म्हणजे अभयम्‌ (भीती नसणे), सत्त्व संशुद्धी (मनाची शुद्धी), ज्ञान योग व्यवस्थिती: (ज्ञानमार्ग व योगमार्ग दोन्हींत प्रावीण्य असणे), दानं (दातृत्व), दम:श्च (इंद्रियनिग्रह करणे), यज्ञश्च (संसारातील चक्रात भाग घेणे), स्वाध्याय (अभ्यास करणे), तप (सुखदु:खाची द्वंद्वे स्वीकारणे), आर्जवम्‌ (इतरांचे मन न दुखावणे), अहिंसा (कायेन वाचेन मनसा कोणालाही न दुखावणे), सत्य (खरे बोलणे), अस्तेय (चोरी न करणे), त्याग (आपली चीजवस्तू देऊन टाकणे), शांती (मन शांत ठेवणे), अपैशुनम्‌ (इतरांशी अकारण वैर न करणे), दया भूतेषू (प्राणिमात्रांवर दया), अलोलुपत्वम्‌ (संसारात असून विरक्त राहणे), मार्दवम्‌ (मृदू भाषा वापरणे), न्हि: (लोकांच्या मताची

कदर करणे), अचापल्यम् (अकारण घाईगडबड न करणे), तेजो (उत्साही व तेज:पुंज असणे), क्षमा (माफ करण्याची प्रवृत्ती), धृती (धैर्य असणे), शौचम् (स्वच्छता पाळणे), अद्रोहो (विश्वसघात न करणे), न अभिमानता (गर्व नसणे) हे होत. या गुणांची प्राप्ती करणे म्हणजे मानवी जीवाचे सार्थक होणे आहे. असे गुण मिळालेल्या व्यक्तीकडून व्यक्तिगत, कौटुंबिक, व्यावसायिक अथवा सामाजिक जीवनात काही चुकीचे घडणार नाही व अशा व्यक्तीचा सल्ला आपल्याला योग्य मार्गाने नेईल.

आपली सदसद्विवेक बुद्धी जागृत ठेवून तिला स्मरून घेतलेले निर्णय सहसा चुकणार नाहीत; पण कदाचित निर्णय घेण्यापूर्वी आवश्यक ती सर्व माहिती उपलब्ध नसल्यास निर्णय चुकीचे होऊ शकतात. यास्तव आपले निर्णय, आपल्या निर्णयाची कारणमीमांसा आपल्याला मार्गदर्शकांना, हितेच्छुंना आणि निकटवर्तीयांना बोलून दाखवता आली पाहिजे. आपल्या निर्णयावर कोणी काहीही मत प्रदर्शित केले तरी त्या मताच्या कारणमीमांसेत जाता आले पाहिजे. कारण आपल्याला माहीत नसणारी एखादी गोष्ट आता लक्षात आली तर आपण आपले निर्णय बदलू शकतो. यास्तव देशाटन, पंडित मैत्री व सभेत संचार केल्याने माणसाला चातुर्य येते, असे मानण्याचा प्रघात आहे. आपल्यापेक्षा अधिक ज्ञानी व अधिक अनुभवी व्यक्तीचे विचार नेहमीच मार्गदर्शक असतात. ते आपल्याला पटले नाहीत तर न पटण्याची कारणे सांगता आली पाहिजेत.

अनेकदा निर्णय घेताना 'शक्यता' लक्षात घेतली जाते; पण संभाव्यतेकडे अधिक लक्ष देण्याची गरज असते. ही संभाव्यता केवळ अनुभवाने समजू शकते. शक्यता हे पुस्तकी ज्ञान असते, संभाव्यता हा अनुभवाचा परिपाठ असतो. शक्यता समजण्याकरिता अभ्यास व वाचन लागते, संभाव्यता जाणण्याकरिता अनुभव पाठीशी असावा लागतो. अनुभवाने समृद्ध झालेले पांडित्य म्हणजेच ज्ञान. अशी ज्ञानी व्यक्तीच समाजाचे नेतृत्व करेल. यातच सर्वांचा फायदा आहे. केवळ सदिच्छांवर आधारलेला सल्ला नुकसान पोहोचवू शकतो. केवळ माहितीवर दिलेला सल्ला अप्रस्तुत ठरण्याची शक्यता असते. याकरिता कोणताही निर्णय घेताना सल्ला देणारी व्यक्ती माहितीने परिपूर्ण आणि अनुभवाने समृद्ध आहे ना, याची खात्री करून घेणे आवश्यक असते. असा सल्ला जाणून केलेले कर्मच यथायोग्य फळ देते, हाच कर्मयोग आहे.

कर्माची विड

अहिंसा, सत्य, अस्त्येय, ब्रह्मचर्य, अपरिग्रह, शुचिता, संतोष, तप, स्वाध्याय आणि ईश्वराच्या सान्निध्यात राहणे ही कर्तव्ये सर्वांनी आचरावी असे सांगितले जाते. ते तसे सर्वसामान्यपणे खरेही आहे. तथापि सर्व कार्ये स्थल आणि काल यांनी बांधलेली आहेत. अहिंसादेखील स्वतःच्या सुखासाठी इतरांना पीडा देऊ नये इतपत ठीक आहे; परंतु आपल्याला ठार मारण्याकरिता आपल्या अंगावर शत्रू चालून आला असताना त्याचा प्रतिकार न करणे म्हणजे आत्मघाताला निमंत्रित करणे होय. खरे बोलणे निश्चितच एक महान तत्त्व आहे. परंतु तेथेसुद्धा खरे बोलण्याने मोठे नुकसान होणार असेल, तर न बोलणे किंवा प्रसंगी खोटे बोलणेच श्रेयस्कर असते. गाय आणि खाटीक यांचे उदाहरण प्रसिद्ध आहे. तुम्ही बसला असताना तुमच्या समोरून एक गाय पूर्व दिशेला गेली. तिच्या मागून सुरा पाजरत खाटीक आला व त्याने तुम्हाला गाय कोणत्या दिशेने गेल्याचे विचारले. अशा प्रसंगी गोहत्या टाळायची असल्यास गाय पश्चिमेला गेली किंवा येथून जाताना पाहिली नाही हे उत्तर योग्य ठरेल.

'यद् सर्व भूत हितम् तत् सत्यम्' म्हणजे जे सर्वांच्या हिताचे असते ते (बोलणे) म्हणजे सत्य, अशी सत्याची महाभारतात व्याख्या केलेली आहे. रुग्णाला धीर देणे महत्त्वाचे असते. अशा वेळी परिस्थिती कशीही असली तरी 'आता तू लवकरच बरा होशील' हे सांगणे रुग्णाचा आत्मविश्वास वाढवणारे असते. चोरी करू नये हे तत्त्वतः खरे आहे; परंतु *'बुभुक्षितः किम् न करोति पापम्'* म्हणजे आत्यंतिक उपासमार झाली तर जिवंत राहण्याकरिता कोण (चोरीचे) पाप करणार नाही? महर्षी विश्वामित्राने दुष्काळात जीव कासावीस झालेला असताना खाटकाच्या घरून कुत्र्याची तंगडी चोरून खाल्ली अशी कथा आहे. जगातील सर्व स्त्रीपुरुषांनी ब्रह्मचर्य पाळायचे ठरवले, तर एका पिढीतच मानववंश नष्ट होऊन जाईल. यासाठी धर्माने संमत केलेला 'काम' हा परमेश्वराचेच रूप आहे असे भगवत्गीता सांगते. अपरिग्रहाची मर्यादा जाणावी लागते, कारण निसर्गातसुद्धा सगळे दिवस सुगीचे नसतात. काही वर्षे अवर्षण पडते, कधी पूर येतात, तर कधी पिके जळून जातात. मग आपल्याकडे साठा जमला नाही, तर आपण कसे जगू? स्वच्छता आवश्यक आहे; परंतु एखाद्या वेळी इतकी तातडीची पाळी येते, की स्वच्छ होण्यापेक्षा एखादा जीव वाचवणे

अधिक महत्त्वाचे ठरते. वैद्यकशास्त्रदेखील असे मानते की एखादा अस्वच्छतेमुळे जिवाणूग्रस्त झालेला, पण जिवंत रुग्ण बरा; पण जिवाणू नसलेले स्वच्छ पण मृत कलेवर काय कामाचे? It is better to have an infected patient alive than a sterile patient dead.

संतोष कशाबद्दल मानावा याचाही विचार करावा लागतो. सर्वकाळ सर्व बाबतीतील संतोष माणसाच्या प्रगतीच्या आड येईल. असंतोष हाच कधी कधी प्रगतीचा जनक असतो. आहोत तसेच समाधानी आहोत असे लोकमान्य टिळकांनी म्हटले असते तर आपण स्वतंत्र झालो नसतो. आपली जीवनातील द्वंद्वे स्वीकारणे किंवा आपल्या विषयाचा अभ्यास या गोष्टीसुद्धा काही मर्यादेपर्यंत ठीक आहेत. सारा वेळ यातच चालवला तर आहार, व्यायाम किंवा कोणतीही आवश्यक गोष्ट केव्हा करता येईल? 'व्याघ्र' या शब्दाची व्युत्पत्ती शिकवण्यात दंग झालेल्या पाणिनीला प्रत्यक्ष वाघ येऊन त्याने खाल्ले, इतके अभ्यासात गर्क झाले तर जिवंत राहणेच कठीण. ईश्वर प्रणिधान हीदेखील एक वृत्ती आहे. सदा सर्वदा परमेश्वराच्या जवळ राहिले तर आपली उन्नती केव्हा करता येईल? कर्म चांगले किंवा वाईट हे त्याच्या परिणामावरून ठरते. आपण करतो त्याचा परिणाम काय होईल याचा विचार करून कर्म करणे आवश्यक आहे. हा परिणाम सर्वांच्या हिताचा असला तर ते कर्म योग्य ठरेल. स्वतःचा फायदा आणि दुसऱ्यांचा तोटा असे कर्म करण्याचा मोह प्राणिजाताला जन्मजात पडतो. केवळ धर्म किंवा शास्त्र सांगते म्हणून करणेही कसे अयोग्य ठरेल याची उदाहरणे पाहिलीच. ज्या व्यक्तीचे चित्त स्थिर झाले आहे आणि ज्या व्यक्तीला सर्वांचे हित कशात आहे हे कळते, अशा व्यक्तीचा सल्ला मानावा. केवळ सद्‌हेतूने दिलेला सल्ला अज्ञानमूलक असला तर घात करू शकतो, आपण सल्ला देण्यास पात्र आहोत का, हे सल्ला देणाऱ्यानेही तपासून पाहणे आवश्यक असते.

■■■

त्रिमिती मानवी जीवनाची

मानवी जीवन त्रिमित (थ्री डायमेन्शनल) आहे. जीवनाला लांबी आहे, रुंदी आहे, खोली आहे. या तीनही बाजूंचा विचार होणे आवश्यक आहे. या तीनही बाजू एकमेकांना पूरक आहेत. यापैकी कोणतीही एक बाजू दुर्लक्षित राहिली अथवा कोणत्या तरी एकाच बाजूकडे लक्ष केंद्रित झाले, तर जीवनाचे सार्थक होणार नाही.

आयुष्याची लांबी सर्वांच्या परिचयाची असते. दिवस-महिने-वर्षात ती आपण मोजतो व आपले वय सांगतो. दुसऱ्या व्यक्तीची ओळख झाली, की त्या व्यक्तीचे वय विचारतो. शाळेत दाखल होताना जन्मतारखेचा दाखला लागतो. पुढे आयुष्यात आपले वय सारखे सांगावे लागते. शाळा सोडताना, विश्वविद्यालयीन अभ्यास सुरू करताना, नोकरीसाठी अर्ज करताना, विवाहाच्या वेळी, आयुर्विमा काढताना, निवृत्त होताना अशा अनेक ठिकाणी आयुष्याच्या लांबीची नोंद आवश्यक असते. ही लांबी दिवस-महिने-वर्ष याप्रमाणे कालगणनेत नोंदली जाते. जरी लांबीची सुरुवात जन्माच्या घटिकेपासून मोजण्याचा प्रघात आहे, तरी मोजल्या जाणाऱ्या जीवाचे अस्तित्व मातेच्या स्त्रीबीजाचे पित्याच्या शुक्रजंतूकडून फलित होते, त्या क्षणापासून निर्माण झालेले असते. त्याचप्रमाणे जीवनाची लांबी, 'मृत्यू झाला त्या वेळपर्यंतचा काळ' अशी जरी मोजली जाते, तरी हा काळ कधी कधी निश्चित करणे सोपे नसते.

श्वसन, रुधिराभिसरण आणि चेतासंस्था या आपल्या जीवनाच्या तीन पायाभूत संस्था आपण मानतो. श्वास बंद पडला, हृदयाचे ठोके पडणे थांबले

आणि विविध प्रतिक्षिप्त क्रियांचा (रिफ्लेक्सेस, डोळ्यातील बाहुली उजेड पडल्यावर अरुंद होणे इत्यादी) प्रतिसाद येईनासा झाला म्हणजे सामान्यत: व्यक्ती मृत्युमुखी पडली, असे समजले जाते. अशा स्थितीतूनही क्वचित व्यक्ती पुन्हा जिवंत होते, असा अनुभव आल्याने मृत्यूची अधिक विश्वसनीय खूण म्हणजे मेंदूचा विद्युत आलेख (इलेक्ट्रो-एनसेफेलोग्राम, ईईजी) २४ तास पूर्णपणे सपाट राहणे, ही आज मानली जाते.

व्यक्ती मृत्युमुखी पडली तरी अवयव, ऊती आणि पेशी काही काळ जिवंत असतात. या काळात त्या काढून घेतल्या तर दुसऱ्या गरजू व्यक्तींसाठी वापरता येतात. डोळ्यांसमोरच्या पारदर्शक भागाचे (कॉर्निया) अथवा मूत्रपिंड, हृदय किंवा यकृताचे आरोपण करण्यामागे हे वास्तव आहे. आपल्या जीवनाच्या लांबीचे महत्त्व सांगण्याची गरज नाही. जन्माला आलेले मूल १०० वर्षे जगावे, अशी इच्छा आपण करतो. प्रत्यक्षात संख्याशास्त्रानुसार आज भारतात जन्मलेले मूल सरासरी ७० वर्षे जगेल, अशी अपेक्षा असते. असे जरी असले तरी आजदेखील भारतीय व्यक्ती ६५ वर्षांची असतानासुद्धा निरोगी असली तरी आणखी किमान १० वर्षे चांगल्या प्रकारे कार्यरत राहू शकते. ही लांबी गुणसूत्रांवर व परिसरातील घटकांवर अवलंबून आहे. परिसरात अपघात आणि आजार हे दोन मोठे घटक आयुष्याची लांबी कमी करतात. अपघात कोणाच्या तरी चुकीने अथवा निसर्गाच्या कोपाने होतात. चुका होण्याचे कारण दक्षता नसणे असे असते. एखाद्या क्षणार्धाच्या चुकीचे मोठे अपघात होऊ शकतात. आपली प्रतिकारशक्ती चांगली कार्यक्षम ठेवणे हे आजारांचे प्रमुख प्रतिबंधन होय. अंतर्बाह्य स्वच्छता, सकस व संतुलित आहार, नियमाने केलेला व्यायाम आणि पुरेशी विश्रांती, मनाचे स्वास्थ्य या सर्व पैलूंचे आरोग्यातील महत्त्व आपण येथवरच्या प्रकरणांत वारंवार पाहिलेले आहेच. सतत दक्षता हेच आजारांच्या प्रतिबंधनाचे सूत्र आहे. एड्ससारखा प्राणघातक आजार एकाच वेळच्या असुरक्षित लैंगिक संबंधातून जडू शकतो. दूषित पाणी एकदाच पिण्याने कावीळ, विषमज्वर, पटकी किंवा पोलिओ मायलायटिससारखे महाभयंकर आजार होऊ शकतात. चांगल्या सवयी लावून घेणे आणि मद्यपान, धूम्रपान, अनियमित जीवनशैली अशा सवयी लागतील असे काहीही न करणे हेच महत्त्वाचे असते.

मानवी जीवनाची रुंदी म्हणजे आरोग्य. केवळ विकार अथवा अपंगत्व

नसणे म्हणजे आरोग्यसंपन्नता नाही. शारीरिक, मानसिक, सामाजिक आणि आध्यात्मिक सुस्थिती असणे म्हणजे आरोग्य, अशी व्याख्या जागतिक आरोग्य संघटनेने केलेली आहे. उपरिनिर्दिष्ट अंतर्बाह्य स्वच्छता, नियमाने व्यायाम, सकस आहार, आपल्या शरीररचना आणि शरीरक्रिया व्यवस्थित आहेत ना याकडे दैनंदिन लक्ष आणि विकारांचे लवकरात लवकर निदान व त्यांचे शास्त्रशुद्ध सुसूत्र विचारसरणीवर अनुभवाने सिद्ध केलेले उपचार करणे म्हणजे शारीरिक प्रकृतीकडे लक्ष देणे होय. मनाचे सकारात्मक आरोग्य राखण्याकरिता आत्मीयतेने आपल्या व इतरांच्या गरजा (थोपवणे, बदल व कालक्रमणेचे वेळापत्रक ठरणे) भागवणे, श्रद्धा जोपासणे आणि ध्यानावस्थेत जाणिवेची स्थिती अनुभवणे या गोष्टी उपयुक्त ठरतात. ध्यान म्हणजे विचाररहित जाणीव. या स्थितीत मन शांत होते. अशा सुशांत स्थितीमध्ये मनातील आंतरिक शक्तींचा विकास होतो, नवनिर्मितीची शक्ती वाढते, प्रज्ञा वाढते, अशी स्थिती यावी या दृष्टीने तयारी म्हणून अनेक पद्धती सांगितल्या गेल्या आहेत. या पद्धती म्हणजे ध्यान नव्हे. या पद्धतीने मन निर्विचार स्थितीत जाण्यास साह्य होते. यातील कोणत्याही पद्धतीचा अवलंब करण्याकरिता मनाची पुनःपुन्हा प्रयत्न करण्याची तयारी असावी लागते. असा कंटाळा न येता पुनःपुन्हा प्रयत्न करणाऱ्याला अभ्यास म्हणतात. असा अभ्यास करताना आपल्या मनाची इतर विषयांकडे जाण्याची ओढ थांबवावी लागते. आपल्या आवडीच्या विषयांकडे सतत ओढ घेणे हा मनाचा स्वभावच असतो. त्या ओढीपासून मनाला दूर करण्याला 'वैराग्य' म्हणतात. 'अभ्यास' आणि 'वैराग्य' याशिवाय अशा प्रयत्नांना यश येणार नाही.

मानसिक प्रकृतीचा आणि सामाजिक स्थैर्याचा फार निकटचा संबंध आहे. सामाजिक प्रकृती चांगली ठेवण्याकरिता इतरांच्या गरजांची जाणीव ठेवणे आवश्यक असते. त्याच्या जोडीला कायद्यांचे पालन करण्याची शिस्त असावी लागते. आदर्श व्यवस्थेत कोणाही दोन व्यक्तींमधील संबंध प्रेमाचे, आत्मीयतेचे असे असावेत. जेथे प्रेम संपते तेथे नीती सुरू होते आणि जेथे नीती संपते तेथे कायदा सुरू होतो. सामाजिक स्थैर्यासाठी कायद्यांचे पालन होणे आवश्यक आहे. कायदे पाळणाऱ्या व्यक्तीला सुरक्षिततेची भावना असली पाहिजे. या सुरक्षिततेच्या भावनेतूनच मानसिक आरोग्य निर्माण होईल. मानसिक आरोग्याचा एक महत्त्वाचा भाग व्यक्तिगत बुद्धिमत्तेच्या वाढीचा आहे. या

बुद्धिमत्तेच्या जोरावर माणूस ज्ञान मिळवतो. या ज्ञानामुळे त्याला काही अधिकार प्राप्त होतात आणि अर्थसंचय करता येतो. अधिकार व पैसा यांतून प्रतिष्ठा मिळते आणि या साऱ्यांचा ही व्यक्ती कसा उपयोग करते यावर लोकप्रियता मिळते. ज्ञान, अधिकार, पैसा, प्रतिष्ठा व लोकप्रियता यातले काहीच शाश्वत नसते; शिवाय यापैकी कशानेही मन:शांती मिळत नाही. मनाची शांती केवळ श्रद्धेने मिळते. श्रद्धा हा धर्माचरणाचा गाभा आहे. बुद्धिमत्ता माणसाला कसे जगावे, या प्रश्नाचे उत्तर देऊ शकते; तर धर्म माणसाला का जगावे, याचे उत्तर देतो. शाश्वत शांती मिळण्याकरिता सर्व धर्मांत यम-नियम सांगितलेले असतात. अहिंसा, सत्य, चोरी न करणे, वैश्विक धर्माचे अनुचरण करणे, अनावश्यक साठा न करणे, स्वच्छता, मनाची प्रसन्नता, जीवनातील द्वंद्वांचा स्वीकार करणे, अभ्यास करणे व ईश्वराचे स्मरण या १० मार्गदर्शक तत्त्वांचे पालन सगळेच धर्म सांगतात.

जीवनाची तिसरी बाजू ही जीवनाची खोली आहे. आपण इतरांसाठी काय करतो, यावर ही खोली ठरते. या जगात आपली किंमत या खोलीवरून ठरते. आपण आपल्याजवळचे काय व किती देतो, हे ही खोली ठरवते. अन्नदान हे मोठे पुण्य आहे, ज्ञानदान हे त्याहून मोठे पुण्य आहे. प्रत्येक विचाराला काही तरी आयुष्य असते. जी व्यक्ती समाजाला विचार देते, ती व्यक्ती समाजाच्या दृष्टीने मोठी असते. कायम स्वरूपाचा विचार देणारी व्यक्ती पूजनीय ठरते. माणसाचे अस्तित्व इतरांच्या स्मृतीत जपले जाते. शरीर सोडले तरी हे स्मृतीतील अस्तित्व चालू राहणे म्हणजेच समर्थ म्हणतात त्याप्रमाणे 'मरावे परी कीर्तिरूपी उरावे.' दुसऱ्यांसाठी किमान वेळ तरी काढता आला पाहिजे, त्या वेळेत जाऊन त्यांच्याजवळ राहिले पाहिजे, त्यांची सेवा केली पाहिजे. अशी जीवनाची खोली वाढवणे यातच खरा पुरुषार्थ आहे. असे करता यावे म्हणून दीर्घायुष्य हवे आणि निरोगी अस्तित्व हवे. या तीनही बाजू संतुलित असणे म्हणजेच जीवनाचे सार्थक होणे होय.

क्षणिक दुर्लक्ष आणि मोठे घात

मानवी जीवनाची लांबी काही वेळा क्षणिक बेसावधपणामुळे कमी होऊ शकते. गर्भवती स्त्रीने चुकून घेतलेल्या एखाद्या औषधाने जन्माला आलेल्या अर्भकात

किती मोठा दोष होऊ शकतो, हे आपण थॅलिडोमाइड औषधाच्या सेवनाने फोकोमॅलिया होतो हे सांगताना पाहिलेले आहे. अपघात होण्यापूर्वी क्षणिक दुर्लक्ष झालेले असते; परंतु ताशी ४० मैल वेगाने जाणारे वाहन एक सेकंदात ६० फूट जाते इकडे आपले लक्ष नसते. या ६० फुटांत खड्डा, दगड, वळण, प्राणी, इतर वाहने असू शकतात व अपघात होतात. श्री. प्रतापराव पवार यांनी पाणी उकळण्याचे महत्त्व सांगताना एक गोष्ट कथन केली होती. चेंगीझखानाचे सैन्य मंगोलियाहून स्पेनपर्यंत गेले; पण ती माणसे चहा पीत, त्यासाठी पाणी उकळून घेत. आपले थोरले बाजीराव पेशवे रावेर नदीच्या काठी (पाणी न उकळता सेवल्यामुळे) टायफॉईड होऊन निजधामी गेले. एखाद्याच वेळी पुरेशी सुरक्षा न घेता आलेल्या शरीरसंबंधातून एड्स होऊ शकतो. चूक आपलीच असायला हवी असेही नाही. चालत्या आगगाडीवर भिरकावलेल्या दगडाने व्यक्ती मृत्युमुखी पडल्याचे उदाहरण आहे. सदासर्वदा जागरूक राहणे हे जसे स्वातंत्र्यासाठी आवश्यक मानले गेले आहे, त्याचप्रमाणे सर्व काळ जागरूकता प्रकृती स्वास्थ्यासाठी आवश्यक आहे.

वैद्यकशास्त्र निदानाला उपचाराचा पाया मानते. निदानाशिवाय केलेले उपचार वाया जातात. कधी महत्त्वाचा वेळ जातो. मूळव्याध असेल असे समजून औषधे घेत राहिलेल्या व्यक्तीला आतड्याचा कर्करोग आहे हे समजेपर्यंत रोग दुरुस्त होण्याच्या पलीकडे गेलेला असतो. साधी डोकेदुखी म्हणून उपचार करत राहिलेल्या व्यक्तीच्या मेंदूत गाठ वाढत जाते. क्षयरोगासाठी उपचार चालू असताना छातीतील फुप्फुसाचा कर्करोग बळावतो. दमा आहे असे समजून उपचार चालू असणाऱ्या व्यक्तीला श्वासनलिकेचा कर्करोग असला तर महत्त्वाचा वेळ वाया जातो.

उपचार करण्यापूर्वी निदान आवश्यक आहे. निदान सर्वांगाने परिपूर्ण असले तरच उपचार यशस्वी होऊ शकतो. अपुऱ्या निदानानंतर उपचार सुरू करण्याने पूर्ण निदान करण्यात अडचण येऊ शकते. आपल्या तक्रारींची वेळीच दखल घेणे व आपल्या शरीरात होत असणारे बदल आपल्या डॉक्टरांच्या नजरेला वेळीच आणून देणे व त्याचे परिपूर्ण निदान करून घेणे हिताचे आहे. उपचाराच्या अनेक पद्धती आहेत. आपली श्रद्धा कोणत्या पद्धतीवर आहे, ती तशी का आहे हे पाहणे आवश्यक आहे. प्रत्येक पद्धतीत गुणदोष असणारच;

पण आपण त्या गुणदोषांचा विचार न करता उपचारपद्धती स्वीकारणे सुसूत्र विचारसरणीला धरून होणार नाही.

जीवनाची खोली आपण इतरांसाठी काय करू शकतो यावर ठरते. आपण आपल्या परिसरातील कोणा ना कोणासाठी काही ना काही नक्कीच करू शकतो. आपल्याजवळ देण्याजोगे काय आहे आणि व्यक्तीला कशाची गरज आहे हा विचार व्यवहार्य ठरतो. ज्यांच्याकडे धनदौलत असेल त्यांनी पैसे देणे योग्यच आहे; पण ज्याला आपण देतो, त्या व्यक्तीवर या दानाचा काय परिणाम होणार आहे याचा विचार मात्र हवा, अन्यथा ते कुपात्री दान ठरेल. व्यसनी माणसाला पैसे वाटल्याने त्याचे व्यसन वाढण्याचीच शक्यता आहे. आळशी माणसाची कामे आपण करून देण्याने त्याची कष्ट करण्याची प्रवृत्ती वाढीला लागणार नाही. ज्या व्यक्तीला आपण कोणत्याही प्रकारे मदत करतो, ती व्यक्ती ती मदत घेऊन काय करते हेही पाहणे आवश्यक ठरेल. अस्थानी किंवा अयोग्य व्यक्तीस मदत केल्यास आपले नुकसान होऊ शकते. ज्ञानदान हे एक मोठे दान आहे, परंतु तेथेही मिळालेल्या ज्ञानाचा उपयोग ती व्यक्ती कसा करत आहे हे पाहणे महत्त्वाचे ठरेल. ज्ञानाचा वापर विध्वंसासाठी करता येतो, मग तो विध्वंस कोण कोणाचा करेल यावर आपला अधिकार राहत नाही. याकरिता कोणतेही ज्ञान देण्यापूर्वी विद्यार्थ्याची चांगली पारख करण्याची गुरुकुल पद्धत निश्चित चांगली होती. एखाद्या परीक्षेत चांगले गुण मिळाले या घटनेने व्यक्तीची चारित्र्यसंपन्नता समजत नाही. चारित्र्य नसले तर ज्ञानाचा उपयोग समाजाच्या हिताऐवजी स्वत:च्या फायद्याकरिता होत राहतो. हे ज्ञानदानाचे ध्येय असता कामा नये.

■■■

डॉ. हणमंत विद्याधर सरदेसाई

(जन्म : १० एप्रिल १९३३)

डॉ. ह. वि. सरदेसाई हे महाराष्ट्रात एक ज्येष्ठ वैद्यकीय सल्लागार म्हणून सुपरिचित आहेत. त्याचबरोबर एक उत्कृष्ट शिक्षक म्हणून त्यांनी बी. जे. महाविद्यालयात नाव कमावले, याबद्दल त्यांचा 'भास्कराचार्य पुरस्कारा'ने गौरव झाला.

आरोग्यावर त्यांची आजवर २७ पुस्तके प्रसिद्ध झालेली असून *घरोघरी ज्ञानेश्वरी जन्मती* या पुस्तकाची चोविसावी आवृत्ती निघाली आहे व त्यांच्या *आहार व आरोग्य* या पुस्तकाला महाराष्ट्र साहित्य परिषदेचा उत्कृष्ट पुस्तकाचा पुरस्कार मिळाला. *जीवनशैली* या पुस्तकाच्या एका वर्षात तीन आवृत्त्या निघाल्या.

मानाचा पुण्यभूषण पुरस्कार, रोटरी क्लबचा व्यावसायिक श्रेष्ठता पुरस्कार, हृदयमित्र पुरस्कार, बा-बापू पुरस्कार, आरोग्य ज्ञानेश्वर पुरस्कार आदी अनेक पुरस्कार लाभले आहेत. पुण्यातील अनेक वैद्यकीय आणि शैक्षणिक संस्थांचे अध्यक्ष, उपाध्यक्ष अथवा सल्लागार म्हणून त्यांनी कार्य केलेले आहे.

लेखनाबरोबर त्यांची एक प्रभावी वक्ता या नात्यानेही समाजाला ओळख आहे. रेडिओ, टेलिव्हिजन, वर्तमानपत्रे, मासिके अशा ठिकाणी त्यांचे लिखाण चालू असते. त्याचबरोबर अनेक ठिकाणी अनेक विषयांवर ते व्याख्यानेही देतात. योग, आपली धार्मिक प्रकृती, स्मरणशक्ती, व्यक्तिमत्त्व, भगवद्‌गीता, मन:शांती, प्रकृतिस्वास्थ्य इत्यादी विषयांवर त्यांची व्याख्याने गाजलेली आहेत. 'जीवनशैली' या शीर्षकाखाली त्यांच्या पाच ध्वनिफितीही उपलब्ध आहेत.

www.ingramcontent.com/pod-product-compliance
Lightning Source LLC
LaVergne TN
LVHW060627051026
849519LV00002B/795
* 9 7 8 9 3 8 4 3 1 6 9 9 0 *